மனம் அறிய மயக்கம் தெளியும்

பெரும் மழையும் சிறு துளியும் சங்கமமாகும் இறை கடலில்

மோகன் ராஜ்

Made with ♥ on the Notion Press Platform
www.notionpress.com

தாய் தந்தையருக்கு சமர்ப்பணம்.

பொருளடக்கம்

பொருளடக்கம்

பொருளடக்கம்

முன்னுரை

இந்த புத்தகம் என் தேடலின் வடிவம்.
“நான் யார்?” என்ற கேள்விக்கு விடை தேடி
அலைந்த பயணத்தின் குறிப்புகள் இவை.
இதை படிக்கும் உங்களுக்கும் உங்கள் தேடலுக்கான
தீப்பொறியாக இந்த புத்தகம் இருக்கும் என்ற
நம்பிக்கையுடன் இதை பகிர்கின்றேன்.
புரிந்து கடந்து தேடுவோம்.

- மோகன் ராஜ்

உள்ளத்தில் உள்ளது உருவத்தில் தெரியுமா?
வாழ்க்கை இன்னொன்று இருப்பது இங்கு யாருக்கும் புரியுமா?
சொல்வதனால் மட்டும் சொர்க்கம் தெரியுமா
சுகப்பட வாழ்வது எளிதில் யாவருக்கும் முடியுமா?
இறைவனை உணர்வது இம்மையில் முடியுமா?
நம் வாழ்க்கையின் பயணமே அதுதான் தெரியுமா!

நன்றி

என் தேடலுக்குத் துணை நின்ற

நண்பர்களுக்கும், உறவுகளுக்கும்,

வழிகாட்டிகளுக்கும், நுண்ணறிவுக்கும்.

என் மனமார்ந்த நன்றிகள்.

1

புறவுலக மோகம்

நீங்கள் உங்களை கவனிப்பதை விட்டுவிட்டு, இப்புறவுலகத்தையே பார்த்துக் கொண்டு இருப்பீர்கள் என்றால், அது தன்னாலான எல்லா வகையிலும் உங்களைப் பிடித்து இழுத்து தன்னுள்ளேயே என்றும் மூழ்கி இருக்கச் செய்துவிடும்.

புறவுலக மோகம் : உள்ளே பார்க்க மறக்கும் மனம்

உள்நோக்கிய பார்வையை இழத்தல்

நாம் நம்மை கவனிக்காமல், வெளி உலகத்தையே தொடர்ந்து பார்த்துக் கொண்டிருக்கும் போது, முதலில் இழப்பது தன்னைப் பற்றிய தெளிவைத்தான். மற்றவர்கள் என்ன செய்கிறார்கள், என்ன வைத்திருக்கிறார்கள், எப்படி வாழ்கிறார்கள் என்பதிலேயே கவனம் குவிகிறது. இதனால் "நான் யார், என் நோக்கம் என்ன, நான் எங்கே போகிறேன்" என்ற அடிப்படை கேள்விகளுக்கு பதில் தேடும் நேரம் குறைகிறது. உள்முக பயணம் நின்று போகிறது.

ஒப்பீடு எனும் சுழல்

புறவுலகத்தை மட்டும் பார்க்கும்போது, ஒப்பீடு தானாக வந்து சேரும். அடுத்தவர் வீடு, வேலை, புகழ், சந்தோஷம் எல்லாவற்றையும் நம்முடன் ஒப்பிட தொடங்குவோம். இந்த ஒப்பீடு ஒரு சுழல் போல. ஒருமுறை அதில் சிக்கினால், போதும் என்ற மனம் வராது. எப்போதும் ஒரு குறை, ஒரு ஏக்கம், ஒரு பொறாமை இருந்துகொண்டே இருக்கும். இது நம்மை அமைதியாக இருக்க விடாது.

ஆசைகளின் பிடியில் சிக்குதல்

வெளி உலகம் ஆசைகளால் நிரம்பியது. விளம்பரம், சமூக ஊடகம், சுற்றியுள்ள மனிதர்கள் எல்லாம் "இது வேண்டும், அது வேண்டும்" என்று தூண்டிக்கொண்டே இருப்பார்கள். நம்மை நாம் கவனிக்காதபோது, எது உண்மையான தேவை, எது வெறும் ஆசை என்று பிரிக்க முடியாது. ஒவ்வொரு ஆசையும் ஒரு கயிறு போல நம்மை இழுக்கும். ஒன்று முடிந்தால் அடுத்தது. இப்படி ஆசைகளின் சங்கிலியில் சிக்கி, அதிலிருந்து வெளியே வர முடியாமல் போகும்.

நிகழ்காலத்தை தவறவிடுதல்

புறவுலக மோகம் நம்மை எப்போதும் எதிர்கால கனவிலோ, இறந்தகால ஏக்கத்திலோ வைத்திருக்கும். "அவனைப் போல ஆக வேண்டும்" என்ற எதிர்காலம், "அவனுக்கு மட்டும் எப்படி கிடைத்தது" என்ற இறந்தகாலம். இரண்டுக்கும் நடுவில் இருக்கும் நிகழ்காலம் கைநழுவி போகும். இப்போது நம்மிடம் இருக்கும் நிம்மதி, உறவுகள், சின்ன சின்ன சந்தோஷங்களை அனுபவிக்காமல், இல்லாத ஒன்றை தேடி ஓடிக்கொண்டே இருப்போம்.

தன்னை மீட்டெடுத்தல் : வெளியிலிருந்து உள்ளே திரும்புதல்

இந்த பிடியிலிருந்து விடுபட ஒரே வழி, பார்வையை திருப்புவதுதான். தினமும் சிறிது நேரமாவது வெளி உலக இரைச்சலை நிறுத்திவிட்டு, உள்ளே கவனிக்க வேண்டும். "நான் இப்போது என்ன உணர்கிறேன்? எனக்கு உண்மையில் என்ன வேண்டும்? நான் எதற்காக நன்றியுடன் இருக்கிறேன்?" என்று கேட்டுப்பார்க்க வேண்டும். தியானம், தனிமை, இயற்கையோடு நேரம் செலவிடுதல் போன்றவை இதற்கு உதவும். வெளியே ஓடும் மனதை உள்ளே அழைத்து வரும்போதுதான், புறவுலகம் நம்மை இழுத்து மூழ்கடிக்காமல், நாம் அதை ஆள முடியும்.

2

கடவுளை நம்புதல் மட்டும் போதுமா

கடவுள் நம்மை பார்த்துக்கொள்வார் என்ற மனநிலையே பெரும்பாலானோர் விரும்புகின்றனர் ஆனால் கடவுளோடு தானும்ஒன்றிணைய என்ன செய்ய வேண்டும்.

கடவுளை நம்புதல் மட்டும் போதுமா? ஒன்றிணையும் பயணம்

பாதுகாப்பு தேடும் மனநிலை : 'கடவுள் பார்த்துக்கொள்வார்'

பெரும்பாலான மனிதர்களுக்கு கடவுள் என்பது ஒரு பாதுகாவலர். கஷ்டம் வரும்போது வேண்டிக்கொள்வது, ஆபத்தில் காக்க வேண்டுவது, தேவைக்கு கேட்பது. "கடவுள் பார்த்துக்கொள்வார்" என்ற வார்த்தை ஆறுதல் தருகிறது. பொறுப்பை கடவுளிடம் ஒப்படைத்துவிட்டு நிம்மதியாக இருக்க இந்த மனநிலை உதவுகிறது. இதில் தவறில்லை. நம்பிக்கை என்பது வாழ்க்கையின் பெரிய பலம். ஆனால் இது உறவின் முதல் படிதான்.

பக்திக்கும் ஞானத்துக்கும் உள்ள இடைவெளி

'கடவுள் பார்த்துக்கொள்வார்' என்பது பக்தி. 'கடவுளோடு ஒன்றிணைவது எப்படி' என்பது ஞானம். பக்தி வெளியே இருந்து கடவுளை பார்க்கிறது. ஞானம் உள்ளே இருக்கும் கடவுளை தேடுகிறது. பக்தியில் கேட்பது அதிகம். ஞானத்தில் கொடுப்பதும், கரைவதும் அதிகம். பெரும்பாலோர் பக்தியோடு நின்றுவிடுகிறார்கள். காரணம், கேட்பது எளிது. கரைவது கடினம். தன்னை இழக்க தயாராக இருக்க வேண்டும்.

ஒன்றிணைய தடையாக இருப்பது எது?

கடவுளோடு ஒன்றிணைய விரும்புபவர்கள் குறைவாக இருக்க காரணம் மூன்று :

பயம் : தன்னை இழந்துவிடுவோமோ என்ற பயம். 'நான்' என்ற அகங்காரம் கரைய வேண்டும்.

சோம்பல் : ஒன்றிணையும் பயணம் கடினமான சாதனை கேட்கும். தினசரி முயற்சி, ஒழுக்கம், தியாகம் வேண்டும்.

புறவுலக ஈர்ப்பு : கடவுள் பார்த்துக்கொள்வார் என்று நம்பினால், நாம் உலக வாழ்க்கையை தொடரலாம். ஆனால் ஒன்றிணைய வேண்டுமென்றால், உலக பற்றை குறைக்க வேண்டும். இதற்கு பலர் தயாரில்லை.

ஒன்றிணையும் வழி: கேட்பதிலிருந்து ஆவதற்கு

கடவுளிடம் கேட்பதை நிறுத்திவிட்டு, கடவுளாக ஆவதற்கு முயல்வதுதான் ஒன்றிணைதல். அதற்கு சில படிகள் :

தன்னை அறிதல் : நான் யார் என்று தினமும் கேட்டுப்பார்த்தல். உடலா, மனமா, அதையும் தாண்டிய ஒன்றா?

கர்மயோகம் : பலனை எதிர்பார்க்காமல் கடமையை செய்தல். செயலே வழிபாடு என்று ஆக்குதல்.

தியானம் : வெளி இரைச்சலை நிறுத்தி, உள்ளே இருக்கும் மௌனத்தை கேட்பது. அந்த மௌனம்தான் கடவுள்.

அன்பு : எல்லா உயிரிலும் கடவுளை காணுதல். சேவை செய்தல். அன்பு ஆகிவிடும்போது வேறுபாடு மறையும்.

நம்புவதிலிருந்து அனுபவிப்பதற்கு

'கடவுள் பார்த்துக்கொள்வார்' என்பது நம்பிக்கை. 'நானும் கடவுளும் வேறல்ல' என்பது அனுபவம். நம்பிக்கை ஆறுதல் தரும். அனுபவம் விடுதலை தரும். நம்பிக்கை வெளியே இருந்து வரும். அனுபவம் உள்ளிருந்து மலரும். கடவுளை நம்புவது முதல் படி. கடவுளை அறிவது, உணர்வது, கடைசியில் அவராகவே ஆவது தான் பயணத்தின் முடிவு. அந்த பயணத்தில் செல்பவர் குறைவு. ஆனால் சென்றவர் திரும்புவதில்லை.

இந்த பயணம் கடினம்தான். ஆனால் நீங்கள் இக்கேள்வியை ஏற்கனவே கேட்டு இருந்தால் அந்த பயணம் தொடங்கிவிட்டது என்பதே உண்மை.

3

தவறிலிருந்து தப்பிக்கும் மனம்

பெரும்பாலும் மனிதர்கள் தமது தவறை திருத்திக்கொள்ள விரும்புவதில்லை. அத் தவறின் தண்டனையிலிருந்து தப்பித்துக் கொள்ளும் வழிகளையே தேடுகிறார்கள்., அதற்காக மற்றவர்களின் மீது பழியை சுமத்தவும் தயங்குவதில்லை.

தவறிலிருந்து தப்பிக்கும் மனம் : திருத்தம் மறுக்கும் மனிதர்கள்

அகங்காரத்தின் கவசம் : தவறை ஒப்புக்கொள்ள மறுத்தல்

பெரும்பாலான மனிதர்களுக்கு தன் தவறை ஒப்புக்கொள்வது, தோல்வியை ஒப்புக்கொள்வது போல தோன்றுகிறது. 'நான்' என்ற அகங்காரம் ஒரு கவசம் போல நம்மை சுற்றியிருக்கிறது. அந்த கவசத்தில் ஒரு கீறல் விழுவதைக் கூட மனம் ஏற்க மறுக்கிறது. தவறு செய்தேன் என்று ஒப்புக்கொண்டால், நான் குறை உள்ளவன் என்று ஆகிவிடுமோ என்ற பயம். அதனால் தவறை திருத்துவதற்கு பதிலாக, தவறே நடக்கவில்லை என்று நம்ப வைக்க முயல்கிறோம். முதலில் நம்மை, பிறகு மற்றவர்களை.

தண்டனையின் பயம் : திருத்தத்தை விட தப்பித்தல் முக்கியம்

தவறு செய்வது இயல்பு. ஆனால் அதற்கான விளைவை சந்திக்கும் தைரியம் பலருக்கு இல்லை. தண்டனை என்பது அவமானம், இழப்பு, நிராகரிப்பு என பல வடிவங்களில் வரலாம். அந்த வலியை தவிர்க்க மனம் எந்த எல்லைக்கும் போகும். தவறை திருத்திக்கொண்டால் வளர்ச்சி கிடைக்கும் என்பது அறிவுக்கு தெரியும். ஆனால் தண்டனையிலிருந்து தப்பித்தால் நிம்மதி கிடைக்கும் என்பது மனதுக்கு புரியும். உடனடி நிம்மதிக்கும் நீண்டகால வளர்ச்சிக்கும் நடக்கும் போரில், பெரும்பாலும் நிம்மதியே வெல்கிறது.

எளிய வழி : பழியை மற்றவர் மீது சுமத்துதல்

தப்பிக்கும் வழிகளில் மிக எளிதானது, பழியை அடுத்தவர் மீது போடுவது. "நான் இல்லை, அவன்தான் காரணம்", "சூழ்நிலைதான் என்னை செய்ய வைத்தது", "அவர் சொல்லித்தான் செய்தேன்" என்ற வார்த்தைகள் கேடயங்களாக மாறுகின்றன. இதில் இரண்டு லாபம். ஒன்று, நாம் தப்பித்துக்கொள்கிறோம். இரண்டு, நாம் பாதிக்கப்பட்டவர்கள் போல காட்டிக்கொள்ளலாம். அடுத்தவரை குற்றவாளி ஆக்கிவிட்டால், நம் குற்ற உணர்ச்சியே தேவையில்லாமல் போகிறது. இது ஆபத்தான சுய ஏமாற்று.

இதனால் இழப்பது என்ன?

தவறிலிருந்து தப்பித்து, பழியை அடுத்தவர் மீது சுமத்தும்போது நாம் தற்காலிகமாக வெல்லலாம். ஆனால் நிரந்தரமாக தோற்பது நாம்தான்.

வளர்ச்சியை இழக்கிறோம் : தவறுதான் சிறந்த ஆசிரியர். அதை மறுத்தால் பாடம் கிடைக்காது.

நம்பகத்தன்மையை இழக்கிறோம் : ஒருமுறை பழி போடுபவன் என்று தெரிந்தால், யாரும் நம்மை நம்ப மாட்டார்கள்.

நிம்மதியை இழக்கிறோம் : உண்மை நமக்கு தெரியும். அடுத்தவர் மீது பழி போட்டுவிட்டு உறங்கும்போது, மனசாட்சி கேள்வி கேட்கும். அந்த உறுத்தல் தண்டனையை விட கொடியது.

மாற்றத்தின் தொடக்கம் : பொறுப்பேற்றல்

இந்த சுழலில் இருந்து வெளியே வர ஒரே வழி ‘பொறுப்பு’. தவறு செய்தால், “ஆம், நான் செய்தேன்” என்று தைரியமாக ஒப்புக்கொள்வது. தண்டனை வந்தால் ஏற்றுக்கொள்வது. “இதிலிருந்து நான் என்ன கற்றுக்கொண்டேன்?” என்று கேட்டு திருத்திக்கொள்வது. இது கடினம்தான். அவமானமாக இருக்கும். ஆனால் அந்த ஒரு கணம் அவமானம், வாழ்நாள் முழுவதும் கிடைக்கும் சுயமரியாதைக்கு விதை. தப்பிக்க நினைப்பவன் எப்போதும் ஓடிக்கொண்டே இருப்பான். திருத்திக்கொள்பவன் மட்டுமே நிமிர்ந்து நிற்பான்.

தவறு செய்யாத மனிதன் இல்லை. தவறை ஒப்புக்கொள்ளும் மனிதனே உயர்ந்தவன்.

4

நிலை தடுமாறாத கோபம் உன்னத ஆயுதம்

உங்களை எச்சூழலிலும் நிலை தடுமாறச் செய்யாத கோபம் உங்களிடம் இருக்குமானால், அதுவே உங்களின் மிகப்பெரிய ஆயுதம். அதை நீங்கள் சரியான வழியில் பயன்படுத்தினால், அது உங்களின் எல்லா வகையான தேவைகளையும் மிகச் சரியாக பூர்த்தி செய்து விடும்

நிலை தடுமாறாத கோபம் : உன்னத ஆயுதம்

கோபம் என்பது என்ன? அழிவா, சக்தியா?

கோபம் என்றதும் நாம் நினைப்பது கத்துவது, பொருட்களை உடைப்பது, உறவுகளை முறிப்பது. இது கட்டுப்பாட்டை இழந்த கோபம். இது அழிவு. ஆனால் நீங்கள் சொல்லும் கோபம் வேறு. அது உங்களை நிலை தடுமாறச் செய்யாத கோபம். உணர்ச்சிவசப்படாமல், தெளிவுடன் எரியும் நெருப்பு போன்றது. இது அழிக்க வராது, ஆக்க வரும் சக்தி. இது ஆத்திரம் அல்ல, ஆளுமை.

நிலை தடுமாறாத கோபத்தின் அடையாளம்

இந்த கோபம் உள்ளவன் கண்கள் சிவக்காது, கை நடுங்காது. மாறாக, அவன் இன்னும் அமைதியாவான். இன்னும் கூர்மையாவான்.

தெளிவு : கோபம் வரும்போது மூளை மங்காது. எது சரி, எது தவறு என்று பளிச்சென்று தெரியும்.

கட்டுப்பாடு : வார்த்தைகள் அளந்து வரும். செயல் திட்டமிட்டு நடக்கும்.

நோக்கம் : தனிநபரை தாக்குவது நோக்கமல்ல. அநீதியை, தவறை, அடிமைத்தனத்தை தகர்ப்பதுதான் நோக்கம்.

இதுதான் கோபத்தை ஆயுதமாக்கும் லட்சணம்.

இந்த ஆயுதம் எப்படி தேவைகளை பூர்த்தி செய்யும்?

அநீதிக்கு எதிராக : உன் உரிமை பறிக்கப்படும்போது, இந்த அமைதியான கோபம்தான் "முடியாது" என்று நிற்க வைக்கும். பணிந்து போகாமல் உன் இடத்தை தக்க வைக்கும்.

சோம்பலுக்கு எதிராக : உன் மீதே உனக்கு கோபம் வர வேண்டும். "இப்படியே இருந்தால் எப்படி? " என்ற உள்ளிருந்து எழும் கோபம்தான் உன்னை காலையில் எழுப்பி உழைக்க வைக்கும்.

அவமானத்திற்கு எதிராக : யாராவது உன்னை மட்டமாக நடத்தும்போது, அழுது புலம்ப வைக்காமல், "நான் யார் என்று காட்டுகிறேன்" என்று சாதிக்க வைப்பது இந்த கோபம்தான்.

மாற்றத்திற்காக : சமூகத்தில், குடும்பத்தில், தனி வாழ்க்கையில் ஒரு தவறு தொடர்ந்து நடக்கும்போது, அதை சகித்துக்கொள்ள முடியாத கோபம்தான் புரட்சியை தொடங்கி வைக்கும்.

தவறான வழியில் பயன்படுத்தினால் என்ன ஆகும்?

இதே கோபம் கை மீறினால், ஆயுதம் உன்னையே காயப்படுத்தும். பழிவாங்குதல், வன்முறை, உறவுகளை அழித்தல் என திசை மாறிவிடும். அதனால்தான் "நிலை தடுமாறச் செய்யாத" என்ற வார்த்தை முக்கியம். கோபம் உன் எஜமானாக இருக்கக்கூடாது. நீ கோபத்தின் எஜமானாக இருக்க வேண்டும். கடிவாளம் இல்லாத குதிரை உன்னை எங்கே கொண்டுபோய் தள்ளும் என்று தெரியாது.

கோபத்தை பயிற்றுவிப்பது எப்படி?

இந்த உன்னத ஆயுதத்தை சரியாக பயன்படுத்த பயிற்சி வேண்டும்.

இடைவெளி விடு : கோபம் வரும்போது உடனே பதில் சொல்லாதே. ஒரு மூச்சு விடு. 10 எண்ணு. அந்த

இடைவெளிதான் ஆத்திரத்திற்கும் ஆளுமைக்கும் உள்ள வித்தியாசம்.

கேள்வி கேள் : “நான் ஏன் கோபப்படுகிறேன்? இதனால் என்ன மாறப்போகிறது? என் கோபம் யார் மீது, எதன் மீது?”

செயலாக்கு : கோபத்தை வார்த்தையில் கொட்டாமல், செயலில் காட்டு. அநீதி கண்டு கோபம் வந்தால், நீதிக்காக உழை. தோல்வி கண்டு கோபம் வந்தால், வெற்றிக்காக உழை.

கோபம் கெட்டதல்ல. கட்டுப்பாடற்ற கோபம்தான் கெட்டது. உன்னை ஆளும் கோபம் அல்ல, நீ ஆளும் கோபம் உன் மிகப்பெரிய ஆயுதம். அது உன் கண்ணியத்தையும், தேவையையும், லட்சியத்தையும் ஒருசேர காக்கும்.

5

தேங்கி நிற்கும் பிரச்சனைகள்

சில வகையான பிரச்சனைகள் தீர்வு காணப்படாமல் தொடர்வதற்கு முக்கிய காரணம், அப்பிரச்சனைக்கான தீர்வுக்கு நாம் புதிய அணுகுமுறையை பரிசோதித்து பார்க்க முற்படுவதில்லை. ஏற்கனவே இருக்கின்ற செயல்முறைகளையே நம்பி அதன் வழியான தீர்வுக்காக மட்டுமே காத்திருக்கிறோம். பொதுவாக பிரச்சனைகளுக்கு தீர்வு கிடைக்க வேண்டுமெனில் அதற்கு காலம் நேரம் சூழ்நிலைபோன்றவைகளே மூல காரணமாக அமைகின்றன. இவைகள் மாறிக்கொண்டே இருப்பவைகள்.

தேங்கி நிற்கும் பிரச்சனைகள் : பழைய வழியில் புதிய விடை தேடுதல்

ஒரே சாவியில் எல்லா பூட்டும் திறக்காது

நம் வாழ்வில் சில பிரச்சனைகள் வருடக்கணக்கில் தீராமல் தொடர்கின்றன. கடன், உறவுச்சிக்கல், வேலையில் தேக்கம். காரணம், நாம் அதே பழைய சாவியை வைத்து பூட்டை திறக்க முயல்வதுதான். “எப்போதும் இப்படித்தான் செய்வோம்” என்ற மனநிலை. ஏற்கனவே தோற்றுப்போன செயல்முறையையே மீண்டும் மீண்டும் நம்பி, வேறு ஒரு முடிவு வரும் என்று காத்திருக்கிறோம். இது செயல் அல்ல, செயலின்மையின் வேறு வடிவம்.

புதிய அணுகுமுறை : பயத்தின் தடை

“புதிதாக ஒன்றை முயற்சித்தால் தோற்றுவிட்டால் என்ன செய்வது?” இந்த ஒரு கேள்விதான் பலரை பழைய பாதையிலேயே வைத்திருக்கிறது. பழைய வழி தோல்வியை தந்தாலும், அது பழகிப்போன தோல்வி. பாதுகாப்பானதாக தோன்றும். புதிய வழி வெற்றியை தரலாம், ஆனால் அது நிச்சயமற்றது. அந்த நிச்சயமற்ற தன்மையை சந்திக்கும் தைரியம்

இல்லாமல், தீர்வே இல்லாத பிரச்சனையோடு வாழ பழகிக்கொள்கிறோம். பரிசோதனை இல்லாத இடத்தில் கண்டுபிடிப்பு இல்லை.

காலம், நேரம், சூழ்நிலை : மாறும் களம்

மேல் சொன்னது போல, பிரச்சனைகளுக்கு காலம், நேரம், சூழ்நிலைதான் மூலம். 10 வருடம் முன் வேலை செய்த தீர்வு, இன்று வேலை செய்யாது. காரணம் களம் மாறிவிட்டது. மனிதர்கள் மாறிவிட்டார்கள், தொழில்நுட்பம் மாறிவிட்டது, சந்தை மாறிவிட்டது. ஆறு ஓடிக்கொண்டே இருக்கிறது. ஆனால் நாம் கரையில் நின்று, “தண்ணீர் ஏன் நேத்து மாதிரி இல்லை” என்று புலம்புகிறோம். மாறும் சூழ்நிலைக்கு, மாறாத செயல்முறையை பயன்படுத்தினால் தீர்வு எப்படி கிடைக்கும்?

தேக்கத்திலிருந்து வெளியேறும் வழி

கேள்வி கேள் : “இதை வேறு எப்படி செய்யலாம்?” என்று தினமும் கேள். உன் துறை சாராதவர்களிடம் யோசனை கேள். ஒரு சிறுவன் கூட புதிய கோணத்தை காட்டலாம்.

சிறிய பரிசோதனை : பெரிய மாற்றம் வேண்டாம். ஒரு சிறிய வித்தியாசத்தை செய்து பார். விற்பனை ஆகவில்லை என்றால் விளம்பரம் செய்யும் முறையை மாற்று. பேச்சுவார்த்தை தோற்றால், கேட்கும் முறையை மாற்று.

தோல்வியை தரவாக்கு : புதிய முயற்சி தோற்றால், “நான் தோற்றுவிட்டேன்” என்று நிற்காதே. “இந்த வழி வேலை செய்யாது என்று கண்டுபிடித்துவிட்டேன்” என்று அடுத்த வழிக்கு போ.

நேரத்தோடு நகர் : சூழ்நிலை மாறும்போது, உன் அணுகுமுறையும் மாற வேண்டும். நேற்றைய புத்திசாலித்தனம், இன்றைய முட்டாள்தனமாகலாம்.

தீர்வு என்பது காத்திருப்பதல்ல, உருவாக்குவது

பிரச்சனைகள் தானாக தீராது. காலம் கடந்தால் மட்டும் காயம் ஆறாது. மருந்து வேண்டும். அந்த மருந்துதான் புதிய அணுகுமுறை. ஒரே வட்டத்தில் சுற்றி வந்தால், வெளியேறும் வழி தெரியாது. வட்டத்தை உடைத்து வெளியே கால் வைக்கும்போதுதான் புதிய பாதை தெரியும். நிலையான

பிரச்சனைக்கு, நிலையான முறை வேலை செய்யாது. மாற்றம்தான் ஒரே மாறாத தீர்வு.

காத்திருப்பதை நிறுத்துங்கள். பரிசோதிப்பதை தொடங்குங்கள்.

6

தகுதியில்லா வெற்றி

தகுதி இல்லாமல் பெறப்படும் வெற்றி,எந்த தொடர் நற்பலனையும் தருவதில்லை. மாறாக அது சுய முன்னேற்றத்தின் தடைக்கல்லாக மட்டுமேஇருக்கும்.

தகுதியில்லா வெற்றி : முன்னேற்றத்தின் தடைக்கல்

எளிதில் கிடைத்த வெற்றி : வேர் இல்லாத மரம்

உழைப்பு இல்லாமல், திறமை இல்லாமல், சிபாரிசு, அதிர்ஷ்டம், அல்லது ஏமாற்று வழியில் கிடைக்கும் வெற்றி பார்க்க அழகாக இருக்கும். கைதட்டல் கிடைக்கும், பதவி கிடைக்கும், பணம் கிடைக்கும். ஆனால் அது வேர் இல்லாத மரம் போன்றது. சிறு காற்று அடித்தாலும் சாய்ந்துவிடும். காரணம், அந்த வெற்றியை தாங்கும் தகுதி, அனுபவம், பக்குவம் உள்ளே உருவாகவில்லை. கட்டிடத்தின் அஸ்திவாரம் பலவீனமாக இருக்கும்போது, எத்தனை மாடி கட்டினாலும் ஆபத்துதான்.

தொடர் நற்பலன் ஏன் கிடைப்பதில்லை?

தக்க வைக்க தெரியாது : கஷ்டப்பட்டு சம்பாதித்தவனுக்கு அதன் அருமை தெரியும். எப்படி காப்பாற்ற வேண்டும் என்று தெரியும். சும்மா கிடைத்தவனுக்கு அதை இழக்கும் பயமோ, காக்கும் பொறுப்போ இருக்காது.

அடுத்த நிலைக்கு போக முடியாது : தகுதியால் வந்த வெற்றி, அடுத்த வெற்றிக்கான படிக்கட்டு. ஆனால் தகுதியில்லா வெற்றி ஒரு முட்டுச்சந்து. அங்கிருந்து மேலே போக வழி தெரியாது. ஏனென்றால் ஏறுவதற்கான பலம் கால்களில் இல்லை.

மரியாதை நிலைக்காது : மக்கள் பதவியை மதிக்கலாம், ஆனால் தகுதியில்லாத நபரை மனதார மதிக்க மாட்டார்கள். அந்த மரியாதை இல்லாத இடத்தில், எந்த தொடர் ஒத்துழைப்பும் கிடைக்காது.

சுய முன்னேற்றத்தின் தடைக்கல் எப்படி ஆகிறது?

இதுதான் மிகப்பெரிய ஆபத்து. தகுதியில்லாமல் கிடைத்த வெற்றி மனதில் ஒரு மாயையை உருவாக்கும். "நான் உழைக்காமலேயே ஜெயித்துவிட்டேன், நான் பெரிய ஆள்" என்ற மமதை வரும்.

கற்றல் நின்றுவிடும் : "எனக்குத்தான் எல்லாம் தெரியும், வெற்றி பெற்றுவிட்டேனே" என்று நினைத்து புதிதாக கற்பதை நிறுத்திவிடுவான்.

விமர்சனம் ஏற்க மறுப்பான் : தன்னுடைய குறையை யார் சுட்டிக்காட்டினாலும், "நீயெல்லாம் எனக்கு சொல்றியா?" என்ற அகங்காரம் வரும்.

உழைப்பின் மீது நம்பிக்கை போகும் : குறுக்கு வழியில் ஒருமுறை வெற்றி கிடைத்தால், மனம் எப்போதும் அந்த வழியையே தேடும். நேர்வழியில் உழைக்க சோம்பேறித்தனம் வரும். இப்படி வளர்ச்சியின் எல்லா கதவுகளையும் அவனே அடைத்துக்கொள்வான்.

உண்மையான வெற்றி எது?

உண்மையான வெற்றி என்பது பதக்கமோ, பணமோ அல்ல. அந்த வெற்றியை அடையும் பயணத்தில் நீ யாராக மாறுகிறாய் என்பதுதான். கஷ்டப்பட்டு படித்து வாங்கும் மதிப்பெண், வியர்வை சிந்தி உருவாக்கும் தொழில், தோல்விகளை தாண்டி கிடைக்கும் அனுபவம். இவை உனக்குள் திறமையை, தைரியத்தை, பொறுமையை விதைக்கும். அந்த தகுதிதான் அடுத்த 100 வெற்றிகளுக்கு உரம். பழம் மட்டும் கிடைத்தால் பசி ஒருவேளை தீரும். மரம் வளர்க்க தெரிந்தால் வாழ்நாள் முழுவதும் பசி இருக்காது.

தகுதியை வளர்த்துக்கொள், வெற்றி தானாக வரும்

வெற்றியை துரத்தாதே. தகுதியை துரத்து. தினமும் ஒரு புது விஷயம் கற்றுக்கொள். உன் வேலையில் 1% கூடுதலாக செய்.

விமர்சனத்தை மருந்தாக ஏற்றுக்கொள். தோல்வி வந்தால், "நான் இன்னும் தயாராகவில்லை" என்று உழைப்பை அதிகப்படுத்து. நீ தகுதி உள்ளவனாக மாறும்போது, வெற்றி உன்னை தேடி வரும்.

அந்த வெற்றி நிலைக்கும். பலனை கொடுத்துக்கொண்டே இருக்கும். உன்னை அடுத்த நிலைக்கு அழைத்துச் செல்லும்.

குறுக்கு வழி குறுகிய கால சந்தோஷம் தரும். நெடுவழிதான் நெடுநாள் நிம்மதி தரும். தேர்வு உன்னுடையது.

7

கடினமான தேர்வுகள்

உண்மையான தேர்வுகள் எப்பொழுதும் கடினமானதாகவே இருக்கும். ஏனெனில் அத்தேர்வுகளின் இலக்கு உண்மையானவர்களை/ உண்மையான செயல்களை கண்டுபிடித்து அவர்களை/அவைகளை அடுத்த நிலைக்கு முன்னேற்றுவதே அதன் நோக்கம். இவ்வகையில் தேர்ந்தெடுக்கப்படும் நபர்கள் மற்றும் செயல்களே, என்றும் உறுதியான தன்மையுடன் சிறந்து விளங்குபவைகளாக இருக்கும்.

கடினமான தேர்வுகள் : உண்மையை கண்டறியும் உரைகல்

தேர்வு ஏன் கடினமாக இருக்க வேண்டும்?

எளிதான தேர்வு எல்லோரையும் தேர்ச்சி பெற வைக்கும். போலியையும், உண்மையையும் பிரித்துக் காட்டாது. தங்கத்தை நெருப்பில் இட்டால்தான் அதன் தூய்மை தெரியும். அதுபோல, உண்மையான தேர்வுகள் வேண்டுமென்றே கடினமாக வடிவமைக்கப்படுகின்றன. அதன் நோக்கம் யாரையும் தோற்கடிப்பது அல்ல. யார் நிஜம், யார் நிழல் என்று கண்டுபிடிப்பதுதான். அழுத்தம் வரும்போது உடையாதவர்களையும், ஆசை காட்டும்போது விலை போகாதவர்களையும் அடையாளம் காணவே இந்த கடினம்.

கடினமான தேர்வின் இலக்கு : வடிகட்டுதல்

வாழ்க்கை, தொழில், உறவு எல்லாவற்றிலும் உண்மையான தேர்வுகள் வரும். பதவி உயர்வுக்கான போட்டி, நெருக்கடியான நேரத்தில் எடுக்கும் முடிவு, கொள்கைக்கும் லாபத்திற்கும் நடக்கும் போராட்டம். இந்த தேர்வுகள் மூன்றை சோதிக்கும் :

உறுதி : கஷ்டம் வந்தால் ஓடிவிடுவாயா, நின்று போராடுவாயா?

நேர்மை : யாரும் பார்க்காதபோது என்ன செய்கிறாய்?

திறன் : சவாலான சூழலில் உன் உண்மையான தகுதி என்ன?

இந்த வடிகட்டலில் தேறுபவர்கள்தான் அடுத்த நிலைக்கு தகுதியானவர்கள். மற்றவர்கள் பாதியிலேயே தங்கிவிடுவார்கள்.

ஏன் அவர்கள் மட்டும் உறுதியாக சிறந்து விளங்குகிறார்கள்?

கடினமான தேர்வில் தேர்ந்தெடுக்கப்பட்டவர்கள் உறுதியாக இருக்க காரணம், அவர்கள் ஏற்கனவே உரமேற்றப்பட்டவர்கள்.

அடித்தளம் பலம் : எளிதாக கிடைக்காததால், அந்த இடத்தின் அருமை அவர்களுக்கு தெரியும். கஷ்டப்பட்டு வந்ததால், சின்ன சறுக்கலுக்கு எல்லாம் பயப்பட மாட்டார்கள்.

போலித்தனம் இருக்காது : கடினமான தேர்வை முகமூடி அணிந்து கடக்க முடியாது. உண்மையான குணம், உண்மையான திறமை இருந்தால் மட்டுமே தாண்ட முடியும். அதனால் தேர்வான பிறகும் அவர்கள் அப்படியே இருப்பார்கள்.

நெருப்பில் புடம் போட்ட பக்குவம் : தோல்வி, அவமானம், அழுத்தம் எல்லாம் தாண்டி வந்ததால், அடுத்த நிலையில் வரும் பிரச்சனைகள் அவர்களுக்கு சிறியதாக தெரியும். புயலை பார்த்தவனுக்கு சாரல் பயமில்லை.

எளிய தேர்வுகளின் ஆபத்து

எல்லோரையும் திருப்திபடுத்தும் எளிய தேர்வுகள், தரத்தை கொன்றுவிடும். தகுதி இல்லாதவன் பொறுப்புக்கு வந்தால், மொத்த கட்டமைப்பும் ஆடும். திறமை இல்லாதவன் தலைமை தாங்கினால், கப்பல் மூழ்கும். எளிதாக கிடைத்த இடத்தில் இருப்பவனுக்கு, அதை இழந்துவிடுவோமோ என்ற பயம் எப்போதும் இருக்கும். அதனால் ரிஸ்க் எடுக்க மாட்டான், புதுமை செய்ய மாட்டான். வந்த வழியிலேயே பாதுகாப்பாக இருக்க நினைப்பான். இதுவே தேக்கத்தின் தொடக்கம்.

உன் வாழ்வின் கடினமான தேர்வுகளை கொண்டாடு

உனக்கு வரும் கடினமான சூழ்நிலைகளை, கடினமான முடிவுகளை சாபமாக நினைக்காதே. அது உனக்கான தேர்வு.

வாழ்க்கை உன்னை அடுத்த நிலைக்கு தயார் செய்கிறது என்று அர்த்தம். நேர்மையை விட்டுக்கொடுக்க வேண்டிய நிர்பந்தம், கொள்கையை கைவிட சொல்லும் அழுத்தம், உழைப்பின் எல்லையை சோதிக்கும் சவால். இவற்றில் நீ உண்மையாக நின்றால், நீ தேர்ந்தெடுக்கப்படுவாய். அந்த தேர்வுக்கு பிறகு நீ அடையும் இடமும், உன் தன்மையும் என்றும் உறுதியாக இருக்கும்.

சுலபமான பாதைகள் எப்போதும் கூட்டம் நிறைந்தவை. ஆனால் சிகரத்திற்கு போகும் பாதை செங்குத்தானது, கடினமானது. அங்கே உண்மையானவர்கள் மட்டுமே நிற்பார்கள்.

'அர்ஜுனன்' போல :

குருக்ஷேத்திர யுத்தம் அர்ஜுனனுக்கு கடினமான தேர்வு. எதிரில் உறவினர்கள், குருமார்கள். "போர் வேண்டாம்" என்று வில் கீழே போட்டான். அது எளிதான தேர்வு. ஆனால் கிருஷ்ணன் சொன்னான் : "இது உன் கடமை. தர்மத்தை காக்க வேண்டிய தேவை. இது உனக்கான தேர்வு. ஜெயித்து வா."

அர்ஜுனன் அழுதுகொண்டே, நடுங்கிக்கொண்டே அந்த கடினமான தேர்வை ஏற்றுக்கொண்டான். ஜெயித்தான். அதனால்தான் இன்றும் 'வில்லுக்கு அர்ஜுனன்' என்று பெயர் நிற்கிறது.

உனக்கும் வாழ்க்கை அப்படி கடினமான தேர்வு வைக்கும்போது :

ஓடாதே : "ஏன் எனக்கு மட்டும் இப்படி?" என்று கேட்காதே. "என்னை தேர்ந்தெடுத்திருக்கிறார்கள், நான் தங்கம் என்று அர்த்தம்" என்று நினை.

குறுக்கு வழி தேடாதே : கஷ்டப்படாமல் ஜெயிக்க வழி தேடினால், அந்த வெற்றி நிலைக்காது. காப்பி அடித்து பாஸ் ஆனவன், வேலையில் தோற்பான்.

முடித்து காட்டு : அழுதாலும் பரவாயில்லை, அந்த தேர்வை முடி. ஒரு முறை கடினமான தேர்வில் ஜெயித்துவிட்டால், உனக்கு நீயே ராஜ மரியாதை கொடுப்பாய். "நான் சாதாரண ஆள் இல்லை" என்ற திமிர் வரும். அந்த திமிர்தான் உன்னை அடுத்த நிலைக்கு கொண்டு போகும்.

கடைசி வரி :

மண்பானை செய்யும்போது குயவன் மண்ணை அடி அடி என்று அடிப்பான். தண்ணீர் ஊற்றி மிதிப்பான். சக்கரத்தில் வைத்து சுற்றுவான். அப்புறம் நெருப்பில் சுடுவான்.

பார்ப்பவன் கேட்பான் : "ஏன் இந்த மண்ணை இப்படி கொடுமை படுத்துகிறாய்?"

குயவன் சிரிப்பான் : "நான் கொடுமை படுத்தவில்லை. இதை பானையாக்குகிறேன். அடிக்காவிட்டால் மண்ணாகவே இருக்கும். சுடாவிட்டால் தண்ணீர் ஊற்றினால் கரைந்துவிடும்."

கடவுளும் குயவன்தான். நீதான் மண். வாழ்க்கையின் கடினமான தேர்வுகள்தான் அடியும் நெருப்பும்.

அழாதே. "என்னை பானையாக்குகிறார்கள், குடமாக்குகிறார்கள்" என்று சந்தோஷப்படு.

எளிதான தேர்வு எழுதினால், எல்லோரும் போல நீயும் சாதாரணமாக இருப்பாய்.

கடினமான தேர்வு எழுதி ஜெயித்தால், நீதான் அடுத்த தலைமுறைக்கு பாடம்.

8

பரமானந்தத்தின் வழி

ஒருவர் ஒரு பொருளை நமக்கு கொடுக்கும்போது அதை மகிழ்ச்சியாக பெற்றுக்கொள்கிறோம். அதுவே அப்பொருளை கொடுத்தவர் அதை திரும்ப கேட்டால் மனம் வருந்துகிறோம். கொடுத்தவர் திரும்ப கேட்க நினைக்கும் பொழுதே, நாம் அவரிடம் பெற்றதை மனமுவந்து திரும்ப கொடுத்து விடக்கூடிய மனநிலையை பெற்றிருப்போமானால் அதுவே பரமானந்த நிலை.

கொடுத்ததை திருப்பிக் கொடுக்கும் மனம் : பரமானந்தத்தின் வழி

வாங்கும்போது மகிழ்ச்சி, திருப்பிக் கேட்டால் வருத்தம் ஏன்?

ஒரு பொருள், ஒரு உதவி, ஒரு வாய்ப்பு நமக்கு கிடைக்கும்போது மனம் துள்ளுகிறது. "என்னுடையது" என்ற உணர்வு உடனே ஒட்டிக்கொள்கிறது. ஆனால் அதை கொடுத்தவர் "திருப்பித் தா" என்று கேட்கும் கணம், அதே மனம் வாடுகிறது. காரணம் எளிது. நாம் பெற்றதை 'உரிமை' என்று நினைத்துவிட்டோம். அது ஒரு தற்காலிக நம்பிக்கை, இரவல் என்ற உண்மை மறந்துபோனது. பற்று வந்துவிட்டால் பிரிவு வலிக்கும். என்னுடையது அல்லாத ஒன்றை, என்னுடையது என்று நினைப்பதுதான் எல்லா வருத்தத்திற்கும் தொடக்கம்.

கேட்கும் முன்பே கொடுக்கும் மனநிலை

மேல் சொல்லும் பரமானந்த நிலை என்பது ஒரு உயர்ந்த பக்குவம். கொடுத்தவர் முகம் சுருங்கி, தயங்கி கேட்கும் முன்பே, அவர் கண்களில் தெரியும் தேவையை புரிந்துகொண்டு, நாமாகவே திருப்பி கொடுத்துவிடுவது. "இது உங்களுடையது, தேவைப்பட்டால் எடுத்துக்கொள்ளுங்கள். நன்றி" என்று சொல்லும் மனம். இங்கே 'இழப்பு' இல்லை. 'நன்றி செலுத்துதல்' மட்டுமே இருக்கிறது. பொருளை திருப்பி தருகிறோம், ஆனால்

அவர் கொடுத்தபோது கிடைத்த அன்பை, நம்பிக்கையை நாம் வைத்துக்கொள்கிறோம். அதை யாரும் திருப்பி கேட்க முடியாது.

இது ஏன் பரமானந்தம் தருகிறது?

பற்றற்று இருப்பதால் : ஒரு பொருளின் மீது பற்று இல்லாதபோது, அது போனாலும் வலிப்பதில்லை. காற்று போல வந்தது, காற்று போல போனது. நீர் மேல் எழுதிய எழுத்து போல மனம் இலேசாகிறது.

கடனாளி இல்லை : வாங்கியதை திருப்பி தராமல் வைத்திருக்கும்வரை, மனதுக்குள் ஒரு கடன் உணர்வு இருக்கும். அவரை பார்க்கும்போதெல்லாம் ஒரு குற்ற உணர்ச்சி வரும். மனமுவந்து கொடுத்துவிட்டால், அந்த கணமே கடனிலிருந்து விடுதலை. அதுவே நிம்மதி.

உயர்ந்த உறவு : கேட்டு கொடுப்பது கடமை. கேட்காமல் கொடுப்பது கருணை. அப்படி கொடுக்கும்போது, கொடுத்தவருக்கும் நமக்கும் இடையே ஒரு மரியாதை வளரும். “இவன் நம்பிக்கையானவன்” என்ற எண்ணம் அவருக்கு வரும். அந்த நம்பிக்கையை விட பெரிய சொத்து ஏதுமில்லை.

இந்த மனநிலையை அடைவது எப்படி?

நிலையாமையை உணர் : இங்கு எதுவும் நிரந்தரமில்லை. உடல், உறவு, பொருள் எல்லாம் வந்து போகிற விருந்தாளிகள். வந்ததை அனுபவி, போகும்போது வழியனுப்பு. இதை ஆழமாக உணர்ந்தால் பற்று குறையும்.

நன்றியுணர்வு : ஒருவர் கொடுக்கும்போது, பொருளை மட்டும் பார்க்காதே. அதன் பின்னால் இருக்கும் அவருடைய மனதை பார். அந்த நன்றி இருந்தால், திருப்பி தருவது பாரமாக தெரியாது.

‘என்னுடையது’ என்ற சொல்லை குறை : எல்லாம் பயன்படுத்த மட்டுமே. சொந்தம் கொண்டாட அல்ல. இந்த பயிற்சி மனதை விசாலமாக்கும்.

பரமானந்தம் என்பது இழப்பில் இல்லை, விடுதலையில் இருக்கிறது

கொடுத்தவர் திரும்ப கேட்கும்போது வரும் வருத்தம், நம் அகங்காரத்தின் அழுகை. ஆனால் அவர் கேட்க நினைக்கும்போதே நாமாக கொடுத்துவிட்டால், அது அகங்காரத்தின் மரணம். அகங்காரம் இல்லாத இடத்தில்தான் ஆனந்தம் பிறக்கிறது. பொருளை இழக்கிறோம் என்று நினைக்கிறோம். ஆனால் உண்மையில் பற்று என்ற சுமையை இறக்கி வைக்கிறோம்.

பெறுவதில் இருக்கும் சந்தோஷம் நொடி நேரம். கொடுப்பதில், அதுவும் மனமுவந்து கொடுப்பதில் இருக்கும் சந்தோஷம் யுகம் தாண்டி நிற்கும். அதுவே பரமானந்த நிலை.

9

ஆனந்த வாழ்வின் சூத்திரம்

உங்களிடம் என்றும் இருப்பவைகளை கொண்டாட பழகுங்கள். வாழ்க்கை ஆனந்தமாக மாறும். மாறாக இல்லாதவைகளை பற்றியே தொடர்ந்து எண்ணி கொண்டிருந்தால், வாழ்வில் மகிழ்ச்சி என்பது கானல் நீராகவே போய்விடும்.

இருப்பதைக் கொண்டாடு : ஆனந்த வாழ்வின் சூத்திரம்

மனம் என்னும் பூதக்கண்ணாடி

மனம் எதைப் பெரிதுபடுத்துகிறதோ, வாழ்க்கை அதுவாகவே தெரியும். கையில் இருக்கும் ஒரு ரொட்டித் துண்டை பார்க்காமல், அடுத்தவர் தட்டில் இருக்கும் அறுசுவை உணவையே பூதக்கண்ணாடி வைத்துப் பார்த்தால், நம் ரொட்டி கசந்துவிடும். இல்லாததைப் பற்றி மட்டுமே எண்ணும்போது, இருப்பது கண்ணுக்குத் தெரியாமல் போகிறது. அப்படி இருப்பதை மறந்தவனுக்கு, வாழ்க்கை முழுவதும் பற்றாக்குறையாகவே தோன்றும்.

இல்லாததை எண்ணுதல் : கானல் நீரை துரத்துதல்

“அந்த வீடு இருந்தால்...”, “அந்த வேலை கிடைத்தால்...”, “அவரைப் போல இருந்தால். . .” இந்த ‘இருந்தால்’ பட்டியல் முடிவே இல்லாதது. ஒன்று கிடைத்ததும், மனம் அடுத்த ‘இல்லை’யைத் தேடிப் போய்விடும். பாலைவனத்தில் கானல் நீரை நோக்கி ஓடும் மான் போல, நாமும் மகிழ்ச்சியை துரத்திக்கொண்டே இருக்கிறோம். ஆனால் அருகில் செல்லச் செல்ல அது மறைந்துவிடும். காரணம், மகிழ்ச்சி அங்கே இல்லை. நம் பார்வையில்தான் கோளாறு. இல்லாததை நினைத்து ஏங்குவது, நிகழ்காலத்தை திருடும் திருடன்.

இருப்பதை கொண்டாடுதல் என்றால் என்ன?

கொண்டாடுதல் என்பது பெரிய விழா எடுப்பது அல்ல. கவனிப்பது. நன்றி சொல்வது.

உடலைக் கொண்டாடு : காலையில் கண் விழிக்கிறாய், மூச்சு விடுகிறாய், நடக்கிறாய். இதை இழந்தவனைக் கேட்டால் இதன் அருமை தெரியும்.

உறவுகளைக் கொண்டாடு : அம்மாவின் ஒரு வார்த்தை, நண்பனின் ஒரு போன் கால், மனைவியின் ஒரு புன்னகை. இவை காசு கொடுத்து வாங்க முடியாத சொத்து.

சின்ன சின்ன கணங்களைக் கொண்டாடு : சூடான டீ, மழை வாசனை, ஒரு நல்ல புத்தகம், நிம்மதியான தூக்கம். வாழ்க்கை என்பது பெரிய நிகழ்வுகள் அல்ல, இந்த சிறிய கணங்களின் தொகுப்புதான்.

இருப்பதை கவனிக்கும்போது, "ஆஹா, என்னிடம் இவ்வளவு இருக்கிறதா!" என்ற வியப்பு வரும். அந்த வியப்புதான் ஆனந்தத்தின் முதல் படி.

கொண்டாடும் மனம் எப்படி வாழ்க்கையை மாற்றுகிறது?

குறை மறையும், நிறை தெரியும் : நன்றியுணர்வு உள்ள இடத்தில் குறைபாடு பேசாது. கையில் உள்ள காசை எண்ணுபவன், இல்லாத கோடியை நினைத்து அழ மாட்டான்.

ஒப்பீடு நின்றுவிடும் : அடுத்தவருடன் உன்னை ஒப்பிடுவது நின்றுவிடும். ஏனென்றால் உன்னிடம் உள்ள தனித்துவம் உனக்குப் புரியும். ரோஜா மல்லிகையாக முயற்சிக்காது. அது ரோஜாவாகவே மணக்கும்.

புதியவை தானாக வரும் : ஆச்சரியம் என்னவென்றால், இருப்பதை முழுமையாக கொண்டாடும்போதுதான், இல்லாதவையும் உன்னைத் தேடி வரும். நிறைவான மனதிற்குதான் பிரபஞ்சம் அதிகம் கொடுக்கும். வெறுமையாக இருப்பவனிடம் யாரும் கொடுக்க விரும்புவதில்லை.

பயிற்சி : இன்றே தொடங்கலாம்

இன்று இரவு தூங்கப்போகும் முன், 3 விஷயங்களை எழுது. "இன்று என்னிடம் இருந்த, எனக்கு மகிழ்ச்சி தந்த 3 விஷயங்கள்." அது உன் உடல்நலமாக இருக்கலாம்,

உன் குழந்தையின் சிரிப்பாக இருக்கலாம், நீ சாப்பிட்ட சாப்பாடாக இருக்கலாம். **21** நாள் இதை செய். உன் மனம் ‘இல்லை’ என்ற கண்ணாடியை கழற்றிவிட்டு, ‘இருக்கிறது’ என்ற கண்ணாடியை அணிந்துகொள்ளும்.

வாழ்க்கை ஆனந்தமாக மாற வேறு ஏதும் வேண்டாம். பார்வையை மாற்றினால் போதும். குறையை எண்ணினால் குப்பை. நிறையை எண்ணினால் சொர்க்கம். தேர்வு உன் கையில்.

இருப்பதை கொண்டாடு. வாழ்க்கை உன்னை கொண்டாடும்.

10

எல்லாம் மனதில்தான் இருக்கிறது

ஏழ்மை என்பது ஓர் நிலை, அது போலவே வளமை என்பதும் ஓர் நிலை. எந்த ஒரு செயலையும் செய்யும் பொழுதும் இது என்னால் முடியுமா என்று சந்தேக மனத்தோடு இருப்பதே ஏழ்மை நிலை. இந்நிலையிலேயே அச்செயலை நீங்கள் தொடர்ந்து செய்தால் அது எவ்வகையிலும் முழுமை பெறாமல் அதற்கான பலனையும் உங்களுக்கு பெற்று தராது., மேலும், அச்செயலை தொடங்கியவரின் நிலையும் எந்த முன்னேற்ற மாறுதலையும் பெறாது. மாறாக, மற்றவர்களை குறை கூறும் மனநிலையை மட்டுமே உங்களிடம் தொடர்ந்து இருக்க செய்திடும். இதை மாற்ற வேண்டுமென்றால் உங்கள் மனதை ஏழ்மை நிலையில் இருந்து வளமை நிலைக்கு மாற்றுங்கள். வளமை மனநிலை என்பது என்னால் முடியக்கூடியதைதான் நான் தேர்ந்தெடுத்து இருக்கிறேன், இதில் என்னால் திறம்பட செயல்பட முடியும் என்ற மனஉறுதியை தந்து, உங்களின் தன்முனைப்பை அதிகரித்து உங்களுக்கான முன்னேற்றத்தினை அச்செயலின் வாயிலாக உங்களுக்கு பெற்றுத் தரும். ஆகவே நல் எண்ணங்களை கொண்டு வளமை மனநிலையை நோக்கியே உங்கள் மனதை செலுத்திடுங்கள்.

ஏழ்மை நிலை VS வளமை நிலை : எல்லாம் மனதில்தான் இருக்கிறது

ஏழ்மை பணத்தில் இல்லை, எண்ணத்தில் இருக்கிறது

கையில் காசு இல்லாதது ஏழ்மை அல்ல. அது ஒரு தற்காலிக நிலை. உண்மையான ஏழ்மை என்பது "என்னால் முடியாது", "நமக்கு எங்கே ஆகப்போகிறது", "என் தலைவிதி" என்று மனதுக்குள் ஒலிக்கும் சந்தேகக் குரல். இந்த மனநிலைதான் ஒரு மனிதனை கைகால் கட்டிப் போட்டுவிடும். கோடி ரூபாய் கையில் இருந்தாலும், இந்த எண்ணம் இருந்தால் அவன் ஏழைதான். காரணம், அவனால் எதையும் உருவாக்க முடியாது.

சந்தேக மனம் செய்யும் சேதம்

“முடியுமா?” என்ற சந்தேகத்தோடு ஒரு வேலையை தொடங்கும்போதே, அதில் பாதி தோல்வி உறுதியாகிவிடுகிறது.

செயல் அரைகுறையாகும் : முழு மனதோடு இறங்க மாட்டோம். “சரி, பார்க்கலாம்” என்று செய்வோம். அரைகுறை முயற்சிக்கு முழு பலன் எப்படி கிடைக்கும்?

பழி அடுத்தவர் மேல் விழும் : வேலை முடியாமல் போனால், “எனக்கு ஆதரவு இல்லை”, “நேரம் சரியில்லை”, “அவனால்தான் கெட்டது” என்று குறை சொல்லத் தொடங்குவோம். பொறுப்பை ஏற்க மனம் மறுக்கும்.

ஒரே இடத்தில் தேக்கம் : 10 வருடம் உழைத்தாலும், வளர்ச்சி இருக்காது. காரணம், செயல் நம்மை வளர்க்கவில்லை. நாமும் செயலை வளர்க்கவில்லை. இரண்டும் ஏழ்மை நிலையிலேயே உறைந்துபோகும்.

வளமை நிலை : தேர்வும் தெளிவும்

வளமை என்பது வங்கி கணக்கு அல்ல. அது ஒரு முடிவு. “என்னால் முடியும்” என்ற தீர்க்கமான முடிவு.

தேர்வு செய்யும் தெளிவு : வளமை மனநிலை உள்ளவன் எல்லாவற்றிலும் கை வைக்க மாட்டான். “இது என்னால் முடியக்கூடியது, என் திறமைக்கு ஏற்றது” என்று தேர்ந்தெடுத்து இறங்குவான்.

தன்முனைப்பு : “இதை நான் சிறப்பாக செய்து முடிப்பேன்” என்ற உள் உந்துதல் இருக்கும். யாரும் வந்து தட்டிக்கொடுக்க வேண்டியதில்லை. தடை வந்தாலும், “இதை தாண்டி போக வழி என்ன?” என்று யோசிப்பான்.

பலனும் வளர்ச்சியும் : முழுமையாக செய்வதால் செயல் வெற்றி பெறும். அந்த வெற்றி தன்னம்பிக்கையை கொடுக்கும். அந்த தன்னம்பிக்கை அடுத்த பெரிய செயலுக்கு தயார் செய்யும். இப்படி செயலும் மனிதனும் சேர்ந்து வளர்வார்கள்.

மனதை மாற்றும் வழி : ஏழ்மையிலிருந்து வளமைக்கு

வார்த்தையை மாற்று : "என்னால் முடியுமா?" என்ற கேள்வியை, "எப்படி முடிக்கலாம்?" என்று மாற்று. கேள்வி மாறினால், மூளை பதில் தேடத் தொடங்கும்.

சின்ன வெற்றிகளை உருவாக்கு : பெரிய இலக்கு வேண்டாம். இன்று ஒரு சின்ன வேலையை "முடித்தே தீருவேன்" என்று முடி. அந்த சின்ன வெற்றி "என்னால் முடியும்" என்ற நம்பிக்கையை விதைக்கும்.

குறை சொல்வதை நிறுத்து : ஒரு நாள் முழுக்க யாரையும், எதையும் குறை சொல்லாமல் இருந்து பார். அந்த சக்தி முழுவதும் உன் செயலுக்கு திரும்பும். பொறுப்பை ஏற்கும்போதுதான் அதிகாரமும் கையில் வரும்.

நல் எண்ணங்களை விதை : காலையில் எழுந்ததும் "இன்று நல்லதே நடக்கும், நான் சிறப்பாக செயல்படுவேன்" என்று 3 முறை சொல்லிப்பார். மனம் அதற்கு தகுந்தாற்போல் வேலை செய்யத் தொடங்கும்.

முடிவு உன்னிடம்தான்

ஒரே சூழ்நிலை, ஒரே வாய்ப்பு. இரண்டு பேருக்கு கொடுத்தால், ஒருவன் ஏழ்மை மனநிலையில் "எனக்கு இது சரிப்படாது" என்று நழுவுவான். இன்னொருவன் வளமை மனநிலையில் "இதுதான் எனக்கான வாசல்" என்று உடைத்துக்கொண்டு போவான். சூழ்நிலை ஒன்றுதான், மனநிலைதான் வேறு.

ஆகவே, உன் சட்டைப்பையை பார்க்காதே. உன் சிந்தனையை பார். அது ஏழ்மையாக இருந்தால், நீ அரண்மனையில் இருந்தாலும் பிச்சைக்காரன்தான். அது வளமையாக இருந்தால், நீ குடிசையில் இருந்தாலும் சக்கரவர்த்திதான்.

நல் எண்ணங்களை விதை. வளமை மனநிலையை வளர். செயல் தானாக முழுமை பெறும். வாழ்வு தானாக வளம் பெறும்.

11

முகமூடிகளின் வாழ்க்கை

மற்றவர்களுக்காக நடித்து நடித்து, அதுவே பின் பழக்கமாகி இப்பொழுது நமக்காகவே நாம் நடித்துக் கொண்டு வாழ்கிறோம். கடவுளை விட்டு வெகு தொலைவு வந்தது கூட தெரியாமல் இன்னும் பலமாக ஒப்பனை பூசி நடித்துக் கொண்டே இருக்கிறோம்.

முகமூடிகளின் வாழ்க்கை : நம்மை நாமே தொலைத்த கதை

மற்றவருக்காக போட்ட முதல் வேடம்

எல்லாம் எங்கே தொடங்கியது? "ஊர் என்ன சொல்லும்", "அவங்க தப்பா நினைச்சுக்குவாங்க", "வேலை போயிடும்" என்ற பயத்தில் முதல் முகமூடியை மாட்டிக்கொண்டோம். அலுவலகத்தில் சிரிக்காத மனதோடு சிரித்தோம். பிடிக்காததை "அருமை" என்றோம். கோபத்தை முழுங்கி, சம்மதம் என்று தலையாட்டினோம். மற்றவர்களின் அங்கீகாரத்திற்காக, பாராட்டுக்காக நடித்தோம். அது தவறில்லை என்று நம்மை நாமே சமாதானம் செய்துகொண்டோம்.

பழக்கமாகிப்போன நடிப்பு : நமக்காகவே நடிக்கிறோம்

பிரச்சனை என்னவென்றால், அந்த நடிப்பு அப்படியே பழக்கமாகிவிட்டது. இப்போது யாரும் பார்க்காதபோதும், தனிமையிலும் நடிக்கிறோம். கண்ணாடி முன் நின்றாலும், உண்மையான முகத்தை பார்க்க பயமாக இருக்கிறது. "நான் வலிமையானவன்" என்று நமக்கு நாமே நடிக்கிறோம், உள்ளே உடைந்து போயிருந்தாலும். "எனக்கு எந்த கவலையும் இல்லை" என்று சொல்லிக்கொள்கிறோம், மனம் முழுக்க பாரத்துடன் இருந்தாலும். மற்றவர்களை ஏமாற்ற நடித்தோம், இப்போது நம்மையே ஏமாற்றி வாழ்கிறோம். இதுதான் ஆபத்தான கட்டம்.

கடவுளை விட்டு தொலைவு போனது எப்படி?

கடவுள் என்பது கோவிலில் இல்லை. உண்மையில் இருக்கிறார். நம் உள்ளே இருக்கும் அந்த தூய்மையான, கள்ளம் கபடமற்ற 'நான்' தான் கடவுள். நாம் நடிக்க தொடங்கிய கணமே, அந்த உண்மையான 'நான்'லிருந்து ஒரு அடி விலகுகிறோம். பொய் சொல்லும்போது, வேஷம் போடும்போது, மனசாட்சியை மிதிக்கும்போது, நாம் கடவுளை விட்டு காத தூரம் போய்விடுகிறோம். அவர் கூப்பிடும் குரல் கேட்காத அளவுக்கு தொலைவு போய்விடுகிறோம். ஆனால் பயங்கரம் என்னவென்றால், போனது கூட தெரியாமல் இன்னும் பலமாக ஒப்பனை பூசிக்கொண்டு இருக்கிறோம்.

ஒப்பனை ஏன் பலமாகிறது?

உள்ளே ஒரு வெறுமை இருக்கிறது. உண்மையை தொலைத்த வெறுமை. அந்த வெறுமை பயமுறுத்துகிறது. அதை மறைக்கத்தான் மேலும் மேலும் ஒப்பனை. புது கார், புது போன், சமூக வலைதளத்தில் போலி சிரிப்பு, ஆடம்பர வாழ்க்கை. இதெல்லாம் "நான் சந்தோஷமாக இருக்கிறேன்" என்று உலகுக்கு மட்டுமல்ல, நமக்கு நாமே காட்டிக்கொள்ளும் வேஷம். ஒப்பனை கலையும்போதெல்லாம், உண்மை முகம் பார்த்து பயந்து, இன்னும் கொஞ்சம் பூசிக்கொள்கிறோம். வேடம் கலையாமல் இருக்கவே வாழ்க்கை முழுவதும் செலவாகிறது.

திரும்பி வரும் வழி : முகமூடியை கழற்றுதல்

அமைதியாக உட்கார் : தினமும் 10 நிமிடம் யாருக்காகவும் நடிக்காமல், எந்த வேஷமும் இல்லாமல் உன்னுடன் நீ இரு. உள்ளே என்ன ஓடுகிறது என்று கேள். முதலில் அழுகை வரலாம். பரவாயில்லை. அதுதான் உண்மை.

'இல்லை' சொல்ல பழகு : பிடிக்காததற்கு "இல்லை" என்று சொல். மற்றவர்கள் என்ன நினைப்பார்கள் என்ற பயத்தைவிட, உனக்கு நீ என்ன நினைக்கிறாய் என்பது முக்கியம்.

ஒரு உண்மையான உறவு : ஒரே ஒரு மனிதரிடமாவது முகமூடி இல்லாமல் பேசு. உன் பயத்தை, தோல்வியை, பலவீனத்தை பகிர். உண்மைக்கு அவ்வளவு பலம்.

மன்னிப்பு கேள் : முதலில் உன்னிடமே மன்னிப்பு கேள். "இத்தனை நாள் உன்னை ஏமாற்றியதற்கு மன்னித்துவிடு" என்று. அதன்பின் கடவுளிடம் பேச வார்த்தை தேவையில்லை.

மௌனமே போதும்.

முகமூடி போட்டு கிடைக்கும் கைதட்டலை விட, சொந்த முகத்தோடு கிடைக்கும் நிம்மதி பெரிது. கடவுள் தொலைவில் இல்லை. நாம் போட்ட வேஷம்தான் அவருக்கும் நமக்கும் நடுவில் நிற்கும் திரை. திரையை கிழி. ஒப்பனையை கழுவு. உள்ளே இருக்கும் உன்னை நீ சந்திக்கும் அந்த கணமே, நீ கடவுளை சந்திக்கும் கணம்.

நடிப்பதை நிறுத்து. வாழத் தொடங்கு.

12

நிபந்தனையற்ற இறைவன்

ஏதேனும் எதிர்பார்ப்பு உள்ளவர்களுக்கே கட்டுப்பாடுகளும் சட்டதிட்டங்களும். எந்த எதிர்பார்ப்பும் இல்லாதவர்களுக்கு இறைவன் எவ்வித நிபந்தனைகளும் அற்றவராக இருக்கிறார்.

எதிர்பார்ப்பும் விடுதலையும் : நிபந்தனையற்ற இறைவன்

எதிர்பார்ப்பு எங்கே, கட்டுப்பாடு அங்கே

"எனக்கு இது கிடைக்க வேண்டும்" என்று நாம் ஆசைப்படும்போதே, அதற்கான விதிமுறைகள் பிறந்துவிடுகின்றன. பதவி வேண்டுமென்றால் அலுவலக விதி. பணம் வேண்டுமென்றால் சந்தை விதி. புகழ் வேண்டுமென்றால் சமூகத்தின் விதி. சொர்க்கம் வேண்டுமென்றால் மதத்தின் விதி. எதிர்பார்ப்பு என்ற கயிற்றை நாமே கட்டிக்கொண்டு, "ஏன் என்னால் பறக்க முடியவில்லை?" என்று கேட்கிறோம். ஒரு பொருளை அடைய நினைத்தால், அதற்கான விலையை கொடுத்தே ஆகவேண்டும். அந்த விலைதான் கட்டுப்பாடு, சட்டதிட்டம், நிபந்தனை.

இறைவனிடமும் நிபந்தனை வைக்கிறோம்

நம் பக்தி கூட பல நேரம் வியாபாரமாகிவிடுகிறது. "இதைக் கொடு, அதற்கு நான் இதை செய்கிறேன்" என்று கடவுளிடமே ஒப்பந்தம் போடுகிறோம். 48 நாள் விரதம், 108 தேங்காய், மொட்டை. எல்லாம் ஒரு எதிர்பார்ப்பின் பேரில்தான். "நான் இப்படி நடந்தால், நீ அப்படி செய்ய வேண்டும்" என்று இறைவனுக்கே விதிமுறை வகுக்கிறோம். எதிர்பார்ப்பு இருக்கும் வரை, இறைவனும் நமக்கு நிபந்தனைக்கு உட்பட்டவராகவே தெரிகிறார். "பாவம் செய்தால் தண்டிப்பார்", "புண்ணியம் செய்தால் காப்பார்" என்ற பயத்தோடு வணங்குகிறோம்.

எதிர்பார்ப்பு அற்ற நிலை : நிபந்தனைகள் உடையும் கணம்

எல்லா ஆசைகளையும், எதிர்பார்ப்புகளையும் விட்டுவிட்ட ஒரு கணத்தை யோசித்துப்பார். “எனக்கு எதுவும் வேண்டாம். இருப்பது போதும். நடப்பது நடக்கட்டும்” என்ற மனநிலை. அந்த கணத்தில் உலகத்தின் எந்த சட்டமும் உன்னை கட்டுப்படுத்தாது. யாருக்கு பயப்பட வேண்டும்? எதை இழந்துவிடுவோம் என்ற பயம்? எதுவுமே வேண்டாம் என்று முடிவெடுத்தவனிடம், உலகம் என்ன பறிக்க முடியும்? அவனுக்கு தோல்வி இல்லை, ஏனென்றால் வெற்றியை அவன் எதிர்பார்க்கவில்லை. அவமானம் இல்லை, ஏனென்றால் மானத்தை அவன் சுமக்கவில்லை.

அப்போது இறைவன் எப்படி தெரிகிறார்?

எதிர்பார்ப்பு அற்றுப்போன மனதுக்கு இறைவன் வேறு மாதிரி தெரிகிறார். அவர் கொடுப்பவராகவோ, தண்டிப்பவராகவோ தெரியமாட்டார். அவர் ‘இருப்பாக’ மட்டுமே தெரிவார். காற்று போல. நீ சுவாசிக்க வேண்டும் என்று காற்று நிபந்தனை விதிப்பதில்லை. நல்லவனுக்கு மட்டும் வீசுவேன் என்று சொல்வதில்லை. இருக்கிறது, அவ்வளவுதான். சூரியன் யாருக்காகவும் உதிப்பதில்லை, மறைவதில்லை. அதன் இயல்பு ஒளிர்வது. அதுபோல, எதிர்பார்ப்பு அற்றவனுக்கு இறைவன் நிபந்தனை அற்றவராக, கருணையாக, வெறும் ‘இருப்பாக’ அனுபவமாகிறார். செய்த பாவத்திற்கும் மன்னிப்பு கேட்க வேண்டியதில்லை, செய்த புண்ணியத்திற்கு பலன் கேட்க வேண்டியதில்லை. இரண்டையும் கடந்த நிலை அது.

இந்த நிலையை அடைவது எப்படி?

இது “ஆசையே படாதே” என்று சொல்லும் வறட்டு வேதாந்தம் அல்ல. செயல்படு, ஆனால் பலனை பிடித்து தொங்காதே.

கடமையைச் செய் : விவசாயி விதைக்கிறான். நீர் ஊற்றுகிறான். அவன் கடமை அவ்வளவுதான். “மழை பெய்ய வேண்டும், விளைச்சல் வர வேண்டும்” என்று தினமும் பதறினால் அவன் நிம்மதி போகும். செய்வதை முழுமையாக செய், பலனை இயற்கையிடம் விட்டுவிடு.

‘எனது’ என்பதை விடு : இந்த உடல், பொருள், உறவு எல்லாம் தற்காலிகமாக நம்மிடம் ஒப்படைக்கப்பட்டவை. ‘என்னுடையது’ என்று நினைக்கும்போதுதான் இழப்பின் பயம்

வருகிறது. எதிர்பார்ப்பு வருகிறது.

இந்த கணத்தில் வாழ் : நேற்றைய வருத்தம், நாளைய பயம் இரண்டும் எதிர்பார்ப்பின் பிள்ளைகள். இந்த நொடியில் முழுமையாக இரு. இப்போது மூச்சு விடுகிறாய், அது போதும்.

எதிர்பார்ப்பு என்ற சுவர் எழுப்பும்வரை, இறைவன் அந்த சுவருக்கு அப்பால்தான் நிற்பார். சுவரை இடித்துவிட்டால், நீயும் அவனும் ஒன்றுதான் என்று புரியும். அங்கே சட்டமில்லை, திட்டமில்லை, தண்டனையில்லை. இருப்பது பேரமைதி மட்டுமே. அதுவே பேரானந்தம்.

13

எண்ணமே வாழ்க்கை

வாழ்க்கை நாம் எண்ணுவது போலவே தான் அமையும். இது உண்மை எனில் பெரும்பாலானோர் துன்பத்திலும், வறுமையிலும், இயலாமையுடன் தானே வாழ்கின்றனர்! இவர்கள் அனைவரும் இவ்வாழ்க்கையை விரும்பித்தான் எண்ணினரா?! என்று கேள்வி எழலாம். மீண்டும் அவ்வாக்கியத்தை வாசியுங்கள் 'வாழ்க்கை நாம் எண்ணுவது போலவே தான் அமையும்'. இதன் விளக்கம் என்னவெனில், நீங்கள் அதை விரும்பி எண்ணுகிறீர்களோ, அல்லது பயத்தால் எண்ணுகிறீர்களோ அல்லது மற்றவரின் வற்புறுத்தலால், திணிப்பால் எண்ணுகிறீர்களோ என்பது அவசியம் அல்ல. நீங்கள் எதை தொடர்ந்து எண்ணுகிறீர்கள் என்பதே முக்கியம். அந்த எண்ணங்களே உங்கள் எதிர்காலத்தின் வரைபடமாக எடுத்து செயல்படுத்தப்படும். உங்கள் முன் மற்றவர்களுக்கு நடக்கும் துன்பங்களையும் துயரங்களையும் கண்டு, அது போலவேதான் தனக்கும் நடக்கும் என்று எண்ணிக் கொள்ளாதீர்கள். உங்கள் வாழ்க்கைக்கு என்னவெல்லாம் வேண்டும் என்பதை நீங்கள் உறுதியுடன் நல்ல எண்ணங்களை கொண்டு தீர்மானித்து செயல்படுத்துவீர்களேயானால், உங்கள் எதிரில் உள்ளவர்களின் உலகமே இரண்டாக பிளந்தாலும், உங்களின் உலகம் முழு வளத்துடன் என்றும் உங்களுடனே தான் இருக்கும். ஆகவே எண்ணத்தின் வலிமையை உணர்ந்து செயல்படுங்கள்.

எண்ணமே வாழ்க்கை : நீ எதை விதைக்கிறாயோ அதுவே முளைக்கும்

"நான் அப்படி நினைக்கவே இல்லையே? " என்ற கேள்வி

யாரும் வறுமையை விரும்பி எண்ணுவதில்லை. நோயை ஆசைப்பட்டு அழைப்பதில்லை. தோல்வியை கனவு காண்பதில்லை. ஆனால் "வாழ்க்கை எண்ணுவது போல அமையும்" என்பது விருப்பத்தை பற்றியது அல்ல.

_தொடர்ச்சியை_ பற்றியது.

நம் மனம் ஒரு நிலம். அதில் எந்த விதையை தினமும் நீர் ஊற்றி வளர்க்கிறோமோ, அதுதான் மரமாகும். விரும்பி விதைத்தாலும் சரி, பயந்து விதைத்தாலும் சரி, அடுத்தவர் திணித்து விதைத்தாலும் சரி. விதை விதைதான். அது முளைத்தே தீரும்.

பெரும்பாலானோர் ஏன் துன்பத்தில் இருக்கிறார்கள்?

காரணம், அவர்களின் மனம் 24 மணி நேரமும் எதை எண்ணிக்கொண்டு இருக்கிறது என்று பாருங்கள்:

பயம் : "கடன் கட்ட முடியாதோ", "வேலை போய்விடுமோ", "நோய் வந்துவிடுமோ" . இந்த பயமே ஒரு பிரார்த்தனை. பிரபஞ்சத்திடம் "இதை எனக்கு கொடு" என்று தினமும் கேட்பது போல.

பார்த்து பழகியது : டிவியில் அழுகை, செய்தியில் விபத்து, பக்கத்து வீட்டில் சண்டை. "உலகம் மோசம், வாழ்க்கை கஷ்டம்" என்ற எண்ணம் ஆழ்மனதில் பதிந்துவிடுகிறது.

மற்றவர் திணிப்பு : "உன்னால முடியாது", "நம்ம குடும்பத்துல யாரும் முன்னேறினதில்ல", "இந்த வயசுல இதெல்லாம் சரிப்படாது" . இந்த வார்த்தைகளை கேட்டு கேட்டு, அதையே உண்மை என்று நம்பி, அதையே திரும்ப திரும்ப எண்ணுகிறோம்.

விரும்பவில்லை. ஆனால் எண்ணுகிறோம். அதனால் அனுபவிக்கிறோம்.

எண்ணம் எப்படி வரைபடமாகிறது?

உன் ஆழ்மனம் ஒரு வேலைக்காரன். நல்லது கெட்டது அதற்கு தெரியாது. நீ தொடர்ந்து என்ன சொல்கிறாயோ, அதை உண்மையாக்க அது 24 மணி நேரமும் வேலை செய்யும்.

நீ "பணம் இல்லை, பணம் இல்லை" என்று சொன்னால், பணம் இல்லாத சூழ்நிலையை உருவாக்கும். வாய்ப்பு வந்தாலும் உன் கண்ணுக்கு தெரியாது. தெரிந்தாலும் "எனக்கு சரிவராது" என்று தள்ளிவிடுவாய்.

நீ "என் உடம்பு சரியில்லை" என்று சொன்னால், உடம்பு அதை கேட்டு அப்படியே நடந்துகொள்ளும்.

எண்ணம் → உணர்வு → செயல் → பழக்கம் → வாழ்க்கை. இதுதான் சூத்திரம்.

உலகம் இரண்டாக பிளந்தாலும் உன் உலகம் வளமாக இருக்கும் - எப்படி?

இதுதான் எண்ணத்தின் உண்மையான வலிமை. வெளியே புயல் அடித்தாலும், போர் வந்தாலும், பஞ்சம் வந்தாலும், உன் உள் உலகம் உறுதியாக இருந்தால் நீ அசையமாட்டாய்.

ஏனென்றால், நீ வெளி உலகத்தில் வாழவில்லை. உன் எண்ண உலகத்தில்தான் வாழ்கிறாய். "எனக்கு எல்லாம் நல்லபடியாக நடக்கும், எனக்கான வழி பிறக்கும்" என்ற உறுதியான எண்ணம் இருந்தால், உன் மூளை அந்த வழியை தேடும். கண்ணுக்கு தெரியாத வாசல் திறக்கும். உதவி செய்ய ஆட்கள் தானாக வருவார்கள். இதை 'அதிர்ஷ்டம்' என்பார்கள். இல்லை, இது 'எண்ணத்தின் தெளிவு'.

இனி என்ன செய்ய வேண்டும்? எண்ணத்தை ஆள்வது எப்படி?

காவல் போடு : உன் மனதிற்குள் என்ன வருகிறது என்று கவனி. பயம், சந்தேகம், அடுத்தவர் குறை வந்தால், "நிறுத்து" என்று சொல். அது உன் விருந்தாளி அல்ல.

வேண்டியதை மட்டும் எண்ணு : "கடன் இல்லாமல் இருக்க வேண்டும்" என்று எண்ணாதே. அதில் 'கடன்' என்ற வார்த்தை இருக்கிறது. "நான் பண வளத்துடன் இருக்கிறேன்" என்று எண்ணு. ஆழ்மனதுக்கு 'இல்லை' என்ற சொல் புரியாது.

உணர்வுடன் எண்ணு : சும்மா வார்த்தையை சொன்னால் போதாது. அது நடந்துவிட்டது போல கற்பனை செய்து, அந்த மகிழ்ச்சியை உணர். உணர்வுதான் எண்ணத்திற்கு உயிர் கொடுக்கிறது.

செயல் கொடு : "நான் ஆரோக்கியமாக இருக்கிறேன்" என்று எண்ணிவிட்டு, கண்டதையும் தின்றால் எப்படி? எண்ணத்திற்கு ஏற்ற சிறிய செயலையாவது செய். எண்ணம் + செயல் = அற்புதம்.

நீ டிரைவர். எண்ணம்தான் ஸ்டியரிங். "எனக்கு பள்ளத்தில் விழ விருப்பம் இல்லை" என்று சொல்லிக்கொண்டே ஸ்டியரிங்கை பள்ளம் நோக்கி திருப்பினால், வண்டி எங்கே போகும்? பள்ளத்தில்தான் விழும்.

ஆகவே, பயத்தை எண்ணாதே. குறையை எண்ணாதே. அடுத்தவன் துன்பத்தை பார்த்து "எனக்கும் வரும்" என்று எண்ணாதே.

உனக்கு என்ன வேண்டும்? வளமா, நிம்மதியா, ஆரோக்கியமா, அன்பா? அதை தெளிவாக, உறுதியாக, நன்றியுடன் எண்ணு. தினமும் எண்ணு.

உன் எண்ணம் மாறும்போது, உன் உலகம் மாறும். உலகமே எதிர்த்து நின்றாலும் உன் உலகம் உன்னை கைவிடாது.

எண்ணம் போல் வாழ்வு. இது வேத வாக்கு மட்டுமல்ல, விஞ்ஞான உண்மையும் கூட.

14

மனசாட்சியின் ஒரு வரி சட்டம்

நாம் செய்யும் ஒரு செயல்எப்பொழுது தவறானதாக ஆகும்? இதன் பதில் மிக எளிமையானது. எந்த செயலை ஒருவருக்கு நீங்கள் செய்கிறீர்களோ, அதே செயல் உங்களுக்கும் நடந்தால் அதை நீங்கள் மனப்பூர்வமாக ஏற்றுக் கொள்ள முடியாமல் போகுமானால், அச்செயலே தவறானது என்பதைநீங்கள் உணர்ந்து கொள்ளலாம்.

தவறு எது? - மனசாட்சியின் ஒரு வரி சட்டம்

சட்ட புத்தகங்கள் தேவையில்லை, மனசாட்சி போதும்

கோர்ட், போலீஸ், சாஸ்திரம், சம்பிரதாயம் எல்லாம் வெளியே இருக்கும் சட்டங்கள். ஆனால் ஒவ்வொரு மனிதனுக்குள்ளும் ஒரு நீதிபதி இருக்கிறார். அவர்தான் மனசாட்சி. அவருக்கு தெரியும் எது சரி, எது தவறு என்று.

ஒரு செயலை செய்யும்போது, “இதையே யாராவது எனக்கு செய்தால் நான் ஏற்பேனா?” என்ற ஒரே ஒரு கேள்வியை கேட்டால் போதும். உள்ளிருந்து “முடியாது, வலிக்கும்” என்று பதில் வந்தால், அந்த செயல் அதர்மம். அவ்வளவுதான். வக்கீல் வைத்து வாதாட வேண்டியதில்லை.

இந்த சூத்திரம் ஏன் எல்லா இடத்திலும் வேலை செய்கிறது?

பொய் சொல்லும்போது : அடுத்தவரை ஏமாற்றும்போது சந்தோஷமாக இருக்கும். ஆனால் அதே பொய்யை உன்னிடம் ஒருவர் சொல்லி நீ ஏமாந்தால்? ரத்தம் கொதிக்கும். அப்படியென்றால் பொய் தவறு.

அவதூறு பேசும்போது : நாலு பேர் சேர்ந்து ஒருவரை பற்றி கேலி பேசும்போது சிரிப்பு வரும். அதே நாலு பேர் உன்னை பற்றி உன் முதுகுக்கு பின்னால் பேசினால்? தூக்கம் போகும்.

அப்படியென்றால் அவதூறு தவறு.

ஏமாற்றும்போது : வியாபாரத்தில் 10 ரூபாய் அதிகம் வைத்து விற்றால் லாபம். அதே வேலையை கடைக்காரன் உனக்கு செய்தால்? “அயோக்கியன்” என்று திட்டுவாய். அப்படியென்றால் ஏமாற்றுதல் தவறு.

கோபத்தில் திட்டும்போது : வார்த்தையை விடும்போது நமக்கு லேசாக இருக்கும். அதே வார்த்தை நம்மை நோக்கி வந்தால்? நெஞ்சு அடைக்கும்.

இதை ஏன் நாம் மறந்துவிடுகிறோம்?

நாம் செய்யும்போது நமக்கு நம்முடைய நியாயம் தெரிகிறது. “சூழ்நிலை அப்படி”, “அவன் தப்பு பண்ணான்”, “எனக்கு வேற வழி தெரியல” . ஆனால் அதே செயல் நமக்கு நடக்கும்போது அடுத்தவரின் நியாயம் கண்ணுக்கு தெரிவதில்லை. வலி மட்டுமே தெரிகிறது.

இந்த ‘எனக்கு ஒரு நியாயம், ஊருக்கு ஒரு நியாயம்’ என்ற பார்வைதான் எல்லா தவறுக்கும் ஆரம்பம்.

இதை வாழ்க்கையில் பயன்படுத்துவது எப்படி?

ஏதாவது செய்யும் முன் 3 நொடி நின்று இந்த கேள்வியை கேள் : “இதை நான் வாங்க தயாரா? ”

வாட்ஸ்அப்பில் ஒரு செய்தியை பார்வர்ட் செய்யும் முன் - இது என்னை பற்றி என்றால் ஏற்பேனா?

மனைவியிடம்/கணவனிடம் கோபமாக கத்தும் முன் - இதே தொனியில் அவர் என்னிடம் பேசினால்?

வேலையாளிடம் மரியாதை இல்லாமல் நடக்கும் முன் - என் முதலாளி என்னிடம் இப்படி நடந்தால்?

“ஆமாம், ஏற்றுக்கொள்வேன்” என்று மனசாட்சி சொன்னால் தாராளமாக செய். “முடியாது” என்று ஒரு சின்ன நெருடல் வந்தாலும் அந்த செயலை அப்படியே விட்டுவிடு.

இதுவே பொன்விதி

இயேசு சொன்னார் : “பிறர் உனக்கு என்ன செய்ய வேண்டும் என்று விரும்புகிறாயோ, அதையே நீ பிறருக்கு செய்.”

கன்பூசியஸ் சொன்னார் : “உனக்கு பிடிக்காததை பிறருக்கு செய்யாதே.”

எல்லா மதமும், எல்லா ஞானியும் சொன்ன ஒரே விஷயம் இதுதான். நீங்கள் சொன்ன அதே எளிய உண்மை.

அதனால் குழப்பம் வேண்டாம். நல்லது கெட்டது தெரியலைன்னு யாரும் சொல்ல முடியாது. ஒவ்வொரு செயலுக்கு முன்னும் உன்னையே கேட்டுக்கொள். உன் மனசாட்சி பொய் சொல்லாது.

நீ ஏற்காத ஒன்றை கொடுக்காதே. நீ விரும்புவதை மட்டுமே கொடு. இதுதான் தர்மம். இதுதான் அறம். இதுதான் மனிதம்.

15

அதிக பாதுகாப்பு

அளவிற்கு அதிகமான பாதுகாப்பு இயற்கையான வளர்ச்சியின் வேகத்தை குறைத்து விடும்.

அதிக பாதுகாப்பு : வளர்ச்சியை தடுக்கும் இரும்பு கூண்டு

இயற்கையின் பாடம் : காயம் இல்லாமல் வலிமை இல்லை

ஒரு பட்டாம்பூச்சி கூட்டை கத்தரித்து விட்டால், அது எளிதாக வெளியே வந்துவிடும். ஆனால் பறக்க முடியாது. ஏன்? கூட்டுக்குள் இருந்து போராடி வெளியே வரும்போதுதான் அதன் இறக்கையில் ரத்தம் பாய்ந்து பலம் பெறுகிறது. அந்த போராட்டத்தை நாம் 'பாவம்' என்று தடுத்தால், அதன் வாழ்க்கையையே தடுத்துவிடுகிறோம்.

பயிருக்கு தினமும் கொஞ்சம் தண்ணீர் விட்டால் வேர் ஆழமாக போகாது. தண்ணீருக்காக வேர் பூமிக்குள் போராடினால்தான், புயல் அடித்தாலும் மரம் நிற்கும். அதிக பாதுகாப்பு = ஆழமில்லாத வேர்.

மனித வாழ்வில் அதிக பாதுகாப்பு எப்படி இருக்கிறது?

குழந்தை வளர்ப்பில் : "கீழே விழுந்துவிடுவான்" என்று நடக்க விடாமல் தூக்கி சுமந்தால், கால் பலம் பெறாது. "அடிபட்டுவிடும்" என்று விளையாட விடாமல் வீட்டுக்குள் வைத்தால், வெளி உலகத்தை சமாளிக்கும் திறன் வராது. 25 வயதிலும் அம்மா சாப்பாடு ஊட்ட வேண்டும்.

உறவுகளில் : "அவன் கஷ்டப்படுவான்" என்று அவன் பிரச்சனையை நாம் சுமந்தால், அவன் சொந்த காலில் நிற்க கற்றுக்கொள்ள மாட்டான். நம் பாதுகாப்பு அவனுக்கு ஊன்றுகோல் ஆகிவிடும். ஊன்றுகோல் இருக்கும் வரை கால் நடக்க முயற்சிக்காது.

சொந்த வாழ்வில் : "தோல்வி வந்துவிட்டால்? " என்று பயந்து புது முயற்சியே எடுக்காமல் இருப்பது. சம்பளம் வருகிறது என்று பிடிக்காத வேலையிலேயே 30 வருடம் கிடப்பது. இது பாதுகாப்பு அல்ல,

பாதுகாப்பு எப்போது விஷமாகிறது?

வலியை தடுக்கும்போது : வலி ஒரு ஆசான். தீ சுடும் என்று ஒருமுறை சுட்டுக்கொண்டால்தான் குழந்தைக்கு புரியும். "சுடும், தொடாதே" என்று 100 முறை சொல்வதை விட, ஒரு சின்ன சூடு வாழ்நாள் பாடம். வலியிலிருந்து முழுமையாக காக்க நினைப்பது, வளர்ச்சியிலிருந்து காக்க நினைப்பது.

தோல்வியை தடுக்கும்போது : தோல்விதான் சிறந்த பல்கலைக்கழகம். எடிசன் 1000 முறை தோற்றுத்தான் பல்ப் கண்டுபிடித்தார். "அய்யோ தோத்துடுவான்" என்று முயற்சியே செய்யவிடாமல் தடுத்தால், எடிசன் ஒரு கடைநிலை ஊழியராகவே முடிந்திருப்பார்.

பொறுப்பை எடுக்கும்போது : அடுத்தவரின் வாழ்க்கை பொறுப்பை நாம் எடுத்துக்கொண்டால், அவர்களின் வளர்ச்சி வாய்ப்பை பிடுங்குகிறோம். "நான் பார்த்துக்கிறேன்" என்பது சில நேரம் "நீ வளராதே" என்று அர்த்தம்.

சரியான பாதுகாப்பு எது?

வேலி போடுங்கள், சிறைச்சாலை கட்டாதீர்கள்.

வேலி : குழந்தை கிணற்றில் விழாமல் பார்த்துக்கொள்வது. ஆனால் விளையாட அனுமதிப்பது. தோற்றால் தோளில் தட்டிக்கொடுப்பது, ஆனால் அவனுக்கு பதில் நாம் பரீட்சை எழுதாமல் இருப்பது.

சிறைச்சாலை : விழுந்துவிடுவான் என்று நடக்கவே விடாமல் கட்டிப்போடுவது. தோற்றுவிடுவான் என்று போட்டிக்கே அனுப்பாமல் இருப்பது.

சரியான பாதுகாப்பு என்பது "உனக்கு பின்னால் நான் இருக்கிறேன், விழுந்தால் தூக்கிவிடுவேன். ஆனால் நடக்க வேண்டியது நீதான்" என்று சொல்வது.

உனக்கான கேள்வி

நீ யாரை, எதை அளவுக்கு அதிகமாக பாதுகாக்கிறாய்? உன் பிள்ளையையா, உன் துணையையா, உன்னையேயா?

“பாவம்” என்று நீ செய்யும் உதவி, அவர்களின் வளர்ச்சியை தடுக்கிறதா என்று யோசி. “பயம்” என்று நீ எடுக்காத முயற்சி, உன் வளர்ச்சியை கொல்கிறதா என்று பார்.

பறவை குஞ்சுக்கு அம்மா பறவை இரை ஊட்டும். ஆனால் ஒரு கட்டத்தில் கூட்டை விட்டு தள்ளிவிடும். அது கொடுமை அல்ல, கருணை. பறக்கவில்லை என்றால் விழுந்து சாகும். பறந்தால் வானமே சொந்தம்.

அதிக பாதுகாப்பு இன்று சௌகரியம் தரும். ஆனால் நாளைக்கான சிறகை ஒடித்துவிடும்.

பாதுகாப்பாக இரு, ஆனால் பஞ்சு மெத்தையில் புதைந்துவிடாதே. வலி இல்லாமல் வளர்ச்சி இல்லை. விழாமல் நடை இல்லை. தோற்காமல் வெற்றி இல்லை.

16

உனக்குள் இருக்கும் கடவுள்

கடவுள் கோவிலில் தான் இருக்கிறார், புராணக் கதைகளில் இருக்கிறார், உபதேசிக்கும் குருமார்களின் வார்த்தைகளில் தான் இருக்கிறார் என்று நீங்கள் நம்பும் வரை உங்களால் கடவுளிடம் சரண் புக முடியாது என்பதை நினைவில் கொள்ளுங்கள். எங்கும் நிறைந்திருக்கும் கடவுள் எனக்கு உள்ளேயும் தான் இருக்கிறார் என்பதை உளப்பூர்வமாக உணர்ந்தவர்களுக்கே இறைவனின் இருப்பிடம் நோக்கிச் செல்லும் வாய்ப்பு கிடைக்கிறது.

கோவிலை தாண்டி : உனக்குள் இருக்கும் கடவுள்

சுவர்களுக்குள் அடைக்க முடியாதவர்

கடவுளை நாம் ஒரு இடத்தில் குடியமர்த்திவிட்டோம். கல்லில், செம்பில், கோபுரத்தில், புத்தகத்தில், மேடையில். “அங்கே போனால்தான் கடவுள்”, “இந்த மந்திரம் சொன்னால்தான் கேட்பார்”, “அந்த சாமியார் சொன்னால்தான் சரி” என்று எல்லை கட்டிவிட்டோம்.

ஆனால் காற்றை ஒரு பாட்டிலில் அடைக்க முடியுமா? கடலை ஒரு குட்டையில் நிரப்ப முடியுமா? எங்கும் நிறைந்தவனை ஒரு கட்டிடத்தில் மட்டும் இருக்கிறார் என்று நம்புவது எவ்வளவு பெரிய முரண்.

நீ கோவிலில் தேடும் வரை, நீ பக்தன்தான். கடவுளை வெளியே நிறுத்தி வைத்திருக்கிறாய். சரண் புகுவது என்பது வெளியே இருப்பவரிடம் அல்ல. உள்ளே இருப்பவருடன் கரைவது.

ஏன் வெளியே தேடுகிறோம்?

காரணம் பயம். பொறுப்பு. "எனக்குள் கடவுள் இருக்கிறார்" என்று ஒத்துக்கொண்டால், அதன்பின் தவறு செய்ய முடியாது. பொய் சொல்ல முடியாது. ஏமாற்ற முடியாது. ஏனென்றால் சாட்சி வெளியே இல்லை, உள்ளேயே இருக்கிறார்.

அதனால்தான் அவரை கோவிலில் வைத்துவிட்டு நாம் வெளியே வந்துவிடுகிறோம். கோவிலுக்குள் ஒரு முகம், வெளியே இன்னொரு முகம். "கடவுள் பார்க்கமாட்டார்" என்ற தைரியம் வந்துவிடுகிறது. புராணம் படிக்கிறோம், ஆனால் பொறாமைப்படுகிறோம். குரு உபதேசம் கேட்கிறோம், ஆனால் அடுத்த நிமிடம் திட்டுகிறோம்.

கடவுளை தூரத்தில் வைத்திருக்கும் வரைதான் இந்த நடிப்பு சாத்தியம்.

"எனக்குள் இருக்கிறார்" என்று உணர்வது என்றால் என்ன?

இது வெறும் வார்த்தை இல்லை. ஒரு அனுபவம்.

மௌனத்தில் கேட்பது : கண்ணை மூடி உட்கார்ந்தால், எண்ணங்களுக்கு நடுவே ஒரு அமைதி இருக்கும். அதுதான் அவன். நீ பேசுவதை நிறுத்தும்போது அவன் பேசுவான்.

மனசாட்சியாக ஒலிப்பது : தவறு செய்யும்போது "வேண்டாம்" என்று உள்ளே ஒரு குரல் தடுக்கும். நல்லது செய்யும்போது "சரி" என்று மனம் லேசாகும். அந்த குரல்தான் அவன்.

எல்லாவற்றிலும் பார்ப்பது : அடுத்த மனிதனின் கண்ணிலும் அவன் இருக்கிறான். பசித்த வயிற்றிலும் அவன் இருக்கிறான். மரத்திலும், நாயிலும், எதிரியிலும் அவன் இருக்கிறான். அதனால்தான் அடித்தால் வலிக்கிறது. ஏனென்றால் அடிபடுவது அவன்தான்.

"அஹம் பிரம்மாஸ்மி" - நான் கடவுளாக இருக்கிறேன் என்பது ஆணவம் அல்ல. ஒவ்வொரு துளியிலும் கடல் இருப்பது போல, ஒவ்வொரு உயிரிலும் இறை இருக்கிறது என்ற புரிதல்.

உள்ளே உணர்ந்தால் என்ன நடக்கும்?

தேடுதல் நிற்கும் : கோவில் கோவிலாக ஓட மாட்டாய். குரு குருவாக மாற மாட்டாய். ஏனென்றால் தேடிய பொருள் உனக்குள்ளேயே இருக்கிறது. கஸ்தூரி மான் போல, வாசனைக்கான காரணம் உன் தொப்புளில்தான் இருக்கிறது.

பயம் போகும் : கடவுள் தண்டிப்பார் என்ற பயம் போகும். ஏனென்றால் அவன் நீதிபதி அல்ல, நீயாகவே இருக்கிறான். தன்னையே யார் தண்டிப்பார்?

வேற்றுமை அழியும் : "என் கடவுள், உன் கடவுள்" என்ற சண்டை நிற்கும். எல்லா உருவத்திலும் ஒரே உயிர்தான் இருக்கிறது என்று தெரிந்தபின், யாருடன் சண்டை போடுவாய்?

வாழ்க்கையே வழிபாடு ஆகும் : சாப்பிடுவது, தூங்குவது, வேலை செய்வது, சிரிப்பது எல்லாம் பூஜையாகிவிடும். ஏனென்றால் செய்பவனும் அவனே, செயலும் அவனே.

இருப்பிடம் நோக்கி செல்லும் வழி

கடவுளின் இருப்பிடம் வைகுண்டமோ கைலாயமோ இல்லை. அது உன் இதயம். அங்கே போக டிக்கெட் தேவையில்லை, பயணம் தேவையில்லை. திரும்பி பார்த்தால் போதும்.

கண்ணை மூடு : வெளியே தேடுவதை நிறுத்து. 5 நிமிடம் கண்ணை மூடி "நான் யார்?" என்று கேள். பதில் வரும் வரை காத்திரு.

கருணையாக இரு : அடுத்த உயிரை உன்னை போல பார். ஏனென்றால் அதுவும் நீதான். கடவுளுக்கு நீ கொடுக்கும் காணிக்கை அல்ல, சக மனிதனுக்கு நீ காட்டும் கருணைதான் உண்மையான பூஜை.

உண்மையாக இரு : உனக்கு நீ உண்மையாக இரு. வேஷம் போடாதே. ஏனென்றால் பார்வையாளன் வெளியே இல்லை, உள்ளேயே இருக்கிறான்.

கோவிலுக்கு போ. புராணம் படி. குரு சொல்வதை கேள். தவறில்லை. ஆனால் அதுவே முடிவு என்று நின்றுவிடாதே. அவை எல்லாம் வழிகாட்டி பலகைகள். ஊர் பெயரை படித்துக்கொண்டே இருந்தால் ஊருக்கு போய் சேர முடியாது.

பலகையை தாண்டி நட. கோவிலை தாண்டி பார். குருவின் விரல் காட்டும் திசையில் பார், விரலையே பார்த்துக்கொண்டு இருக்காதே.

அவன் இங்கே இருக்கிறான். இப்போது இருக்கிறான். உன்னாக இருக்கிறான். கண்ணை திறந்து பார்.

17

திருப்தியின் ரகசியம்

பொதுவாக நாம் சிறந்ததையே எதிர்பார்க்கிறோம். ஆனால் நமக்குத் தேவை பொருத்தமானதே. ஏனெனில் சிறந்தது என்று நாம் நினைப்பது நமக்கு பொருத்தமானதாக இல்லாமலும் போகலாம், அவ்வாறானால் திருப்தி என்பது வாழ்வில் என்றும் கிடைக்காது. ஆனால் பொருத்தமானதை நாம் பெற்றிருந்தால் என்றாயினும் ஒருநாள் திருப்தியை வாழ்வில் முழுவதுமாக பெற்றே தீருவோம் என்பதே உண்மை.

சிறந்தது வேண்டாம், பொருத்தமானது போதும் : திருப்தியின் ரகசியம்

'சிறந்தது' என்ற மாயை

"உலகத்திலேயே சிறந்த போன்", "ஊரிலேயே சிறந்த சம்பளம்", "கனவு வாழ்க்கைத் துணை." இந்த 'சிறந்தது' என்ற வார்த்தைதான் நம்மை ஓட வைக்கிறது. ஆனால் யோசித்துப்பார்.

மலை உச்சி சிறந்த இடம்தான். ஆனால் அங்கே வீடு கட்டி வாழ முடியுமா? ஆக்ஸிஜன் இருக்காது, காய்கறி விளையாது, பள்ளிக்கூடம் இருக்காது. 'சிறந்தது' என்று பெயர் வாங்கிய இடம், வாழ்வதற்கு 'பொருத்தமானதாக' இல்லை.

பென்ஸ் கார் சிறந்ததுதான். ஆனால் உன் வீட்டு சந்து 3 அடி அகலம் என்றால், அதை வாங்கி என்ன செய்வாய்? வாசலில் நிறுத்தி வேடிக்கைதான் பார்க்க முடியும். ஓட்ட முடியாது.

'சிறந்தது' என்பது ஊர் மெச்ச பேசுவது. 'பொருத்தமானது' என்பது நீ நிம்மதியாக வாழ்வது.

ஏன் சிறந்தது திருப்தி தருவதில்லை?

ஒப்பீடு தீராது : உலகத்திலேயே சிறந்த போனை வாங்கினாலும், அடுத்த மாதம் அதைவிட சிறந்தது வந்துவிடும். உடனே உன் கையில் இருப்பது 'பழையது' ஆகிவிடும். ஓட்டம் முடியவே முடியாது.

பாரம் கூடும் : சிறந்த பதவி என்றால் டென்ஷன் அதிகம். சிறந்த வீடு என்றால் EMI அதிகம். சிறந்த உறவு என்றால் எதிர்பார்ப்பு அதிகம். சிறந்தது பெருமை தரலாம், ஆனால் நிம்மதியை குடித்துவிடும்.

உனக்கானது இல்லை : கடலில் வாழும் மீனுக்கு, கூண்டில் அடைக்கப்பட்ட தங்க கிளியின் வாழ்க்கை 'சிறந்ததாக' தெரியலாம். ஆனால் அந்த கிளியை கடலில் விட்டால் செத்துவிடும். மீனை கூண்டில் வைத்தால் அதுவும் சாகும். சிறந்தது என்பது எல்லோருக்கும் ஒன்றல்ல.

சிறந்ததை தேடி ஓடுபவன், கானல் நீரை தேடி ஓடும் மான் போல. கடைசி வரை தாகம் தீராது.

பொருத்தமானது என்றால் என்ன?

உன் காலுக்கு சரியான செருப்பு : உலகத்திலேயே விலை உயர்ந்த செருப்பாக இருக்க வேண்டியதில்லை. உன் காலை கடிக்காமல், நடக்கும்போது துணையாக இருந்தால் போதும். அதுதான் பொருத்தம்.

உன் பசிக்கு சரியான உணவு : 5 ஸ்டார் ஹோட்டல் சாப்பாடு இல்லாவிட்டாலும், அம்மா கை பழைய சோறு உன் வயிற்றையும் மனதையும் நிறைத்தால், அதுதான் பொருத்தம்.

உன் இயல்புக்கு சரியான வாழ்க்கை : கூட்டம் பிடிக்காதவனுக்கு அமைதியான கிராமம் பொருத்தம். சவால் பிடிக்கும் ஒருவனுக்கு நகரத்தின் ஓட்டம் பொருத்தம்.

பொருத்தம் என்பது உனக்கும் உன் வாழ்க்கைக்கும் நடுவில் உள்ள 'லயம்'. ஒரு பாட்டில் ராகமும் தாளமும் சேர்ந்து போவது போல. அது சேர்ந்துவிட்டால், கேட்பதற்கு சுகம்.

பொருத்தமானது எப்படி திருப்தி தரும்?

போராட்டம் இல்லை : காலுக்கு பொருந்தாத செருப்போடு நடந்தால், ஒவ்வொரு அடியும் வலிக்கும். காலுக்கு சரியான செருப்போடு நடந்தால், செருப்பு இருப்பதே தெரியாது. பொருத்தமான வாழ்க்கை அப்படித்தான். போராட்டம் இல்லாமல் வழுக்கிக்கொண்டு போகும்.

ஒப்பீடு இல்லை : உனக்கு இது பொருந்தும் என்று உறுதியாக தெரிந்தபின், அடுத்தவன் வைத்திருப்பதை பார்த்து ஏங்க மாட்டாய். ஏனென்றால் அது அவனுக்கு பொருந்தும், உனக்கு இல்லை என்ற தெளிவு வந்துவிடும்.

நன்றி பிறக்கும் : "இது எனக்காகவே செய்யப்பட்டது" என்ற உணர்வு வரும். வெயிலுக்கு இதமான நிழல் கிடைத்தது போல. அந்த நன்றிதான் திருப்தியின் முதல் படி. திருப்தி வந்துவிட்டால், நிம்மதி தானாக வந்துவிடும்.

சிறந்ததில் இருந்து பொருத்தமானதற்கு மாறுவது எப்படி?

உன்னை கேள் : "ஊர் என்ன சொல்லும்?" என்று கேட்காதே. "எனக்கு இது சரிப்படுமா? இதில் நான் நிம்மதியாக இருப்பேனா? " என்று உன்னையே கேள்.

'போதும்' என்ற வார்த்தையை பழகு : எல்லாமே 'இன்னும் கொஞ்சம்' என்று கேட்டால், வாழ்க்கை முழுவதும் பற்றாக்குறைதான். "இது போதும், இது எனக்கு பொருந்தும்" என்று சொல்லிப்பார். அந்த கணமே பணக்காரன் ஆகிவிடுவாய்.

அனுபவித்து பார் : ஒரு வாரம் யாருடனும் உன்னை ஒப்பிடாமல், உனக்கு இருப்பதை வைத்து மட்டும் வாழ்ந்துபார். உன் வேலை, உன் வீடு, உன் உறவுகள். "இது எனக்கு பொருத்தம்தான்" என்று உணர்ந்தால், அன்றுதான் உன் தேடல் முடியும்.

சிறந்த மனைவி/கணவன் வேண்டும் என்று தேடாதே. உனக்கு பொருத்தமான துணை வேண்டும் என்று தேடு. சிறந்த வேலை வேண்டாம், உன் திறமைக்கு, உன் குடும்ப நேரத்திற்கு பொருத்தமான வேலை போதும்.

சிறந்தது என்பது கண்ணாடி மாளிகை. தூரத்தில் இருந்து பார்க்க அழகாக இருக்கும். உள்ளே போய் வாழ முடியாது.

பொருத்தமானது என்பது குடிசையாக இருந்தாலும், மழைக்கும் வெயிலுக்கும் இதமாக இருக்கும். நிம்மதியாக தூங்கலாம்.

ஆகவே, சிறந்ததை விடு. பொருத்தமானதை பிடி. அன்றே உன் வாழ்வில் திருப்தி குடியேறிவிடும்.

18

வாய்ப்பு என்ற பெயரில் வரும் வலை

உலகம் உங்களை சில விதிமுறைகளில் அத்துமீறி நடக்க வாய்ப்புகளை தொடர்ந்து வழங்கிக் கொண்டே இருக்கும். அதாவது நீங்கள் அதைக் கேட்காவிட்டாலும் உங்கள் மீது திணித்தேனும் அவ்வாய்ப்புகளை கொடுத்து விடவே முற்படும். நீங்களும் சரி இவ்வாய்பை அதுவாகத்தானே வழங்குகிறது என்று அந்த வாய்ப்பை பயன்படுத்தி விதிமுறைகளில் அத்துமீறுவீர்களேயானால்,அதன் விளைவால் வரும் பாதிப்புகளை நீங்கள் தான் அனுபவிக்க நேரிடும். மேலும் அதன் தொடர்ச்சியாக நீங்கள் செய்யும் விதி மீறல்களை, இதே உலகம் உங்களை குற்றவாளி கூண்டில் நிற்க வைத்து கேள்வி கனைகளால் துளைத்து எடுத்து விடும். உங்கள் பதில்கள் எதுவும் ஏற்றுக்கொள்ளப்பட மாட்டாது. உங்கள் செயலால் உண்டான பாதிப்புகள் மட்டுமே பார்க்கப்படும். ஆகவே விதிமுறைகளை மீற யார் வாய்ப்பு வழங்கினாலும் அதை தொடக்கத்திலேயே உறுதியாக மறுத்து விடுங்கள். எது சரியோ அதை மட்டுமே செய்யுங்கள். வாழ்க்கை எப்பொழுதும் உங்கள் கைகளிலேயே இருக்கும்.

வாய்ப்பு என்ற பெயரில் வரும் வலை : விதிமுறை மீறலின் விலை

உலகம் வாய்ப்பு தரும், பொறுப்பு தராது

உலகம் ரொம்ப விசித்திரமானது. “லஞ்சம் வாங்கிக்கோ, யாருக்கு தெரியப் போகுது?” “இந்த சின்ன பொய் சொன்னா என்ன?”, “சிக்னல் யாரும் இல்ல, போய்டலாம்”, “டேக்ஸ் கட்டாம ஏமாத்துனா மிச்சம்” - இப்படி வாசல் கதவை தட்டாமலே சன்னல் வழியா வாய்ப்புகளை வீசிவிட்டு போகும்.

“நீ கேக்கல, நானாத்தான் கொடுக்குறேன்” என்ற சாக்கு வேற. ஆனால் அதே உலகம், நீ அந்த வாய்ப்பை பயன்படுத்தி மாட்டிக்கொண்டால், முதல் ஆளாக கல்லெறிய வரும்.

“அய்யோ திருடன்”, “மோசடிக்காரன்” என்று பட்டம் கட்டும்.

கொடுக்கும்போது கூட்டாளி. பிடிக்கும்போது நீதிபதி. இதுதான் உலக நியதி.

“அதுவாகத்தானே வந்தது” - இந்த சமாதானம் செல்லாது

ஒரு வீட்டில் கதவு திறந்து கிடக்கிறது என்பதற்காக உள்ளே போய் திருடினால், “கதவு திறந்து இருந்துச்சு, அதான் எடுத்தேன்” என்று போலீஸ்காரரிடம் சொல்ல முடியுமா? முடியாது.

திறந்து கிடந்தது அவர் தவறு. எடுத்தது உன் தவறு. தண்டனை உனக்குத்தான்.

வாய்ப்பு வந்தது என்பதற்காக விதியை மீறினால், “வாய்ப்பு வந்துச்சு” என்ற காரணம் கோர்ட்டில் எடுபடாது. உன் செயல் மட்டும்தான் கணக்கில் வரும். விளைவை நீதான் அனுபவிக்க வேண்டும். வாய்ப்பை கொடுத்தவன் கைகட்டி வேடிக்கை பார்ப்பான்.

ஏன் உலகம் இப்படி இரட்டை வேஷம் போடுகிறது?

சோதிக்கிறது : உன் தரத்தை, உன் உறுதியை சோதிக்கிறது. தங்கத்தை நெருப்பில் இட்டு பார்ப்பது போல. நீ அசந்த நேரத்தில் வாய்ப்பை நீட்டும். அள்ளிக்கொண்டால் கரி. வேண்டாம் என்றால் தங்கம்.

தான் தப்பிக்க : “எல்லோரும் தப்பு பண்றாங்க, நான் மட்டும் யோக்கியமா இருந்து என்ன பிரயோஜனம்?” என்ற எண்ணத்தை விதைக்கிறது. உன்னையும் கூட்டத்தில் ஒருவனாக்கிவிட்டால், அதன் குற்றம் மறைந்துவிடும்.

கதை வேண்டும் : விழுந்தவனை பார்த்து கைகொட்டி சிரிக்க, ஊருக்கு ஒரு கதை வேண்டும். “அவன் யோக்கியன் மாதிரி நடிச்சான், இப்போ மாட்டிக்கிட்டான் பாரு” என்று பேச பொருள் வேண்டும். அந்த பொருளாக நீ ஆகிவிடாதே.

தொடக்கத்திலேயே மறுப்பது ஏன் முக்கியம்?

ஒரு முறை வளைந்தால், முறிந்துவிடும் : இன்று சின்ன லஞ்சம். நாளை பெரிய ஊழல். இன்று சிக்னல் ஜம்ப். நாளை

விபத்து. தவறு ஒருபோதும் தனியாக வராது. கூட்டத்தோடு வரும். முதல் வாய்ப்பிலேயே கதவை சாத்திவிட்டால், தொடர்ச்சி அறுந்துவிடும்.

மனசாட்சி சாகும் : ஒருமுறை தவறு செய்து தப்பித்துவிட்டால், மனசாட்சி "பரவால்ல போல" என்று தூங்கிவிடும். அடுத்த முறை தவறு செய்யும்போது உறுத்தாது. அதுதான் ஆபத்து. உறுத்தாமல் தவறு செய்ய ஆரம்பித்தால், நீ மனிதன் இல்லை, இயந்திரம்.

மரியாதை போகும் : நீயே உன்னை மதிக்க மாட்டாய். கண்ணாடியில் முகம் பார்க்க கூசும். ஊர் மெச்சும் முன்னால், நீ உன்னை மெச்ச வேண்டும். விதி மீறினால் அந்த தகுதியை இழந்துவிடுவாய்.

எது சரியோ அதை மட்டும் செய்வது எப்படி?

'வேண்டாம்' என்ற வார்த்தையை பழகு : தவறான வாய்ப்பு வரும்போது, யோசிக்காதே. விவாதிக்காதே. "இது எனக்கு சரிப்படாது, வேண்டாம்" என்று உடனே முடித்துவிடு. தயக்கம் காட்டினால், எதிராளி உன்னை வளைத்துவிடுவான்.

விளைவை முன்கூட்டியே பார் : ஒரு செயல் செய்யும் முன் 10 நொடி நின்று, "இது நாளை பேப்பரில் வந்தால் என் பிள்ளை என்ன நினைக்கும்? என் அம்மா என்ன நினைப்பாங்க?" என்று கேள். வெட்கமாக இருந்தால், அதை செய்யாதே.

கூட்டத்தை விட்டு விலகு : "எல்லோரும் பண்றாங்க" என்பது காரணமே இல்லை. எல்லோரும் கிணற்றில் விழுந்தால், நீயும் விழுவாயா? தனியாக நின்றாலும் நிமிர்ந்து நில்.

உன் எல்லையை வரைந்துகொள் : இது வரைக்கும் சரி, இதுக்கு அப்பால் தவறு என்ற கோட்டை இப்போதே போட்டு வை. வாய்ப்பு வரும்போது குழப்பம் வராது. கோடு தாண்டினால் ஆபத்து என்று தெரியும்.

உலகம் ஒரு சூதாட்ட களம். "இலவசம்" என்று கூவி கூப்பிடும். உள்ளே போனால் சட்டை உருவப்படும். வெளியே வந்து அதே கூட்டம் உன்னை பார்த்து சிரிக்கும்.

ஆகவே, வாசலிலேயே நில். வாய்ப்பு என்ற பெயரில் வரும் விஷத்தை தொடாதே.

நீ சரியாக இருந்தால், வாழ்க்கை முழுவதும் உன் கையில்தான் இருக்கும். தலை நிமிர்ந்து நடக்கலாம். யாருக்கும் பயப்பட வேண்டாம். ராத்திரி நிம்மதியாக தூங்கலாம்.

விதிமுறை என்பது விலங்கு அல்ல. அது உன்னை காக்கும் வேலி. வேலியை மீறினால், காட்டுக்குள் தொலைந்துபோவாய். வேலிக்குள் இருந்தால், தோட்டத்துக்கு நீதான் ராஜா.

19

கருவியை விடு கையாள்பவனை பார்

கருவியின் மீதே மட்டும் கவனம் கொள்வதை நிறுத்துங்கள். அதை கையாள்பவரின் மீது உங்களின் பெரும் பார்வையை திருப்புங்கள்.

கருவியை விடு, கையாள்பவனை பார்

கத்தி கொலை செய்யாது, கைதான் செய்யும்

ஒரு கத்தி டாக்டர் கையில் இருந்தால் உயிர் காக்கும். அதே கத்தி கொலைகாரன் கையில் இருந்தால் உயிர் போகும். தவறு கத்தியின் மீது இல்லை. கத்தியை பிடித்த கையின் மீதும், அந்த கையை இயக்கும் மனதின் மீதும்தான் இருக்கிறது.

ஆனால் நாம் என்ன செய்கிறோம்? கொலை நடந்தால் கத்தியை திட்டுகிறோம். "கத்தியை தடை செய்யுங்கள்" என்கிறோம். கத்தியை பிடித்தவனின் வெறியை, அவனை அப்படி மாற்றிய சூழலை, அவன் மனதில் இருக்கும் இருளை கண்டுகொள்ள மறுக்கிறோம்.

கருவியை குற்றம் சொல்வது சுலபம். கையாள்பவனை திருத்துவது கடினம். அதனால்தான் எளிய வழியை தேர்ந்தெடுக்கிறோம்.

இன்றைய உலகில் கருவிகள் எவை?

போன் : போன் கெட்டது இல்லை. அதில் ஆபாசம் பார்ப்பதும், அறிவை வளர்ப்பதும் உன் கையில்தான் இருக்கிறது. "போனால்தான் கெட்டுப்போறாங்க" என்று போனை உடைப்பதை விட, பிள்ளைக்கு எது சரி எது தவறு என்று சொல்லிக்கொடு.

பணம் : பணம் ஆணவத்தை கொடுக்காது, பசியை போக்கும். பணத்தை வைத்து அடுத்தவனை மிதிப்பது உன் குணம். பணத்தை வைத்து அடுத்தவன் பசியை போக்குவதும் உன் குணம்தான். பணம் வெறும் காகிதம். அதற்கு குணம் கிடையாது.

அதிகாரம் : பதவி திமிரை தராது. பதவியில் இருப்பவனின் மனதில் ஏற்கனவே திமிர் இருந்தால், பதவி அதை வெளியே காட்டுகிறது. அதே பதவியில் ஒரு நல்லவன் உட்கார்ந்தால், ஊரே செழிக்கும்.

சமூக வலைதளம் : இது வெறும் ஒலிபெருக்கி. நீ நல்லது பேசினால் நல்லது எதிரொலிக்கும். விஷத்தை கக்கினால் விஷம்தான் பரவும். தவறு மைக்கின் மீது இல்லை, பேசுபவன் வாயின் மீது.

கருவி எல்லாம் நியூட்ரல். நல்லதும் இல்லை, கெட்டதும் இல்லை. அதை இயக்கும் மனிதனின் 'நோக்கம்' தான் அதற்கு நிறம் கொடுக்கிறது.

ஏன் கருவியை மட்டும் பார்க்கிறோம்?

பொறுப்பில் இருந்து தப்பிக்க : "டிவி பார்த்துதான் புள்ள கெட்டுப்போச்சு" என்று சொல்லிவிட்டால், "நான் பிள்ளையை கவனிக்காம விட்டேனே" என்ற உண்மையில் இருந்து தப்பித்துக்கொள்ளலாம். கருவியை குற்றம் சொன்னால் நாம் உத்தமர் ஆகிவிடலாம்.

கண்ணுக்கு தெரிவது : கத்தி கண்ணுக்கு தெரியும். அதை பிடித்தவன் மனதில் இருக்கும் கோபம் கண்ணுக்கு தெரியாது. பணம் கண்ணுக்கு தெரியும். அதை சம்பாதித்தவன் பேராசை கண்ணுக்கு தெரியாது. தெரியாததை விட்டுவிட்டு, தெரிவதோடு சண்டை போடுகிறோம்.

மாற்றுவது எளிது : ஒரு ஆப்பை தடை செய்ய சட்டம் போட்டால் போதும். ஆனால் ஒரு கோடி மனிதனின் மனதை மாற்ற யாரால் முடியும்? கடினமான வேலையை விட்டுவிட்டு, எளிதான வேலையை செய்கிறோம்.

பார்வையை திருப்பினால் என்ன கிடைக்கும்?

தீர்வு கிடைக்கும் : பிள்ளை கெட்டுப்போக காரணம் போன் இல்லை, அவனுக்கு நாம் நேரம் ஒதுக்காததுதான் என்று புரிந்தால், போனை பிடுங்காமல் அவனோடு உட்கார்ந்து பேசுவோம். பிரச்சனை தீரும்.

வளர்ச்சி வரும் : கத்தி ஆபத்து என்று தடை செய்தால், சமையலும் நின்றுவிடும், ஆபரேஷனும் நின்றுவிடும். "கத்தியை எப்படி சரியாக பயன்படுத்துவது?" என்று கற்றுக்கொடுத்தால், சமூகம் வளரும்.

உண்மையான குற்றவாளி தெரிவான் : லஞ்சம் வாங்குவது 'பணம்' கொடுத்த தவறு இல்லை. வாங்கியவன் மனதில் இருந்த பேராசைதான் காரணம். அந்த ஆசையை களைந்தால்தான் ஊழல் ஒழியும். பணத்தை ஒழித்தால் பரிவர்த்தனையே நின்றுவிடும்.

எப்படி கையாள்பவனை பார்ப்பது?

'ஏன்' என்று கேள் : ஒருவன் தவறு செய்தால், "என்ன செய்தான்?" என்பதோடு நிற்காதே. "ஏன் செய்தான்?" என்று கேள். பசியா, பயமா, அறியாமையா, வெறியா? காரணம் தெரிந்தால்தான் மருந்து கொடுக்க முடியும்.

உன்னையே பார் : அடுத்தவன் கையில் இருக்கும் கருவியை பார்க்கும் முன், உன் கையில் என்ன இருக்கிறது என்று பார். உன் நாக்கு என்ற கருவியை வைத்து அடுத்தவர் மனதை கிழிக்கிறாயா, இல்லை தைக்கிறாயா? உன் அதிகாரம் என்ற கருவியை வைத்து அடுத்தவனை மிதிக்கிறாயா, இல்லை தூக்கிவிடுகிறாயா?

பயிற்சி கொடு : குழந்தைக்கு தீக்குச்சி கொடுக்க பயப்படுகிறோம். ஆனால் தீக்குச்சியை எப்படி பத்திரமாக பயன்படுத்துவது என்று சொல்லிக்கொடுத்தால், அவனே விளக்கு ஏற்றுவான். கருவியை பிடுங்குவதை விட, கையாளும் விதத்தை கற்றுக்கொடு.

அணு ஒரு கருவி. அதை வைத்து கரண்ட் எடுக்கலாம், ஊரையே அழிக்கலாம். அணுவை திட்டுவதில் பயனில்லை. அதை கையாளும் அரசியல்வாதியின் புத்தியைதான் திட்ட வேண்டும், திருத்த வேண்டும்.

ஆகவே, பிரச்சனை வரும்போது கருவியை கை காட்டாதே. கையாளும் மனிதனின் மனதை கை காட்டு.

கருவி மாறாது. கையாள்பவன் மாறினால், கருவி தானாக புனிதமாகிவிடும்.

உலகத்தை திருத்த வேண்டுமா? ஆயுதங்களை பிடுங்காதே. மனிதனின் மனதை பண்படுத்து. அதுதான் நிரந்தர தீர்வு.

20

மனம் வேறு மானம் வேறு

பெருவாரியான மனிதர்கள் மனம் என்பதன் உண்மை தன்மையை புரிந்து கொள்ளாமல், மனம் என்பதை மானம் என்று மாற்றி, அதற்கு இவர்களாகவே பல தன்மைகளை கிளைகளாக சேர்த்துகொண்டு, அதுவே வாழ்க்கைக்கு மிக இன்றியமையாத ஒன்று என நினைப்புடன் அதை காப்பாற்றிடவே தங்கள் முழு வாழ்வையுமே செலவழித்து வாழ்கின்றனர். ஆனால் உண்மையில் மனம் என்பது நம் வாழ்வில் நமக்கு பல அனுபவங்களை கொடுத்து, அதன் மூலம் புரிதலை உருவாக்கி, அப்புரிதலின் மூலம் இறைவனை உணர்ந்து அவரின் இருப்பிடத்திற்கு நம்மை இட்டு செல்ல, இயற்கையால் நம் ஆன்மாவுடன் அனுப்பப்பட்ட ஒரு அற்புதமான ஆயுதமாகும். இவ்வாயுதம் இருமுனை கத்தியாகவே இருந்தாலும், அதன் மூலமாக மட்டுமே, நாம் இறைநிலையை உணர்ந்து அவ்விடம் செல்ல இயலும். அதை முழுமையாக உணர்ந்து அதன்படி நடப்பவர்களுக்கு, இம் மனமானதுமுழு ஒத்துழைப்பையும் தந்து அவர்களின் உண்மையான இலக்கை அடைய வைக்கிறது. இதுவே மானம் என்று நம்மால் மாற்றி வைக்கப்பட்ட நிலைக்கு, கௌரவம், பெருமை, புகழ், அந்தஸ்து, அதிகாரம் மற்றும் ஆளுமை என்ற தன்மைகளை புகுத்தி,அம்மானத்தை காப்பாற்றுவதற்கே உலகில் பிறவி எடுத்து வந்தோம் என்று எண்ணிகொண்டு, அம்மாயையிலேயே வாழ்ந்து வீழ்வதையே பெரும்பான்மையான மனிதர்கள் தொடர்ந்து செய்து கொண்டுள்ளனர். இது பிறவிச் சூழலில் இருந்து பிரிக்க முடியாத ஒரு இணைப்பாகவே இருந்து நம்மை பிறவிச் சுழலிலேயே தொடர்ந்து இருக்கச் செய்யுமே தவிர, நாம் இறைவனை அடைய ஒருபோதும் வழி காண்பிக்காது என்பதே யதார்த்தமான உண்மை.

மனம் வேறு, மானம் வேறு : ஒரு எழுத்து மாறி வாழ்க்கையே மாறிவிட்டது

மனம் : இறைவன் கொடுத்த திசைகாட்டி

மனம் ஒரு ஆயுதம். இயற்கை ஆன்மாவுக்கு கொடுத்த GPS.

இது வேலை செய்யும் விதம் : அனுபவம் → வலி/இன்பம் → கேள்வி → புரிதல் → தெளிவு → இறை உணர்வு .

காதலில் தோற்கிறாய். மனம் வலிக்கிறது. "ஏன்?" என்ற கேள்வி வருகிறது. தேடுகிறாய். "அன்பு என்பது எதிர்பார்ப்பு இல்லாதது" என்ற புரிதல் வருகிறது. அந்த புரிதல்தான் இறைத்தன்மை.

பணத்தை இழக்கிறாய். மனம் பதறுகிறது. "நிரந்தரம் எது?" என்ற கேள்வி. தேடல். "எதுவும் சொந்தமில்லை" என்ற புரிதல். அதுதான் பற்றற்ற நிலை. அதுதான் இறைநிலை.

மனம் இருமுனை கத்திதான். ஒரு முனை உலக ஆசையில் அறுக்கும். இன்னொரு முனை அந்த ஆசையையே அறுத்து விடுதலை தரும். எந்த முனையை பயன்படுத்துவது என்பது உன் கையில்தான் இருக்கிறது.

அதனோடு ஒத்துழைத்தால், அதுவே உன்னை கரை சேர்க்கும் படகு ஆகிவிடும். எதிர்த்தால், அதுவே உன்னை மூழ்கடிக்கும் சுழல் ஆகிவிடும்.

மானம் : நாமே உருவாக்கிய சிறை

மனம் என்பது உள்ளே இருப்பது. மானம் என்பது வெளியே இருப்பவர்கள் உன் மீது ஒட்ட வைத்தது.

மனம் கேட்கும் : "நான் நிம்மதியாக இருக்கிறேனா?"

மானம் கேட்கும் : "ஊர் என்ன சொல்லும்?"

இந்த ஒரு கேள்வி மாற்றம் போதும், வாழ்க்கையே தலைகீழாகிவிடும்.

மானத்திற்கு நாம் கொடுத்த கிளைகளை பாருங்கள் :

கௌரவம் : "அவன் வீட்டு கல்யாணத்துக்கு 10 பவுன் போட்டான், நான் 11 போடலைனா மானம் போயிடும்" . கடன் வாங்கி போடுகிறாய். கடைசியில் நிம்மதி போகிறது.

பெருமை : "என் புள்ள இங்கிலீஷ் மீடியம், உன் புள்ள தமிழ் மீடியமா?" என்று அடுத்தவனை மட்டம் தட்டி, உன் பிள்ளையின் ஆசையை கொல்கிறாய்.

புகழ் : 100 லைக் வரவில்லை என்றால் தூக்கம் போகிறது. வெளி அங்கீகாரத்திற்காக உள் அமைதியை விற்கிறாய்.

அந்தஸ்து : கார் இல்லை என்றால் கல்யாணத்திற்கு போக வெட்கம். நடந்து போனால் மானம் போய்விடும் என்று நம்புகிறாய்.

அதிகாரம் : "என்னை எதிர்த்து பேசிட்டான், அவனை பழிவாங்கலைனா என் மானம் என்ன ஆகும்?" என்று வாழ்நாளை விரோதத்தில் கழிக்கிறாய்.

இதெல்லாம் மனம் கேட்கவில்லை. சமூகம் என்ற பெயரில் நாமே உருவாக்கிய 'மானம்' என்ற பேய் கேட்கிறது.

ஏன் மானத்தை காப்பாற்றவே வாழ்கிறோம்?

பயம் : "ஊர் தூற்றிவிடும்" என்ற பயம். ஊர் யார்? உன்னை போலவே மானத்திற்கு பயந்து வாழும் இன்னொரு கூட்டம். குருடன் குருடனுக்கு வழி காட்டுவது போல.

அடையாள சிக்கல் : "நான் யார்?" என்ற கேள்விக்கு பதில் தெரியாதபோது, "டாக்டர் வீட்டுக்காரர்", "பெரிய ஆபிசர் அப்பா", "கார் வைத்திருப்பவன்" என்ற வெளி அடையாளங்களை ஒட்டிக்கொள்கிறோம். அந்த ஸ்டிக்கர் கிழிந்துவிட்டால் நாம் அம்மணமாகிவிடுவோம் என்ற பயம்.

மாயை : மானம், கௌரவம் என்பது காற்றில் கட்டிய கோட்டை. அது இருப்பதாக நாம் நம்புகிறோம். அதை காக்க போராடுகிறோம். சாகும்போது அது கூட வராது. ஆனால் அதற்காகவே வாழ்ந்து சாகிறோம்.

இதுதான் பிறவிச் சுழல். மானம் போய்விடும் என்று பயந்து, தவறு செய்யாமல், சரி செய்யாமல், தேடாமல், கேள்வி கேட்காமல், அப்படியே வாழ்ந்து சாகிறோம். மறுபடி பிறக்கிறோம். மறுபடி அதே பயம். இது ஒரு சக்கரம்.

மனத்தை பயன்படுத்துவது எப்படி? மானத்தை விடுவது எப்படி?

அனுபவத்தை கொண்டாடு : நல்லது கெட்டது எது நடந்தாலும் “இதில் நான் கற்றுக்கொள்ள என்ன இருக்கிறது?” என்று கேள். தோல்வி வந்தால் அவமானம் என்று முடங்காதே. “இது எனக்கு சொல்லும் பாடம் என்ன?” என்று கேள். அதுதான் மனம் வேலை செய்யும் விதம்.

‘ஊர்’ என்ற வார்த்தையை தூக்கி எறி : ஒரு முடிவு எடுக்கும்போது “ஊர் என்ன சொல்லும்?” என்று தோன்றினால், உடனே “என் மனசு என்ன சொல்லுது? ” என்று மாற்றி கேள். ஊர் உன் கூட கடைசி வரை வராது. உன் மனசுதான் வரும்.

மானம் என்பதை அறிய பழகு : பதவி இல்லை, பணம் இல்லை, புகழ் இல்லை - இது இல்லாமல் நீ யார்? அதற்கு பதில் கிடைக்கும்வரை தனியாக உட்கார். பயமாக இருக்கும். ஆனால் அந்த பயம் தாண்டினால்தான் விடுதலை. ஆடைகள்தான் மானம். ஆடையை களைந்தால், மானம் என்ற மாயை செத்துவிடும். மிஞ்சுவது ஆன்மா மட்டுமே. அதுதான் உண்மை.

கேள்வி கேள் : “இதை செய்வதால் எனக்கு நிம்மதி கிடைக்குமா, இல்லை வெறும் பெருமை மட்டும் கிடைக்குமா?” நிம்மதி என்றால் செய். பெருமை மட்டும் என்றால் விடு.

யதார்த்தமான உண்மை

மானத்தை காப்பாற்றுகிறேன் என்று ஓடுபவன், கடைசியில் மண்ணுக்குள் போகும்போது கூட “நாலு பேர் நல்லா சொல்லணும்” என்றுதான் ஏங்குவான். வாழ்நாள் முழுக்க அடுத்தவன் சர்டிபிகேட்டுக்காக வாழ்ந்து செத்துவிடுவான்.

மனதை கேட்டு வாழ்பவன், அனுபவங்கள் வழியே புரிதல் பெற்று, “நான் யார்?” என்ற கேள்விக்கு விடை கண்டு, இறைவன் வேறு நான் வேறு இல்லை என்று உணர்ந்து, பிறவிச் சுழலை அறுத்துக்கொண்டு போவான்.

ஒருவன் சுழலில் சிக்குவான். இன்னொருவன் கரை சேர்வான்.

தேர்வு உன் கையில். கருவி உன் கையில்தான் இருக்கிறது. அது மனம். அதை மானம் ஆக்கி வீணடிப்பதா, இல்லை முக்திக்கான வழியாக மாற்றுவதா?

ஒரு எழுத்து மாறினால் அர்த்தமே மாறிவிடும். 'மனம்' என்பதை 'மானம்' ஆக்காதே. உன் வாழ்க்கையின் அர்த்தமே மாறிவிடும்.

21

சாயம் பூசாதீர்கள்

ஆன்மீகத்தில் எந்த ஒன்றுக்கும் நீங்களாக சாயம் பூசாதீர்கள். அதன் இயற்கை தன்மையை ஏற்றுக் கொள்ள பழகுங்கள்.

சாயம் பூசாதே : ஆன்மீகம் என்பது இருப்பதை அப்படியே பார்ப்பது

நாம் செய்யும் தவறு : நிறம் பூசுதல்

ஒரு ரோஜாவை பார்க்கிறோம். “ஆஹா, காதல்” என்று சிவப்பு சாயம் பூசுகிறோம். முள்ளை பார்க்கிறோம். “ச்சே, வலி” என்று கருப்பு சாயம் பூசுகிறோம்.

ஆனால் ரோஜா என்ன செய்யும்? அது வெறுமனே இருக்கிறது. பூவும் அதுதான், முள்ளும் அதுதான். இரண்டும் சேர்ந்ததுதான் அதன் இயற்கை.

ஆன்மீகத்திலும் அதையே செய்கிறோம்.

மரணம் : “கெட்டது, அழுகை, இழப்பு” என்று கருப்பு சாயம். ஆனால் மரணம் இல்லை என்றால் பிறப்புக்கு அர்த்தம் இல்லை. அது ஒரு மாற்றம், ஒரு முடிவு, ஒரு புதிய தொடக்கம். அவ்வளவுதான்.

காமம் : “பாவம், அசிங்கம்” என்று சாயம். ஆனால் அதுதான் உயிரின் ஆதாரம். படைப்பின் மூலம். அதை கேவலம் என்றால், உன் பிறப்பையே கேவலப்படுத்துகிறாய்.

கோபம் : “வேண்டாம், தப்பு” என்று முத்திரை. ஆனால் அநியாயம் கண்டு வரும் கோபம் தர்மம். அதுதான் கண்ணனை போர் செய்ய வைத்தது.

குரு : “கடவுள், தப்பே செய்ய மாட்டார்” என்று தங்க சாயம். அவரும் மனிதர்தான். மலம், ஜலம் கழிப்பவர்தான். தப்பு செய்யலாம். அவர் காட்டும் வழிதான் முக்கியம், அவர் உருவம் இல்லை.

நாம் எல்லாவற்றுக்கும் ‘நல்லது-கெட்டது’, ‘புனிதம்-பாவம்’, ‘உயர்வு-தாழ்வு’ என்று சாயம் பூசி, பூசி, உண்மையான நிறத்தையே தொலைத்துவிடுகிறோம்.

ஏன் சாயம் பூசுகிறோம்?

பயம் : இயற்கை அப்படியே இருக்கிறது. அதற்கு ஒழுங்கு கிடையாது. கட்டுப்பாடு கிடையாது. புயலும் அடிக்கும், தென்றலும் வீசும். பிறப்பும் இருக்கும், இறப்பும் இருக்கும். இந்த ‘கட்டுப்பாடற்ற தன்மை’ நமக்கு பயம் தருகிறது. அதனால் “இது நல்லது, அது கெட்டது” என்று லேபிள் ஒட்டி, பெட்டிக்குள் அடைத்து வைக்கிறோம். அப்போதுதான் மனசுக்கு நிம்மதி.

சோம்பேறித்தனம் : இருப்பதை அப்படியே பார்த்து புரிந்துகொள்ள உழைப்பு வேண்டும், தைரியம் வேண்டும். அதற்கு பதிலாக, சமூகம் ஏற்கனவே பூசி வைத்திருக்கும் சாயத்தை நாமும் எடுத்து பூசிவிடுகிறோம். “பெரியவங்க சொல்லிட்டாங்க” என்று முடித்துவிடுகிறோம். சிந்திக்க தேவையில்லை.

ஆசை : நமக்கு பிடித்ததற்கு ‘தெய்வீகம்’ என்று சாயம். பிடிக்காததற்கு ‘சாத்தான்’ என்று சாயம். காசு பிடிக்கும் என்றால் “லட்சுமி” . காசு இல்லை என்றால் “விதி” . நம்ம வசதிக்கு ஏற்ற மாதிரி கடவுளுக்கே கலர் அடிக்கிறோம்.

இயற்கை தன்மையை ஏற்றால் என்ன நடக்கும்?

சண்டை நிற்கும் : மரணத்தை ‘கெட்டது’ என்று பார்ப்பதால்தான் அழுகிறோம், பயப்படுகிறோம். அதை ‘ஒரு மாற்றம்’ என்று ஏற்றுக்கொண்டால், பயம் போய்விடும். பிறப்பை கொண்டாடுவது போல, இறப்பையும் அமைதியாக ஏற்க முடியும்.

குற்ற உணர்வு போகும் : காமத்தை ‘பாவம்’ என்று பார்ப்பதால்தான் ஒளிந்து செய்து, குற்ற உணர்வில் தவிக்கிறோம். அது ‘இயற்கை’ என்று ஏற்றால், அதை கண்ணியத்தோடு, அன்போடு அணுக முடியும். வெறி அடங்கும்,

வக்கிரம் அழியும்.

கடவுள் தெரிவார் : கடவுளுக்கு "கருணை உள்ளவர் மட்டும்தான்" என்று வெள்ளை சாயம் பூசுகிறோம். அப்போது சுனாமி வந்து ஊரை அழித்தால் "கடவுள் ஏன் இப்படி செய்தார்?" என்று குழம்புகிறோம். கடவுள் கருணையும் அவர்தான், ஊழியும் அவர்தான். படைப்பும் அவர்தான், அழிப்பும் அவர்தான். இந்த முழுமையை ஏற்றால்தான், அவர் புரிவார். இல்லையென்றால், நீ உருவாக்கிய பொம்மை கடவுளைத்தான் கும்பிடுவாய்.

நீ நீயாக இருப்பாய் : "நான் கோபப்படக்கூடாது, நான் எப்போதும் சிரிக்க வேண்டும், நான் ஞானி போல இருக்க வேண்டும்" என்று வேஷம் போட தேவையில்லை. கோபம் வந்தால் வரட்டும். அழுகை வந்தால் அழு. அதை பார், ஏற்றுக்கொள், கடந்து போ. அதுதான் உண்மையான ஆன்மீகம். வேஷம் இல்லாமல் இருப்பது.

எப்படி பழகுவது?

பார், பெயர் வைக்காதே : மழை பெய்கிறது. "நல்ல மழை, கெட்ட மழை" என்று சொல்லாதே. "மழை பெய்கிறது" என்று மட்டும் பார். கோபம் வருகிறது. "ச்சே, நான் கெட்டவன்" என்று சொல்லாதே. "கோபம் வருகிறது" என்று மட்டும் பார். பெயர் வைத்தால் கதை வளரும். பெயர் வைக்காமல் பார்த்தால், உண்மை தெரியும்.

எதிர்க்காதே : வலி வந்தால் "ஐயோ, போக மாட்டேங்குதே" என்று எதிர்த்து போராடாதே. வலி இருக்கிறது என்று ஏற்றுக்கொள். ஆச்சரியமாக, ஏற்றுக்கொண்ட மறுநிமிடம் அதன் தீவிரம் குறையும். எதிர்ப்புதான் வலியை வளர்க்கிறது.

'இருக்கு' என்பதோடு நில் : "அவன் திருடன், அதனால் கெட்டவன்" என்று முடிக்காதே. "அவன் திருடினான்" என்பதோடு நில். ஏன் திருடினான் என்று உனக்கு தெரியாது. பசியா, பேராசையா, சூழ்நிலையா? உனக்கு தெரிந்தது ஒரு செயல் மட்டும்தான். அதன் மேல் கதை கட்டாதே.

கடவுள் வானவில் போல. ஏழு நிறமும் சேர்ந்ததுதான் வெள்ளை. நீ உனக்கு பிடித்த நீலத்தை மட்டும் எடுத்துக்கொண்டு "கடவுள் நீலம்தான்" என்றால், நீ கடவுளை பார்க்கவில்லை. உன் சாயத்தைதான் பார்க்கிறாய்.

ஆன்மீகம் என்பது புது நிறம் பூசுவது இல்லை. ஏற்கனவே இருக்கும் சாயங்களை கழுவி, பொருளின் உண்மையான நிறத்தை பார்ப்பது.

கல்லை கல்லாக பார். முள்ளை முள்ளாக பார். மனிதனை மனிதனாக பார். கடவுளை கடவுளாக பார்.

உன் சாயம் இல்லாமல் பார்க்கும்போது, எல்லாம் ஒன்றாகிவிடும். அதுதான் 'அத்வைதம்'. அதுதான் இறைவன்.

சாயம் பூசாதே. வெறுமனே இரு. இருப்பதை இருப்பதாக பார். அதுவே போதும்.

22

ஆசை மணல் கோட்டை- தகுதி கல் கோபுரம்

ஆசையால் கட்டும் கோட்டைகள் அல்ல, தகுதியால் கட்டும் கோபுரங்களே என்றும் நிலைத்து நிற்கின்றன.

ஆசை மணல் கோட்டை, தகுதி கல் கோபுரம்

ஆசை கோட்டை எப்படி இருக்கும்?

கண்ணை மூடிக்கொண்டு கட்டுவது. அடித்தளம் இல்லை. "லாட்டரியில் கோடி விழணும்", "ஒரே நாளில் பேமஸ் ஆகணும்", "உழைக்காம உயரத்துக்கு போகணும்" - இதெல்லாம் ஆசை கோட்டை.

இதன் குணங்கள் :

அவசரம் : இன்றே வேண்டும், இப்போதே வேண்டும். பொறுமை இருக்காது.

அடுத்தவன் போல : அவன் மாதிரி கார், இவன் மாதிரி வீடு. உன் அளவு தெரியாது, உன் தேவை தெரியாது.

குறுக்கு வழி : விதி மீறலாம், பொய் சொல்லலாம், யார் காலையும் பிடிக்கலாம். எப்படியாவது கோட்டை எழும்பினால் போதும்.

ஒரு அலை வந்தால் போதும். கடன் என்ற அலை, அவமானம் என்ற அலை, நோய் என்ற அலை. கோட்டை கரைந்துவிடும். மிஞ்சுவது ஏமாற்றம், விரக்தி. "விதி சதி பண்ணிடுச்சு" என்று புலம்ப வேண்டியதுதான். விதி ஒன்றும் செய்யவில்லை. நீ மணலில் கட்டினாய்.

தகுதி கோபுரம் எப்படி எழும்?

கண்ணை திறந்து வைத்து, வேர்வை சிந்தி கட்டுவது. ஒவ்வொரு செங்கல்லாக சேர்ப்பது.

அடித்தளம் - உழைப்பு : தினம் 10 மணி நேரம் கற்றுக்கொள்வது, தவறு செய்து திருத்திக்கொள்வது, தோல்வியில் பாடம் படிப்பது. இது தெரியாது ஊருக்கு. ஆனால் இதுதான் பலம்.

சுவர் - ஒழுக்கம் : சொன்ன நேரத்துக்கு வருவது, வாங்கிய கடனை திருப்புவது, சின்ன வேலையையும் நேர்மையாக செய்வது. இதுதான் செங்கல்.

கலசம் - திறமை : ஒரு விஷயத்தில் நிபுணன் ஆவது. "இந்த வேலை என்றால் இவன்தான்" என்று பெயர் வாங்குவது. இது தானாக வராது. காலம் எடுக்கும்.

பொறுமை : இன்று விதை, நாளை மரம் இல்லை. 5 வருஷம், 10 வருஷம் காத்திருக்க வேண்டும். ஆசை கோட்டைக்கு பொறுமை இல்லை. தகுதி கோபுரத்திற்கு அதுதான் சிமெண்ட்.

புயல் அடித்தாலும் அசையாது. வெயில் அடித்தாலும் வெடிக்காது. ஏன்? அடித்தளம் உன் உழைப்பு. சுவர் உன் நேர்மை. அதை யாரும் அசைக்க முடியாது.

ஆசை ஏன் ஏமாற்றுகிறது?

வெளியே கை ஏந்துகிறது : "அவன் கொடுப்பான், இவன் சிபாரிசு பண்ணுவான், அதிர்ஷ்டம் அடிக்கும்" என்று வெளியே எதிர்பார்க்கிறது. கிடைக்கவில்லை என்றால் உடைகிறது.

உன்னை கேட்காது : "உனக்கு இது தகுமா? இதை தாங்கும் பலம் உனக்கு இருக்கா? " என்று கேட்காது. 10 மாடி கட்டடம் கட்ட ஆசை. ஆனால் 1 செங்கல் தூக்க தெம்பு இல்லை.

நிலையில்லாதது : இன்று பைக் வேண்டும் என்று ஆசை. நாளை கார். நாளான்னைக்கு பிளைட். ஆசைக்கு முடிவே இல்லை. ஒன்று கிடைத்தாலும் திருப்தி வராது. ஏனென்றால் அடுத்த ஆசை முளைத்துவிடும்.

ஆசை என்பது பிச்சைக்காரன். “கொடு கொடு” என்று கேட்டுக்கொண்டே இருப்பான். எவ்வளவு கொடுத்தாலும் போதாது.

தகுதி ஏன் கைவிடாது?

உள்ளே இருந்து வருவது : “நான் கற்றுக்கொள்கிறேன், நான் வளர்கிறேன், நான் உயர்கிறேன். ”யாரும் கொடுக்க வேண்டாம். நீயே உருவாக்குகிறாய். அதனால் யாரும் பிடுங்க முடியாது.

உன்னை தயார்படுத்தும் : 10 மாடி கட்டும் முன், 1 செங்கல் தூக்க பழகு, பின் 10 தூக்கு, பின் 100. அப்போதுதான் 10 மாடி தாங்கும் தோள் வரும். தகுதி உன்னை படிப்படியாக உயர்த்தும்.

நிம்மதி தரும் : கோபுரம் கட்டி முடித்தபின் “இது என் உழைப்பு” என்ற நிம்மதி வரும். யாருக்கும் பயப்பட தேவையில்லை. “எப்படி வந்தது?” என்று கேட்டால் நெஞ்சை நிமிர்த்தி சொல்லலாம். ஆசை கோட்டையில் அந்த தைரியம் இருக்காது. “எப்படியோ வந்தது” என்று தலை குனிய வேண்டும்.

தகுதி என்பது அரசன். யாரிடமும் கையேந்தாது. தானே சம்பாதித்து, தானே ஆளும்.

எப்படி மாறுவது? ஆசையில் இருந்து தகுதிக்கு

கேள்வியை மாற்று : “எனக்கு அது வேண்டும்” என்பதை நிறுத்து. “அதற்கு நான் தகுதியானவனா? இல்லை என்றால் என்ன செய்ய வேண்டும்? ” என்று கேள். வேண்டும் என்பது ஆசை. தகுதி ஆவது என்பது உழைப்பு.

செங்கல்லை எண்ணு : இன்று என்ன ஒரு சின்ன விஷயம் கற்றுக்கொண்டாய்? என்ன ஒரு சின்ன தவறை திருத்திக்கொண்டாய்? அதுதான் உன் கோபுரத்தின் இன்றைய செங்கல். தினம் ஒரு செங்கல் வைத்தால் போதும். 10 வருஷத்தில் கோபுரம் வானம் தொடும்.

அடுத்தவன் கோட்டையை பார்க்காதே : அவன் BMW-ல போறான் என்றால், அவன் 15 வருஷம் உழைத்திருப்பான். நீ முதல் நாள். அவன் கோபுரத்தை பார்த்து உன் மணல்

கோட்டையை உடைக்காதே. உன் செங்கல்லை நீ பார்.

அவமானத்திற்கு தயாராகு : தகுதி வளர்க்கும்போது கேலி வரும். “இவனெல்லாம் எங்க உருப்பட போறான்” என்பார்கள். அந்த அவமானம்தான் உரம். ஆசை கோட்டைக்கு புகழ் வேண்டும். தகுதி கோபுரத்திற்கு தனிமை போதும்.

அப்துல் கலாம் ராக்கெட் விட ஆசைப்படவில்லை. பிசிக்ஸ் படித்தார், கணக்கு போட்டார், தோல்வியில் கற்றார். தகுதியை வளர்த்தார். கோபுரம் தானாக எழுந்தது.

நீ ஆசைப்படு. தவறில்லை. ஆனால் அந்த ஆசையை அடைய ‘தகுதி’ என்ற படிக்கட்டு கட்டு. படிக்கட்டு இல்லாமல் மேலே தாவினால், விழுந்து எலும்பு முறியும்.

ஆசை கேட்கும் : “எப்போ கிடைக்கும்?”

தகுதி சொல்லும் : “நீ தயாரானதும் கிடைக்கும்”.

ஆசை கோட்டை அழும். தகுதி கோபுரம் சிரிக்கும்.

நீ எதை தேர்ந்தெடுக்க போகிறாய்?

23

சுயம்பு

உங்களுக்கு தேவை என்றால், உங்களால் முடியும் என்றால், இந்த முழு உலகையுமே எடுத்துக் கொள்ளுங்கள். ஆனால் அதை மற்றவர் உங்களுக்காக பெற்றுத் தருவதாக இருந்தால், ஒரு மணல் துகளை கூட ஏற்றுக் கொள்ளாத மனம் படைத்தவராக நீங்கள் இருந்தால், உங்களை இவுலகில் யாராலும் வெல்வது என்பது இயலாத காரியமாகும்.

சுயம்பு : யார் கையும் எதிர்பாராதவன் உலகை ஆள்வான்

இரண்டு நிலை, ஒரே வாழ்க்கை

இதில் சொன்னதில் இரண்டு உச்ச நிலைகள் இருக்கிறது.

முதல் நிலை - எடுத்துக்கொள் : உலகமே வேண்டும் என்றாலும் எடுத்துக்கொள். ஆனால் நிபந்தனை இரண்டு. 'தேவை' இருக்க வேண்டும், 'திறன்' இருக்க வேண்டும்.

வெறும் ஆசைக்காக இல்லை. பேராசைக்காக இல்லை. உண்மையான தேவை. ஒரு கோடி பேருக்கு சோறு போட வேண்டும் என்ற தேவை இருந்தால், தொழிற்சாலை கட்டு. உலகம் முழுக்க கல்வி கொடுக்க வேண்டும் என்ற தேவை இருந்தால், பல்கலைக்கழகம் கட்டு.

அடுத்தது திறன். 'என்னால் முடியும்'. அடுத்தவன் நிலத்தை பிடுங்கி அல்ல. அடுத்தவன் உழைப்பை திருடி அல்ல. உன் அறிவால், உன் உழைப்பால், உன் துணிவால். அலெக்சாண்டர் போல உலகை வெல், ஆனால் உன் வாள் முனையால். அடுத்தவன் வாளை இரவல் வாங்கி அல்ல.

இரண்டாம் நிலை - ஏற்காதே : மற்றவர் பெற்றுத் தருவதாக இருந்தால், மணல் துகளை கூட தொடாதே.

அப்பா சிபாரிசில் வேலை, மாமன் காசில் பிசினஸ், கட்சி போட்ட பிச்சையில் பதவி, காதலி செலவில் ஊர் சுற்றல். இதெல்லாம் மணல் துகள். அளவில் சிறியதுதான். ஆனால் விஷம்.

ஏன்? அதை கொடுத்தவன் நாளை உரிமை கொண்டாடுவான். "நான் இல்லைனா நீ இல்ல" என்பான். நீ அவன் அடிமை ஆகிவிடுவாய். உன் சுயமரியாதையை அடகு வைத்துவிட்டாய்.

ஒரு மணல் துகள் போதும் கண்ணில் விழுந்தால் பார்வை போக. ஒரு உதவி போதும் சுயமரியாதை போக.

ஏன் இந்த மனநிலை உள்ளவனை வெல்ல முடியாது?

கடன் இல்லை : யாருக்கும் நன்றிக்கடன் பட்டிருக்க மாட்டான். அதனால் யாருக்கும் பயப்பட தேவையில்லை. "நீ எனக்கு செய்தாய், அதனால் நான் வளைய வேண்டும்" என்ற நிர்ப்பந்தம் இல்லை. நிமிர்ந்த நெஞ்சோடு நிற்பான்.

பலவீனம் இல்லை : அடுத்தவன் தூக்கிவிட்டு நிற்கும் ஆளை, காலை வாரினால் விழுந்துவிடுவான். தன் காலில் நிற்பவனை எப்படி வீழ்த்துவது? அவன் வேர் ஆழமாக இருக்கும். புயலே வந்தாலும் அசைய மாட்டான்.

பேரம் இல்லை : "இதை செய், உனக்கு அதை தருகிறேன்" என்று யாரும் இவனிடம் பேரம் பேச முடியாது. ஏனென்றால் இவனுக்கு யாரிடமும் எதுவும் வேண்டாம். வேண்டும் என்றால் தானே எடுத்துக்கொள்வான். பிச்சை எடுக்க மாட்டான். பிச்சை எடுக்காதவனை எப்படி மிரட்டுவது?

இழக்க பயம் இல்லை : அடுத்தவன் கொடுத்ததை இழக்கத்தான் பயம். தான் சம்பாதித்ததை இழந்தாலும் மறுபடி சம்பாதிக்கும் தைரியம் இருக்கும். "போனால் போகட்டும், திரும்ப எடுப்பேன்" என்ற நெஞ்சுரம் இருக்கும். அவனை மிரட்டி பணிய வைக்க முடியாது.

இவன்தான் சுயம்பு. தானாக தோன்றியவன். தானாக வளர்ந்தவன். இவனை வீழ்த்த மரணத்தால் மட்டுமே முடியும். மனிதனால் முடியாது.

இதன் அர்த்தம் அகங்காரமா?

இல்லை. இது திமிர் இல்லை, தீரம். அகங்காரம் இல்லை, சுயகௌரவம்.

அகங்காரக்காரன் “எனக்கு யாரும் வேண்டாம்” என்று எல்லோரையும் மிதிப்பான்.

சுயமரியாதைக்காரன் “எனக்கு யார் உதவியும் வேண்டாம், ஆனால் நான் எல்லோருக்கும் உதவுவேன்” என்பான்.

அவன் கை ஏந்த மாட்டான். ஆனால் ஆயிரம் கைகளுக்கு அள்ளிக் கொடுப்பான். வாங்கும்போது மட்டும் சுயமரியாதை. கொடுக்கும்போது கருணை. இதுதான் வித்தியாசம்.

எப்படி இந்த நிலையை அடைவது?

‘முடியாது’ என்ற வார்த்தையை கொல் : “என்னால் முடியாது, அதனால் நீ செய்” என்பதுதான் அடிமைத்தனத்தின் ஆரம்பம். “தெரியாது, ஆனால் கற்றுக்கொள்கிறேன்” என்று சொல். ஒரு நாள் முடியும்.

சின்னதில் ஆரம்பி : உலகை எடுக்க வேண்டாம். முதலில் உன் சொந்த செலவை நீ பார்த்துக்கொள். அப்பா காசில் டீ குடிப்பதை நிறுத்து. நண்பன் பைக்கில் போவதை நிறுத்து. சொந்த காலில் நில். அதுதான் முதல் மணல் துகளை மறுப்பது.

உதவியை நிராகரிக்க கற்றுக்கொள் : யாராவது “நான் பார்த்துக்கொள்கிறேன்” என்றால், நன்றி சொல்லிவிட்டு “நானே பார்த்துக்கொள்கிறேன்” என்று சொல். கஷ்டமாக இருக்கும். ஆனால் அந்த கஷ்டம்தான் உன்னை பலசாலி ஆக்கும்.

கொடுக்கும்போது எதிர்பார்க்காதே : நீ அடுத்தவனுக்கு உதவும்போது, “நாளைக்கு இவன் எனக்கு செய்வான்” என்று கணக்கு போடாதே. கொடுத்துவிட்டு மறந்துவிடு. அப்போதுதான் நீ கொடுத்ததும் சுதந்திரமாக இருக்கும், நீயும் சுதந்திரமாக இருப்பாய்.

பாரதி சொன்னான் : “தனி ஒருவனுக்கு உணவில்லை எனில் ஜகத்தினை அழித்திடுவோம்”.

ஆனால் அதே பாரதி யாரிடமும் கையேந்தவில்லை. பட்டினி கிடந்தான், சிங்கம் போல வாழ்ந்தான். அதுதான் சுயமரியாதை. உலகத்தையே கேட்டான், ஆனால் ஒரு பிடி சோற்றுக்கு கூட அடுத்தவனை நம்பவில்லை.

இறுதி உண்மை

உன்னால் முடியும் என்றால், இந்த பிரபஞ்சமே உன்னுடையதுதான். எடுத்துக்கொள். யார் தடுப்பார்?

ஆனால் முடியாது என்றால், அடுத்தவன் தூக்கி கொடுக்கும் தண்ணீரை கூட குடிக்காதே. தாகத்தில் செத்தாலும் சரி. ஏனென்றால் அந்த தண்ணீர் நாளை விஷமாக மாறும்.

இந்த மனம் வந்துவிட்டால், நீ தோற்கடிக்க முடியாதவன். உன் தோல்வியை கூட நீயே தீர்மானிப்பாய். அடுத்தவன் இல்லை.

அதுதான் உண்மையான சுதந்திரம். அதுதான் உண்மையான ஆன்மீகம்.

24

உயர்ந்தோரை சந்திக்கும் வழி

நீங்கள் செல்லும் பாதையின் வழியே மேல் சென்றவர்களை நீங்கள் எதிர்கொள்ள விரும்பினால், உங்களின் தகுதியால் அவர்களை எதிர்கொள்வதுதான் சரியான வழியே தவிர, ஆணவத்தாலோ அதிகாரத்தாலோ அல்ல.

உயர்ந்தோரை சந்திக்கும் வழி : தகுதி மட்டுமே, ஆணவம் இல்லை

மேலே இருப்பவர்கள் யார்?

நாம் சொல்லும் "மேல் சென்றவர்கள்" - அவர்கள் வயதில் மூத்தவராக இருக்கலாம், அனுபவத்தில் முதிர்ந்தவராக இருக்கலாம், ஞானத்தில் உயர்ந்தவராக இருக்கலாம், உழைப்பில் சிகரம் தொட்டவராக இருக்கலாம்.

அவர்கள் அந்த உயரத்தை அடைய ஒரு பாதையில் நடந்திருக்கிறார்கள். கல் தடுக்கி விழுந்திருக்கிறார்கள். முள் குத்தி ரத்தம் சிந்தியிருக்கிறார்கள். வெயிலில் காய்ந்து, மழையில் நனைந்து, தோல்வியில் பாடம் படித்து மேலே போயிருக்கிறார்கள்.

நீயும் அதே பாதையில் போகிறாய். வழியில் அவர்களை சந்திக்கிறாய். இப்போது எப்படி நடந்துகொள்வது?

தவறான வழிகள் : ஆணவம், அதிகாரம்

ஆணவத்தால் எதிர்கொண்டால் : "உனக்கு என்ன தெரியும்? நான் இளம் ரத்தம். புது யுகம். நீ பழைய பஞ்சாங்கம்" என்று சீறுவது.

விளைவு என்ன? அவர் ஒரு வார்த்தை பேச மாட்டார். சிரித்துவிட்டு போய்விடுவார். நீ ஒரு பொக்கிஷத்தை இழந்தாய்.

அவர் 20 வருஷத்தில் கற்றதை உனக்கு 20 நிமிடத்தில் சொல்லியிருப்பார். உன் ஆணவம் அந்த வாசலை மூடிவிட்டது.

ஆணவம் உன்னை குருடாக்கும். “எனக்கு எல்லாம் தெரியும்” என்று நினைக்கும்போது, கற்றுக்கொள்ளும் கதவு மூடிக்கொள்ளும். மேலே போகவே முடியாது. அங்கேயே நின்றுவிடுவாய்.

அதிகாரத்தால் எதிர்கொண்டால் : “நான் M. L. A மகன், நான் கலெக்டர், எனக்கு பவர் இருக்கு” என்று மிரட்டுவது.

விளைவு என்ன? அவர் பயந்து தலையாட்டலாம். ஆனால் மனதுக்குள் உன்னை தூற்றுவார். மரியாதை போகும். நாளை உன் அதிகாரம் போனால், அவர் முகத்தில் காறி உமிழ்வார்.

அதிகாரம் இரவல் உடை. இன்று உன் மேல், நாளை அடுத்தவன் மேல். அதை வைத்து மரியாதை கேட்டால், உடை கழன்றதும் நீ அம்மணமாகி நிற்பாய்.

இரண்டுமே உன்னை சிறுமைப்படுத்தும். உன்னை வளர்க்காது.

சரியான வழி : தகுதி மட்டுமே

தகுதி என்றால் என்ன?

உன் உழைப்பு, உன் அறிவு, உன் பணிவு, உன் கேள்வி கேட்கும் திறன், உன் கற்றுக்கொள்ளும் ஆர்வம். இதுதான் தகுதி.

எப்படி எதிர்கொள்வது?

வணங்கி நில் : “ஐயா, நீங்கள் போன பாதையில் நான் இப்போது வருகிறேன். வழியில் என்ன பள்ளம் இருக்கிறது என்று சொல்லுங்கள்” என்று கேள். தலை குனிந்து கேட்பவனுக்குத்தான் ஞானம் கிடைக்கும். நிமிர்ந்து நிற்பவனுக்கு அவமானம்தான் கிடைக்கும்.

செய்து காட்டு : “நான் இதை செய்திருக்கிறேன், இதில் தவறு இருந்தால் திருத்துங்கள்” என்று உன் வேலையை காட்டு. வெறும் வாய் பேச்சு அல்ல. செயல். உன் தகுதிக்கு சாட்சி உன் செயல்தான். அதை பார்த்தால் மேலே இருப்பவர் தானாக மதிப்பார்.

மோதாதே, உரசு: அவர் சொல்வதில் மாற்றுக்கருத்து இருந்தால், "ஐயா, நான் இப்படி யோசிக்கிறேன். இது சரியா? " என்று கேள். மோதினால் நெருப்பு. உரசினால் வெளிச்சம். விவாதம் செய், விதண்டாவாதம் செய்யாதே.

நன்றி சொல் : ஒரு சின்ன விஷயம் சொல்லிக்கொடுத்தாலும், "நன்றி" என்று மனதார சொல். நன்றி மறந்தவன் தகுதி இழப்பான்.

ஏன் தகுதி மட்டும் வேலை செய்யும்?

மரியாதை தானாக வரும் : நீ பணிவாக, திறமையாக இருந்தால், அவருக்கு உன்னை பார்த்து பெருமை வரும். "என் வழியில் இவன் வருகிறான், நல்லா வருவான்" என்று தானாக ஆசி கொடுப்பார். ஆணவத்தால் கேட்டால் சாபம்தான் கிடைக்கும்.

கதவுகள் திறக்கும் : மேலே இருப்பவர்கள் எப்போதும் தகுதியான வாரிசை தேடிக்கொண்டே இருப்பார்கள். தங்கள் அனுபவத்தை யாரிடமாவது கொடுக்க வேண்டும் என்ற தவிப்பு இருக்கும். நீ தகுதியோடு போனால், அவர்கள் இரண்டு கையையும் நீட்டி உன்னை தூக்கி விடுவார்கள்.

நீயும் மேலே போவாய் : அவர்களை மிதித்து மேலே போக நினைத்தால், நீ விழுவாய். அவர்கள் தோளில் ஏறி மேலே போனால், இன்னும் உயரம் போவாய். குருவின் தயவு இல்லாமல் சிகரம் இல்லை.

காலம் உன்னை மதிக்கும் : ஆணவத்தால், அதிகாரத்தால் உயர்ந்தவன் சரித்திரத்தில் கரும்புள்ளியாக இருப்பான். தகுதியால், பணிவால் உயர்ந்தவன் பாடமாக இருப்பான். விவேகானந்தர் ராமகிருஷ்ணர் காலில் விழுந்தார். அதனால்தான் உலகம் அவர் காலில் விழுந்தது.

கடைசி உண்மை

மலை ஏறும்போது, ஏற்கனவே உச்சியில் இருப்பவனை பார்த்து கல் எறிந்தால், அந்த கல் உன் தலையில்தான் விழும். ஏனென்றால் நீ கீழே இருக்கிறாய்.

அதற்கு பதில், “அண்ணா, எப்படி ஏறினீங்க? கயிறு எங்கே கட்டுவது?” என்று கேட்டால், அவர் கயிற்றை இறக்கி விடுவார்.

உன் பாதை நீளமானது. நீ தனியாக போய் சேர முடியாது. முன்னால் போனவர்கள் போட்ட பாலத்தில்தான் நீ ஆற்றை கடக்க வேண்டும். பாலம் போட்டவனை உடைத்தால், நீயும் மூழ்குவாய்.

ஆகவே, தலை வணங்கு. கற்றுக்கொள். தகுதியை வளர். அப்போது நீ அவர்களை தாண்டியும் போவாய். அவர்களே உன்னை பார்த்து கைதட்டுவார்கள்.

ஆணவம் உன்னை கீழே தள்ளும். அதிகாரம் உன்னை தனிமைப்படுத்தும்.

தகுதி ஒன்றுதான் உன்னை மேலே தூக்கிச் செல்லும், எல்லோரையும் கூட்டிச் செல்லும்.

25

பெருமை என்ற பெயரில் வரும் பொறி

பெரும்பாலும் எல்லா பெருமை தரும் சூழ்நிலைகளும், எண்ணங்களும் உங்களை சிறுமைப்படுத்தவே கொடுக்கப்படுகின்றன.

பெருமை என்ற பெயரில் வரும் பொறி

பெருமை எப்படி சிறுமைப்படுத்துகிறது?

உலகம் உன்னை பாராட்டும்போது, பட்டம் கொடுக்கும்போது, கைதட்டும்போது - அது பரிசு இல்லை. பரீட்சை.

மேடை ஏற்றி மட்டம் தட்டுதல் : “நீ பெரிய ஆளு, உன்னால மட்டும்தான் முடியும்” என்று உசுப்பேற்றி விடுவார்கள். நீயும் “ஆமாம், நான்தான்” என்று நம்பி, தலைக்கனம் ஏறிவிடும். கால் தடுக்கும். கீழே விழுவாய். அப்போது அதே கூட்டம் “பார்த்தியா, இவ்வளவுதான்” என்று சிரிக்கும். உயர தூக்கிவிட்டு கீழே போடுவது - இதுதான் உலக விளையாட்டு.

‘நான்’ என்ற விஷம் : பெருமை வந்ததும் ‘நான்’ முளைக்கும். “நான் செய்தேன், நான் ஜெயித்தேன், என்னால்தான்,” இந்த ‘நான்’ உன்னை தனிமைப்படுத்தும். உனக்கு உதவியவர்களை மறக்க வைக்கும். கடவுளை மறக்க வைக்கும். ‘நான்’ வளர வளர, நீ சிறியவன் ஆகிறாய். கடைசியில் அந்த ‘நான்’ மட்டும் மிஞ்சும், நீ இருக்க மாட்டாய்.

கற்றல் நின்றுவிடும் : “நான் பெரிய ஆள்” என்ற எண்ணம் வந்துவிட்டால், அடுத்தவன் சொல்வதை கேட்க மாட்டாய். “எனக்கு தெரியாதா?” என்ற அகங்காரம் வரும். கிணற்று தவளையாகி விடுவாய். உலகம் ஓடிக்கொண்டே இருக்கும், நீ மட்டும் நின்ற இடத்திலேயே நின்றுவிடுவாய். நின்றவன் தோற்றவன்தான்.

பயம் பிறக்கும் : இன்று கிடைத்த பெருமை நாளை போய்விடுமோ என்ற பயம். அதை காப்பாற்ற பொய் சொல்வாய், போலியாக நடிப்பாய், அடுத்தவனை மிதிப்பாய். நிம்மதி போகும். பெருமையை காப்பாற்ற போராடி, மனிதத்தை இழப்பாய். இதுதான் உண்மையான சிறுமை.

ஏன் உலகம் இப்படி செய்கிறது?

சோதிக்க : தங்கத்தை நெருப்பில் இட்டு பார்ப்பது போல. புகழ் என்ற நெருப்பில் உன்னை போட்டு பார்க்கிறது. கருகி சாம்பல் ஆகிறாயா, இல்லை மெருகேறி ஜொலிக்கிறாயா என்று. பெரும்பாலோர் கருகிவிடுகிறார்கள்.

சமன் செய்ய : யாரும் ரொம்ப நேரம் உயரத்தில் இருக்க உலகம் விடாது. ஒருவனை தூக்கிவிடும், அடுத்து அவனையே கீழே தள்ளும். இது இயற்கையின் சமநிலை. ஏற்றம் இருந்தால் இறக்கம் இருக்கும். பெருமை கொடுத்து சிறுமைப்படுத்துவது அந்த சுழற்சியின் ஒரு பகுதி.

உன் பலவீனத்தை காட்ட : உனக்குள் இருக்கும் ஆணவம், பேராசை, பொறாமை - இதெல்லாம் சாதாரண நிலையில் தூங்கிக்கொண்டு இருக்கும். பெருமை என்ற மது ஊற்றினால், எல்லாம் வெளியே வந்து ஆடும். உலகம் உன் உண்மை முகத்தை உனக்கே காட்டுகிறது.

அப்படியானால் பெருமையே வேண்டாமா?

வேண்டும். ஆனால் அதை 'வாங்காதே'.

வெற்றி வரும் : உழைத்தால் வெற்றி வரும். பாராட்டு வரும். அதை வேண்டாம் என்று சொல்லவில்லை.

ஒட்டிக்கொள்ளாதே : வெற்றி வந்ததும், "இது என்னுடையது" என்று மார்பில் ஒட்டிக்கொள்ளாதே. "இது கடமை, முடித்தேன்" என்று நகர்ந்துவிடு. புகழ் என்பது வழிப்போக்கன். வரும், போகும். அதை வீட்டுக்குள் கூப்பிட்டு உட்கார வைத்தால், வீட்டை அது சொந்தம் கொண்டாடும்.

கடந்து போ : ஒரு குழந்தை பரீட்சையில் 100 மார்க் வாங்கினால், அம்மா தலையில் வைத்து கொண்டாடுவாள். ஆனால் குழந்தை அடுத்த பரீட்சைக்கு படிக்க வேண்டும்.

பழைய 100 மார்க்கை நினைத்துக்கொண்டே இருந்தால், அடுத்ததில் 0 வாங்கும். பெருமை கடந்த காலம். நீ நிகழ்காலத்தில் வாழ வேண்டும்.

தப்பிப்பது எப்படி? சிறுமைப்படாமல் இருப்பது எப்படி?

'வேலைக்காரன்' மனநிலை : "நான் கருவி மட்டும்தான். செய்பவன் இறைவன்" என்று நினை. கோவில் சிற்பி சிலை செய்து முடித்ததும், அதில் பெயர் எழுதி வைப்பதில்லை. "சுவாமி செய்ய சொன்னார், செய்தேன்" என்று போய்விடுவான். அதனால்தான் அவன் சிற்பம் 1000 வருஷம் நிற்கிறது. 'நான்' இல்லை என்றால், வீழ்ச்சியும் இல்லை.

எதிரியை நேசி : உன்னை திட்டுபவன், குறை சொல்பவன் - அவன்தான் உண்மையான நண்பன். அவன்தான் உன் ஆணவத்தை உடைக்கிறான். புகழ்பவன் உனக்கு தேன் தடவிய விஷம் கொடுக்கிறான். திட்டுபவன் கசப்பு மருந்து கொடுக்கிறான். மருந்து குடி, தேனை துப்பு.

கீழே பார் : மேடையில் நிற்கும்போது, உன்னை விட கீழே இருப்பவர்களை பார். உன் பள்ளி வாத்தியாரை நினை. உனக்கு சோறு போட்ட அம்மாவை நினை. நீ ஒன்றும் வானத்தில் இருந்து குதிக்கவில்லை. பல பேர் தோளில்தான் நிற்கிறாய் என்று புரியும். தலைக்கனம் இறங்கும்.

அடுத்த இலக்கு : ஒரு மலை ஏறினதும், அடுத்த மலையை பார். "அடடா, இன்னும் எவ்வளவு போகணும்" என்று தோன்றும். பெருமை பேச நேரம் இருக்காது. ஓடிக்கொண்டே இருப்பாய். ஓடுபவன் விழ மாட்டான். நின்றவன்தான் விழுவான்.

கடைசி சூட்சமம்

ராவணன் பெருமை பட்டான். "நான் சிவபக்தன், நான் வல்லவன், என் நகரம் தங்கம்" என்று. சிறுமைப்பட்டு அழிந்தான்.

அனுமன் பெருமை படவில்லை. "நான் ராமனின் தாசன்" என்றான். இலங்கையையே எரித்தான், சஞ்சீவி மலையையே தூக்கினான். ஆனால் "நான் செய்தேன்" என்று சொல்லவில்லை. "ராமன் அருள்" என்றான். அதனால்தான் இன்றும் அவன் கோவிலில் தலைவணங்கி நிற்கிறான். பெருமை அவனை தொடவில்லை, அதனால் சிறுமையும் தொடவில்லை.

ஆகவே, பெருமை வரும். அது உன்னை சோதிக்க வரும் விஷப்பாம்பு. அதை மாலையாக நினைத்து கழுத்தில் போட்டுக்கொண்டால், கடித்து சாகடிக்கும்.

அதை காலில் போட்டு மிதித்துவிட்டு போய்க்கொண்டே இரு.

உன்னை சிறுமைப்படுத்த வரும் எதுவும், நீ விழித்துக்கொண்டால் உன்னை புனிதப்படுத்திவிட்டு போகும்.

பெருமை வந்தால் பயப்படு. அதுதான் ஞானம்.

26

கொள்கை

எல்லா கொள்கைகளும் அந்தந்த சூழ்நிலைகளுக்கு காலத்திற்கு ஏற்பவே சரியான பலனை கொடுக்கக் கூடியவைகளாகவே இருந்துள்ளன. எல்லா கொள்கைகளும் எல்லா கால சூழ்நிலைகளுக்கும் பொருத்தமானதாக எப்பொழுதும் இருந்ததில்லை.

கொள்கை : காலத்தின் மருந்து, காலாவதி ஆகும் மருந்து

கொள்கை என்றால் என்ன?

கொள்கை என்பது ஒரு பிரச்சனைக்கு, அந்த காலத்தில் கண்டுபிடிக்கப்பட்ட மருந்து.

காந்தியின் அகிம்சை : ஆங்கிலேயர் துப்பாக்கி வைத்திருந்த காலம். நாம் திருப்பி அடித்தால், நசுக்கி இருப்பார்கள். அப்போது 'அடிக்காதே, அடி வாங்கு' என்ற அகிம்சைதான் ஆயுதம் ஆனது. உலகமே பார்த்து வெட்கப்பட்டது. சுதந்திரம் கிடைத்தது. அந்த சூழ்நிலைக்கு அது சரியான மருந்து.

சோழர் போர் கொள்கை : கடல் கடந்து ராஜ்யம் அமைக்க வேண்டிய காலம். 'புலிக்கொடி பறக்க வேண்டும்' என்று போர் கொள்கை வேண்டும். கப்பல் கட்டினார்கள், படை நடத்தினார்கள், ஜெயித்தார்கள். அந்த காலத்திற்கு அது சரி.

பெரியாரின் பகுத்தறிவு : பார்ப்பனீய மூடநம்பிக்கை, ஜாதி கொடுமை தலைவிரித்தாடிய காலம். "கடவுள் இல்லை, சிலையை உடை" என்று கத்த வேண்டியிருந்தது. அடிமைத்தனத்தை உடைக்க அது தேவைப்பட்டது. அந்த நோய்க்கு அது மருந்து.

எல்லா கொள்கையும் பிறக்கும்போது ஒரு நியாயம் இருக்கும். ஒரு வலி இருக்கும். ஒரு தேவை இருக்கும்.

ஏன் காலாவதி ஆகிறது?

நோய் மாறிவிடும் : காய்ச்சலுக்கு பாராசிட்டமால் கொடுப்பார்கள். காய்ச்சல் போய், கேன்சர் வந்தால் அதே மருந்தை கொடுக்க முடியுமா? முடியாது.

சுதந்திரம் வாங்கிய பிறகும் "ஆங்கிலேயனை எதிர்ப்போம்" என்று கொள்கை வைத்தால் என்ன அர்த்தம்? எதிரி இல்லை. ஜாதி ஒழிந்த பிறகும் "பார்ப்பானை ஒழிப்போம்" என்றால் என்ன பிரயோஜனம்? பிரச்சனை மாறிவிட்டது.

மருந்தே நோய் ஆகிவிடும் : அகிம்சை சுதந்திரம் வாங்கி கொடுத்தது. ஆனால் எல்லைக்கு எதிரி வந்து சுடும்போதும் "அகிம்சை" என்றால் நாடு போய்விடும். அப்போது அகிம்சையே நோய்.

பகுத்தறிவு மூடநம்பிக்கையை உடைத்தது. ஆனால் "எல்லாமே மூடநம்பிக்கை, அன்பு கூட பொய், தர்மம் கூட பொய்" என்று போனால், மனிதனே மிருகம் ஆகிவிடுவான். அப்போது பகுத்தறிவே மூடநம்பிக்கை ஆகிவிடும்.

காலம் நகர்ந்துவிடும் : மாட்டு வண்டி காலத்தில் "வேகமாக போக வேண்டும்" என்ற கொள்கைக்கு 'நல்ல குதிரை வாங்கு' என்று தீர்வு. இன்று அதை சொன்னால் சிரிப்பார்கள். இன்று 'மெட்ரோ கட்டு' என்று சொல்ல வேண்டும். கொள்கை அப்டேட் ஆகவில்லை என்றால் குப்பை.

அப்போது கொள்கையே கூடாதா?

கூடாது என்று இல்லை. கொள்கையை 'வேதம்' ஆக்கக்கூடாது. 'கருவி' ஆக பார்க்க வேண்டும்.

ஸ்க்ரூ டிரைவர் : ஸ்க்ரூ கழற்ற ஸ்க்ரூ டிரைவர் வேண்டும். ஆணி அடிக்க அதையே பயன்படுத்தினால் கைதான் உடையும். ஆணிக்கு சுத்தியல் வேண்டும். பிரச்சனைக்கு ஏற்ற கருவி மாற வேண்டும்.

உடை : குளிர் காலத்தில் ஸ்வெட்டர் போட்டாய். வெயில் காலத்திலும் அதையே போட்டால் வேர்த்து சாவாய். காலத்திற்கு ஏற்ப உடை மாற வேண்டும். கொள்கையும் அப்படித்தான்.

படகு : ஆற்றை கடக்க படகு வேண்டும். கரை சேர்ந்த பிறகும் படகை தலையில் சுமந்துகொண்டு போனால் பைத்தியக்காரன் என்பார்கள். கொள்கை கரை சேர்க்க வந்தது. கரை சேர்ந்ததும் இறக்கி வைத்துவிட வேண்டும்.

பின் எதை பிடித்துக்கொள்வது?

கொள்கையை அல்ல, நோக்கத்தை பிடி : காந்தியின் நோக்கம் 'சுதந்திரம்'. அகிம்சை என்பது வழி. பெரியாரின் நோக்கம் 'சமத்துவம்'. பகுத்தறிவு என்பது வழி. நோக்கம் மாறாது. வழி மாறலாம்.

இன்று சுதந்திரம் வேண்டும் என்றால், பொருளாதார சுதந்திரம் வேண்டும். அதற்கு அகிம்சை பத்தாது. தொழில்நுட்பம் வேண்டும், உழைப்பு வேண்டும். வழியை மாற்று.

இன்று சமத்துவம் வேண்டும் என்றால், ஜாதி மட்டும் இல்லை. பணக்காரன்-ஏழை, படித்தவன்-படிக்காதவன். அதற்கு கடவுளை திட்டுவது பத்தாது. கல்வி கொடுக்க வேண்டும், வாய்ப்பு கொடுக்க வேண்டும். வழியை மாற்று.

விவேகத்தை பிடி : "இந்த கொள்கை இன்று தேவையா? இது தீர்வு தருமா, புது பிரச்சனை வருமா?" என்று கேள். கண்ணை மூடிக்கொண்டு "என் தாத்தா சொன்னார்" என்று பின்பற்றாதே. தாத்தா காலத்தில் கிணற்று தண்ணீர். இன்று RO வாட்டர். காலம் மாறிவிட்டது.

சாரத்தை எடு, சக்கையை விடு : எல்லா கொள்கையிலும் ஒரு சாரம் இருக்கும். காந்தியிடம் 'உண்மை, அன்பு' எடுத்துக்கொள். 'ராட்டை நூற்பது' விட்டுவிடு. பெரியாரிடம் 'கேள்வி கேள், சுயமாக சிந்தி' எடுத்துக்கொள். 'கடவுள் இல்லை' என்ற சண்டையை விட்டுவிடு. சாரம் காலம் கடந்தது. சக்கை காலத்தோடு போகட்டும்.

இன்றைய நிலை

இன்று பிரச்சனை என்ன? வேலையின்மை, சுற்றுச்சூழல், மன அழுத்தம், தனிமை.

இதற்கு 100 வருஷத்துக்கு முந்தைய கொள்கை மருந்தாகுமா? ஆகாது.

“பார்ப்பான் ஒழிக” என்றால் வேலை கிடைக்குமா? கிடைக்காது. “அகிம்சை” என்றால் குளோபல் வார்மிங் நிற்குமா? நிற்காது.

புது நோய்க்கு புது மருந்து வேண்டும். ‘அறிவு சார் பொருளாதாரம்’ வேண்டும். ‘நிலைத்த வளர்ச்சி’ வேண்டும். ‘மனநலம்’ வேண்டும். ‘கூட்டு வாழ்க்கை’ வேண்டும். இதற்கான கொள்கைகளை உருவாக்க வேண்டும்.

கொள்கை என்பது செருப்பு போல. வெளியே போகும்போது போட வேண்டும். வீட்டுக்குள் வந்ததும் கழற்றிவிட வேண்டும். செருப்போடு கட்டிலில் படுத்தால், கட்டிலும் அசிங்கம், காலும் வலி.

பழைய கொள்கையை மதி. அது உன்னை இங்கே கொண்டு வந்து சேர்த்தது. ஆனால் பூஜை அறையில் வைத்து கும்பிடாதே.

அதை படி, புரிந்துகொள், தேவையானதை எடுத்துக்கொள், மிச்சத்தை அருங்காட்சியகத்தில் வைத்துவிடு.

காலம் நகர்கிறது. நீயும் நகர். இல்லையென்றால் காலம் உன்னை குப்பையில் போட்டுவிட்டு போய்விடும்.

27

வார்த்தை வித்தைக்காரன் - வாழ்க்கை வித்தகன்

வார்த்தைகளில் வர்ணஜாலம் செய்பவர்களுக்கு எந்த காலமும் பக்குவமும் தேவையில்லை. அவ் வார்த்தைகளில் உள்ள உண்மையின்படி நடப்பவர்களுக்கே காலமும் பக்குவமும் என்றும் தேவைப்படுகிறது.

வார்த்தை வித்தைக்காரன் VS வாழ்க்கை வித்தகன்

வர்ணஜாலம் செய்பவன் யார்?

பேச்சு பேசி பிழைப்பவன். மேடையில் நின்று "மாற்றம் வரும், புரட்சி வரும், எல்லோரும் சமம்" என்று கர்ஜிப்பான். கைதட்டல் வாங்குவான். மாலை போட்டுக்கொள்வான்.

அவனுக்கு காலம் தேவையில்லை. ஏன்?

உடனே ரிசல்ட் : வாய் திறந்து மூடுவதற்குள் கைதட்டல் வந்துவிடும். உழைக்க வேண்டாம், காத்திருக்க வேண்டாம், தோல்வி கிடையாது. இன்று ஒரு பேச்சு, நாளை ஒரு பேச்சு.

பொறுப்பு இல்லை : "இப்படி செய்தால் நாடு உருப்படும்" என்பான். செய்து காட்ட சொன்னால் "என் வேலை சொல்வதுதான், செய்வது உங்கள் வேலை" என்று நழுவிவிடுவான். தோல்விக்கு அவன் பொறுப்பு இல்லை.

மாற்றி பேசலாம் : இன்று "கிழக்கே போ" என்பான். நாளை "மேற்கே போ" என்பான். "காலம் மாறிவிட்டது" என்று சொல்லிவிடுவான். நாக்குக்கு எலும்பு இல்லை. அதனால் பக்குவமும் தேவையில்லை.

அவன் விதைக்க மாட்டான். ஆனால் "அறுவடை எப்படி இருக்க வேண்டும்" என்று கவிதை பாடுவான். ஊர் கேட்கும், ஆனால் வயிறு நிரம்பாது.

வார்த்தைப்படி நடப்பவன் யார்?

"உண்மை பேச வேண்டும்" என்றால் உண்மையே பேசுபவன். "உழைக்க வேண்டும்" என்றால் உழைப்பவன். "அன்பு செய்" என்றால் அன்பு செய்பவன்.

அவனுக்கு காலமும் பக்குவமும் ஏன் தேவை?

காலம் தேவை : விதைத்த உடனே மரம் வளராது. மாங்கொட்டை போட்டால் 10 வருஷம் காத்திருக்க வேண்டும். "நேர்மையாக இரு" என்று முடிவு எடுத்தால், இன்று நஷ்டம் வரும். நாளை பட்டினி கிடக்க வேண்டும். 10 வருஷம் கழித்துதான் "அவன் யோக்கியன்" என்று பெயர் வரும். காலம் இல்லாமல் கனி கிடைக்காது.

பக்குவம் தேவை : "கோபப்படாதே" என்ற கொள்கையை எடுத்துக்கொண்டாய். ஆனால் அடுத்தவன் முகத்தில் அடித்தால் என்ன செய்வாய்? திருப்பி அடிக்கவும் கூடாது, அழவும் கூடாது. அந்த இடத்தில் எப்படி நிற்பது என்ற பக்குவம் வேண்டும். அது ஒரு நாளில் வராது. அடி வாங்கி, அவமானப்பட்டு, அழுது, யோசித்து, தெளிந்துதான் வரும்.

சோதனை வரும் : வார்த்தை சொல்வது எளிது. வாழ்வது கடினம். "திருடாதே" என்று சொல்வாய். பட்டினி கிடக்கும்போது திருட வாய்ப்பு வரும். அப்போது திருடாமல் இருக்க நெஞ்சுரம் வேண்டும். அந்த நெஞ்சுரம்தான் பக்குவம். அது வர காலம் எடுக்கும்.

தனிமை வரும் : உண்மைப்படி நடந்தால், கூட்டம் கூடாது. "இவன் ரொம்ப யோக்கியன், நமக்கு சரிப்படாது" என்று ஒதுக்கி வைப்பார்கள். அந்த தனிமையை தாங்கும் பலம் வேண்டும். அது பக்குவம் இல்லாமல் வராது.

பாரதி கவிதை எழுதினான். அது வர்ணஜாலம் இல்லையா? இல்லை. ஏனென்றால் எழுதியபடி வாழ்ந்தான். "சாதிகள் இல்லையடி பாப்பா" என்று எழுதிவிட்டு, தாழ்த்தப்பட்டவன் வீட்டில் சாப்பிட்டான். ஆங்கிலேயனை எதிர்த்து எழுதிவிட்டு, ஜெயிலுக்கு போனான். வார்த்தையும் வாழ்க்கையும் ஒன்றாக

இருந்தது. அதனால்தான் அவனுக்கு காலம் தேவைப்பட்டது - பட்டினி கிடந்தான். பக்குவம் தேவைப்பட்டது - அவமானம் தாங்கினான்.

ஆனால் இன்று மேடையில் பாரதி பாட்டு பாடிவிட்டு, மேடை இறங்கியதும் ஜாதி பார்க்கிறவன் இருக்கிறான். அவன்தான் வர்ணஜாலக்காரன். அவனுக்கு காலமும் வேண்டாம், பக்குவமும் வேண்டாம். வாய் இருந்தால் போதும்.

கடைசி நீதி

கோவில் கட்டுவது பற்றி அழகாக பேசலாம். ஒரு நாள் போதும். ஆனால் ஒரு செங்கல்லை தூக்கி வைக்க ஒரு வருஷம் ஆகும். வெயில், மழை, கல், மண், வியர்வை, ரத்தம் - எல்லாம் வேண்டும்.

உலகம் பேசுபவனை கொண்டாடும். ஏனென்றால் கேட்க சுகமாக இருக்கும். செய்பவனை மறந்துவிடும். ஏனென்றால் அவன் அமைதியாக இருப்பான்.

ஆனால் 100 வருஷம் கழித்து பார். பேசியவன் பெயர் எங்கேயும் இருக்காது. செய்தவன் கட்டிய கோவில் மட்டும் நிற்கும்.

அதனால்தான் சொல்கிறார்கள் : “சொல்லுவது யாருக்கும் எளிது, செயல் அரிது.”

நீ பேச்சாளனாக இருக்க போகிறாயா, செயல்வீரனாக இருக்க போகிறாயா?

பேச்சாளனுக்கு இன்று கைதட்டல். செயல்வீரனுக்கு என்றும் வரலாறு.

காலமும் பக்குவமும் சுமையாக தெரிந்தால், நீ இன்னும் பேச்சளவில்தான் இருக்கிறாய் என்று அர்த்தம். அதை சுகமாக ஏற்றுக்கொண்டால், நீ செயலுக்கு வந்துவிட்டாய் என்று அர்த்தம்.

28

ஆன்மீகத்தின் கடைசி கதவு

இறைவனை அடைய ஆன்மீகத்தில் செல்வோர்க்கும் பெரும் தடைக்கல்லாக இருப்பது பெருமை பேசுவது. அதாவது தன்னைப் பற்றியோ, தான் செய்த நற்செயல்கள் பற்றியோ, எண்ணி இம்மனம் மற்றவர்களிடமும் அல்லது தனக்குள்ளேயும், பெருமை கொள்வதை தொடர்ந்து செய்து கொண்டே தான் இருக்கும். இது இறை நிலையிடம் சென்றடைய நமக்கு மிகப்பெரிய தடைக்கல்லாகவே அமைந்துவிடுகிறது. இதை கடப்பதும் அவ்வளவு எளிதல்ல. இருந்த போதிலும் தொடர் முயற்சியாலும் இறை அருளாலும் இதையும் கடந்து செல்ல முடியும் என்ற நம்பிக்கையை நாம் கைக்கொள்ள வேண்டியது மிக அவசியமாகும்.

ஆன்மீகத்தின் கடைசி கதவு : 'நான்' என்ற பெருமை

இது சத்தியம். இறைவனை நோக்கி போகும் பாதையில் கடைசியாக குறுக்கே நிற்பது 'பெருமை' என்ற மலைதான்.

ஏன் இது பெரிய தடை?

இறைவன் யார்? இறைவன் என்பது 'முழுமை'. நீர்க்குமிழி கடலை அடைய வேண்டும் என்றால், குமிழி உடைய வேண்டும். 'நான் குமிழி' என்ற தனி அடையாளம் போனால்தான் கடலோடு கலக்க முடியும்.

பெருமை என்ன செய்கிறது?" நான் தியானம் செய்தேன், நான் 108 முறை கோவில் சுற்றினேன், நான் அன்னதானம் செய்தேன், நான் பெரிய பக்தன்" என்று குமிழியை இன்னும் கெட்டியாக்குகிறது. "நான்" என்ற சுவர் எழுப்புகிறது.

இறைவன் அந்த சுவருக்கு அந்தப் பக்கம் இருக்கிறார். சுவர் இருக்கும் வரை இறைவனை காண முடியாது.

ஒப்பிடுதல் : "அவன் கோவிலுக்கே போக மாட்டான், நான் தினம் போகிறேன்", "அவள் பாவி, நான் புண்ணியவதி" - இந்த ஒப்பீடு வந்துவிட்டால், நீ இறைவனிடம் இருந்து விலகி, மனிதர்களோடு போட்டி போட ஆரம்பித்துவிட்டாய். இறைவன் ஒப்பீட்டுக்கு அப்பாற்பட்டவர். நீ ஒப்பிடும் வரை அவரை நெருங்க முடியாது.

இந்த பெருமை எப்படி வருகிறது?

தனக்குள்ளே : தியானம் முடிந்ததும் "இன்று 1 மணி நேரம் அசையாமல் உட்கார்ந்தேன், நான் பெரிய யோகி" என்று மனம் தட்டிக்கொடுக்கும். 1000 ரூபாய் தானம் செய்ததும் "நான் வள்ளல்" என்று நினைக்கும். இது மனதின் தந்திரம். செய்த புண்ணியத்தை பெருமையாக மாற்றி, பலனை இங்கேயே காலி செய்துவிடும். புண்ணிய கணக்கு முடிந்தது. இறைவனை அடைய பலன் மிஞ்சாது.

மற்றவர்களிடம் : "நேற்று முழுக்க விரதம் இருந்தேன்", "தினமும் காலை 4 மணிக்கு எழுந்து பூஜை செய்கிறேன்" - என்று சொல்லிக்கொண்டே இருப்போம். கேட்பவர்கள் "ஆஹா" என்றால் போதும். அந்த "ஆஹா" வுக்காகவே அடுத்த பூஜை. இறைவனுக்காக இல்லை, பேர் வாங்குவதற்காக. நோக்கம் மாறிவிட்டது. விமானம் ஊருக்கு போகாமல், பெட்ரோல் தீர்ந்துவிட்டது.

கடப்பது ஏன் கடினம்?

ஏனென்றால் இதை செய்வது 'மனம்'. திருடனை பிடிக்க போலீசுக்கு போனால், போலீஸே திருடனாக இருந்தால் என்ன செய்வது? மனதை வைத்துதான் மனதின் பெருமையை அடக்க வேண்டும். கத்தியை வைத்து கத்தியையே சாணை பிடிப்பது போல. கஷ்டம்.

மேலும், பெருமையை விட்டால் "நான் ஒன்றும் இல்லை" என்ற வெறுமை வரும். அந்த வெறுமையை மனம் பயப்படுகிறது. 'ஏதாவதாக' இருக்கவே ஆசைப்படுகிறது. 'ஒன்றும் இல்லாமல்' இருக்க பயப்படுகிறது. ஆனால் இறைவன் இருப்பது அந்த 'ஒன்றும் இல்லாத' வெறுமையில்தான்.

கடப்பது எப்படி? நீங்கள் சொன்ன இரண்டு வழிகள்

தொடர் முயற்சி - பயிற்சி :

'சாட்சி'யாக நில் : பெருமை எண்ணம் வரும்போது, சண்டை போடாதே. "ஆஹா, பெருமை வருகிறது" என்று பார். "நான் பெரிய பக்தன்" என்ற எண்ணம் வந்தால், "ஓ, இப்படி ஒரு எண்ணம் போகிறது" என்று வேடிக்கை பார். நீ அந்த எண்ணம் இல்லை. பார்ப்பவன் நீ. பார்க்க பார்க்க, அந்த எண்ணம் பலம் இழந்து போகும்.

'கர்த்தா'வை மாற்று : "நான் செய்தேன்" என்பதை "அவன் செய்வித்தான்" என்று மாற்று. கை தானம் செய்தால், "இந்த கை இறைவன் கை. அவன் கொடுத்தான்" என்று நினை. கால் கோவில் சுற்றினால், "இவன் இழுத்துச் சென்றான்" என்று நினை. வேலைக்காரன் முதலாளி பேரில் பணம் வாங்கினால், அவனுக்கு பெருமை வராது. நீ இறைவனின் வேலைக்காரன்.

ரகசியமாக செய் : இயேசு சொன்னார் - "வலது கை கொடுப்பது இடது கைக்கு தெரியக்கூடாது." தானம், தவம், விரதம் - எல்லாம் ரகசியமாக செய். சொல்லாதே. புகைப்படம் எடுக்காதே. போஸ்ட் போடாதே. புகழ் வரும் வாசலை அடைத்துவிட்டால், பெருமை உள்ளே வராது.

'பிச்சைக்காரன்' மனநிலை : தினம் காலையில் எழுந்ததும் "இறைவா, நான் ஒன்றும் இல்லை. நீ தந்தது எல்லாம். இன்று உன் கருணை பிச்சை போடு" என்று வேண்டு. பிச்சைக்காரனுக்கு பெருமை வராது.

இறை அருள் - சரணாகதி :

முயற்சி செய். ஆனால் "என் முயற்சியால் மட்டும் முடியாது" என்று தெரிந்துகொள். கடைசியில் கதவை திறப்பது அவன்தான். நீ தட்டிக்கொண்டே இருக்க வேண்டும்.

"என்னால் இந்த பெருமையை விட முடியவில்லை. நீயே வந்து எடுத்துக்கொள்" என்று அழு. குழந்தை அழுதால் தாய் ஓடி வருவாள். "நான் பக்தன்" என்ற பெருமையையும் அவனிடமே கொடுத்துவிடு. "இதோ, இந்த பெருமையையும் நீயே வைத்துக்கொள். எனக்கு நீ மட்டும் போதும்" என்று சரணடைந்துவிடு.

கண்ணன் சொன்னான் : "சர்வ தர்மான் பரித்யஜ்ய மாம் ஏகம் சரணம் வ்ரஜ." எல்லா தர்மத்தையும் விடு, புண்ணியம் செய்தேன் என்ற தர்மத்தையும் விடு, என்னிடம் சரணடை.

நம்பிக்கை

"முடியுமா?" என்று சந்தேகப்படாதே. முடியும். ஏன்?

ராமகிருஷ்ணருக்கு 'நான் காளி உபாசகன்' என்ற பெருமை இருந்தது. அதையும் உடைத்தார். இஸ்லாமியராக, கிறிஸ்தவராக வாழ்ந்து பார்த்தார். 'நான் இந்து' என்ற பெருமையையும் உடைத்தார். கடைசியில் 'நான்' என்பதே போய்விட்டது. அவரால் முடிந்தால், நம்மாலும் முடியும்.

ரமண மகரிஷி சொன்னார் : "'நான் யார்?' என்று கேள். 'நான் பக்தன்' என்ற பதில் வந்தாலும், அதையும் விசாரி. கடைசியில் 'நான்' போய்விடும். மிஞ்சுவது இறைவன் மட்டும்தான்."

ஆக, பெருமை என்பது கடைசி பரீட்சை. தங்கம் நெருப்பில் உருகி, களிம்பு போனால்தான் ஆபரணம் ஆகும். 'நான்' என்ற களிம்பு போனால்தான் நீ இறைவனின் ஆபரணம் ஆவாய்.

தொடர்ந்து அடி மேல் அடி வை. விழுந்தால் எழு. "முடியவில்லை" என்று அழுது அவனை கூப்பிடு. அவன் கை தருவான். கதவு திறக்கும்.

'நான்' கரையும்போது, 'அவன்' தெரிவான்.

29

உன் வழி உனக்கானது

ஆன்மீகம் அனைவருக்கும் பொதுவானது. அனைவருக்கும் உரிமையானது. ஏனெனில் அது நம்மை இறைவனிடம் கொண்டு போய் சேர்க்கும் வழியாகும். இருப்பினும் அனைவராலும் ஆன்மீக வழியில் பயணம் செய்ய முடிவதில்லை. ஏனெனில் ஆன்மீகம் உணர்த்துவது உனக்கான பாதையை நீயே உருவாக்கி அதில் பயணம் செய்து இறைவனை அடைய வேண்டும் என்பதே. ஆனால் இந்த அடிப்படையை பெரும்பான்மையானவர்கள் புரிந்து கொள்வதில்லை. புரிந்து கொள்ள வேண்டும் என்ற தன்முனைப்பையும் காட்டுவதில்லை. மாறாக, ஏற்கனவே ஒருவர் பயணம் செய்த வழியையே தனக்கான வழியாக நினைத்து, அதிலேயே பயணம் செய்கின்றனர். அவ்வழி அதை உருவாக்கியவரின் வாய்ப்புகளுக்கு ஏற்ப, தகுதிகளுக்கு ஏற்ப அவரின் குணநலன்களுக்கு ஏற்ப அமைந்தது. அதே குண நலன்கள், தன்மைகள், நிலைகள், தகுதிகள் உள்ளவர்கள் அவ்வழியில் பயணம் செய்தால் அது அவர்களுக்கு எவ்வித சிரமத்தையும் தராமல், மீறி ஏதேனும் தடைகள் ஏற்பட்டாலும் அதையும் கடந்து செல்லும் மனநிலையை அவர்களுக்கு கொடுக்கிறது. ஆனால் அதில் பயணம் செய்பவர்கள் அனைவரும் அதன் முழுத் தன்மையுடன் இருப்பதில்லை. அப்படி இருக்க, எவ்வாறு அப்பாதையில் பயணம் செய்து அதே இலக்கினை அடைய முடியும்? கோடியில் ஒருவருக்கே அது சாத்தியம். ஆனால் கோடி பேரும் தங்களை தாங்களே அறிந்து தம் தகுதிகளை உணர்ந்து அதை சரியான விதத்தில் மேம்படுத்துவார்களேயானால், அவர்கள் அனைவருமே தங்களுக்கான பாதைகளை வகுக்க முடியும். அதன் மூலம் அவர்களின் இலக்கினை அடைந்து விட முடியும். இது உலக வாழ்விலும் சரி ஆன்மீக வாழ்விலும் சரி. இதையே உலகில் அவதரித்த அத்தனை மகான்களும் சித்தர்களும் ரிஷிகளும் ஞானிகளும் நமக்கு உணர்த்த விரும்புவது. அடிப்படை பொதுவானது. அதை பயன்படுத்தி ஒவ்வொருவரும் தனக்கான பாதையை கண்டறிந்து பயணித்தால் நிச்சயம் இறைவனை அடைதல் சாத்தியம் என்பது நிதர்சனமான உண்மை.

உன் வழி உனக்கானது - யார் பாதையும் உன்னுடையது இல்லை

ஆன்மீகம் ஏன் எல்லோருக்கும் பொது?

பசி எல்லோருக்கும் பொது. தண்ணீர் எல்லோருக்கும் பொது. காற்று எல்லோருக்கும் பொது.

அதுபோல "நான் யார்?", "இந்த வாழ்க்கைக்கு அர்த்தம் என்ன?", "சாவுக்கு பிறகு என்ன?" என்ற கேள்வியும் எல்லோருக்கும் பொது. அந்த கேள்விக்கு விடை தேடும் பயணம்தான் ஆன்மீகம்.

அதனால் ஆன்மீகம் பிராமணனுக்கு மட்டும் இல்லை, சாமியாருக்கு மட்டும் இல்லை, இமயமலைக்கு போகிறவனுக்கு மட்டும் இல்லை. கடைக்காரனுக்கும் உண்டு, குடிகாரனுக்கும் உண்டு, கொலைகாரனுக்கும் உண்டு. வால்மீகி கொலைகாரன். ராமாயணம் எழுதினான். வழி திறந்தே இருக்கிறது.

பிறகு ஏன் எல்லோரும் போகவில்லை?

காரணம் மேல் சொன்ன மாதிரி - "உன் பாதையை நீயே உருவாக்கு" என்பதுதான் ஆன்மீகத்தின் அடிப்படை. இதுதான் கஷ்டம்.

சோம்பேறித்தனம் : சொந்தமாக யோசிக்க சோம்பல். "யாராவது சொல்லட்டும், நான் பின்பற்றுகிறேன்" என்று இருந்துவிடுவது சுலபம். சமைக்க சோம்பல் பட்டு ஹோட்டல் சாப்பாடு தேடுவது போல. ஹோட்டல் சாப்பாடு எல்லோருக்கும் ஒத்துக்கொள்ளாது. சிலருக்கு வயிற்றுவலி வரும்.

பயம் : "நான் புதுசா ஒரு வழி போனா தப்பாயிட்டா? " என்ற பயம். ஊரே ஒரு பக்கம் போகும்போது, நாம மட்டும் தனியா போக பயம். தோல்வி வந்தால் யார் மேல் பழி போடுவது? அதனால் கூட்டத்தோடு போய்விடுவது பாதுகாப்பு.

புரிதல் இல்லை : "ஆன்மீகம் என்றால் கோவிலுக்கு போவது, விரதம் இருப்பது, மாலை போடுவது" என்று நினைத்துக்கொண்டார்கள். அது வழியில் இருக்கும் மைல்கல். அதுவே வழி இல்லை. வழி என்பது உள்ளுக்குள் போவது.

அடுத்தவர் வழியில் போனால் என்ன ஆகும்?

சைஸ் தப்பாகும் : ரமணருக்கு "சும்மா இரு" என்பது வழி. அவர் ஒரு இடத்தில் உட்கார்ந்தால் 20 வருஷம் அசைய மாட்டார். அது அவர் தன்மை. நீயும் "சும்மா இருக்கிறேன்" என்று உட்கார்ந்தால், 20 நிமிடத்தில் கொசு கடிக்கும், பசி எடுக்கும், கோபம் வரும். ஏனென்றால் உன் உடம்பு, மனம் வேறு. அவர் சட்டை உனக்கு பத்தாது.

தோல்வி நிச்சயம் : புத்தர் அரண்மனையை விட்டு காட்டுக்கு போனார். ஏனென்றால் அரண்மனை அவருக்கு சிறை. நீ அரண்மனையில் சந்தோஷமாக இருக்கிறாய். இப்போது "புத்தர் காட்டுக்கு போனார், நானும் போகிறேன்" என்றால் என்ன ஆகும்? காட்டில் பயந்து செத்துப்போவாய். அவர் விட்டதை நீ பிடிக்க வேண்டும். நீ பிடித்ததை அவர் விட்டார். வழி எதிர் எதிர்.

நடிப்பு மிஞ்சும் : விவேகானந்தர் "எழுமின், விழுமின்" என்று கர்ஜித்தார். அது அவர் ரத்தம். நீயும் மேடையில் கர்ஜித்தால், மேடை விட்டு இறங்கியதும் பயந்து ஓடுவாய். உள்ளுக்குள் இல்லாததை வெளியே நடித்தால், கடைசியில் உனக்கே உன்னை பிடிக்காமல் போகும். இதுதான் ஆன்மீக வேஷம்.

கோடியில் ஒருவன் : ஆமாம். அந்த மகானின் குணம், பிறவி, கர்மா, வாசனை - அத்தனையும் 100% ஒத்துப்போன ஒருவன்தான் அந்த வழியில் ஜெயிக்க முடியும். மீதி பேர் வழியிலேயே தொலைந்து போவார்கள். "ராமகிருஷ்ணர் காளி பக்தர், நானும் காளி பக்தன்" என்று 1 கோடி பேர் இருந்தால், ராமகிருஷ்ணர் ஆவது ஒருவர்தான். மீதி 99,99,999 பேர் குழம்பித்தான் போவார்கள்.

அப்போது சரியான வழி என்ன?

அடிப்படையை எடு, பயணத்தை நீயே வகு.

எல்லா மகானும் சொன்ன அடிப்படை என்ன?

1. உண்மை : பொய் பேசாதே, பொய்யாக வாழாதே.

2. அன்பு : எல்லா உயிரிடமும் கருணை காட்டு.

3. தன்னை அறிதல் : "நான் யார்?" என்று கேள்.

4. பற்றின்மை : வந்தது போகும், போவது வரும். எதிலும் ஒட்டிக்கொள்ளாதே.

இந்த 4-ம் சிமெண்ட், மணல், ஜல்லி, கம்பி. இது பொது.

ஆனால் வீடு எப்படி கட்டுவது? ஒரு மாடியா, இரண்டு மாடியா, சதுரமா, வட்டமா? அது உன் நிலத்துக்கு, உன் காசுக்கு, உன் தேவைக்கு ஏற்ப நீ முடிவு செய்.

எப்படி கண்டுபிடிப்பது?

உன்னை படி : உனக்கு கோபம் வருமா? காமம் அதிகமா? சோம்பலா? பயமா? எது உன் பெரிய எதிரி? அதுதான் உன் முதல் பாடம். கோபக்காரனுக்கு அன்புதான் தவம். காமக்காரனுக்கு பிரம்மச்சரியம் இல்லை, ஒழுங்குதான் தவம். புத்தருக்கு ஆசைதான் எதிரி. அதனால் துறவு அவர் வழி. உனக்கு ஆசையே இல்லை, பயம்தான் எதிரி என்றால், தைரியம்தான் உன் வழி.

உன் சூழ்நிலையை பார் : குடும்பஸ்தனா? குடும்பத்தை விட்டு ஓடாதே. குடும்பமே உன் கோவில். மனைவி, குழந்தை, வேலை - இதில் நேர்மையாக, அன்பாக இருப்பதே உன் யோகம். ஜனகர் ராஜாவாக இருந்தே ஞானி ஆனார். வியாபாரியா? நேர்மையாக வியாபாரம் செய். அதுவே தவம்.

சிறிதாக ஆரம்பி : "தினம் 5 நிமிஷம் கண்ணை மூடி மூச்சை கவனிக்கிறேன்" என்று ஆரம்பி. "இன்று ஒரு பொய் குறைப்பேன்" என்று ஆரம்பி. "யாருக்காவது ஒரு நல்லது செய்வேன்" என்று ஆரம்பி. உன் வழி உனக்கே தெரியும். நடக்க நடக்க பாதை தெரியும். நின்று கொண்டே "வழி எது? " என்று கேட்டால் தெரியாது.

தோல்வியை ஏற்றுக்கொள் : உன் வழியில் நீ தோற்கலாம். தப்பில்லை. அடுத்தவர் வழியில் ஜெயிப்பதை விட, உன் வழியில் தோற்பது மேல். ஏனென்றால் அந்த தோல்வியிலிருந்து நீ கற்பாய். அடுத்த முறை வழியை சரி செய்வாய். கீதையில் கண்ணன் சொன்னான் : "சுவதர்மே நிதனம் ஷ்ரேய :" - சொந்த தர்மத்தில் சாவது கூட மேல். அடுத்தவன் தர்மம் பயம் தரும்.

கடைசி உண்மை

இயேசு சொன்னார் : “I am the Way” - நானே வழி. ஆனால் “என் வழியை காப்பி அடி” என்று சொல்லவில்லை. “நான் கடவுளை அடைந்த மாதிரி, நீயும் உனக்கான வழியில் அடை” என்றார்.

புத்தர் சொன்னார் : “ஆத்ம தீபோ பவ” - உனக்கு நீயே விளக்கு. “என் விளக்கில் திரி போடு” என்று சொல்லவில்லை.

ரமணர் சொன்னார் : “உன் குரு உனக்குள்ளே இருக்கிறார்” . வெளியே இருக்கும் குரு, உள்ளே இருக்கும் குருவை காட்டும் விரல்தான். விரலை பார்த்துக்கொண்டே இருக்காதே, விரல் காட்டும் திசையில் பார்.

ஆக, ஆன்மீகம் ஒரு நதி. கடலுக்கு போக வேண்டும்.

கூட்டமாக ஒரு படகில் ஏறினால், படகு கவிழ்ந்தால் எல்லோரும் சாவீர்கள்.

ஆளுக்கு ஒரு தோணி கட்டு. சிலருக்கு மரத்தோணி. சிலருக்கு பாய்மரக்கப்பல். சிலருக்கு நீந்தியே போக தெம்பு இருக்கும்.

உன் தோணி எது என்று நீதான் முடிவு செய்ய வேண்டும். கடல் ஒன்றுதான். போய் சேர்ந்தால் எல்லோரும் ஒன்றுதான்.

அதனால் புத்தகத்தை மூடு. கண்ணை மூடு. கேள் : “இன்று நான் என்ன செய்தால், நான் இன்னும் கொஞ்சம் நல்லவன் ஆவேன்?” அந்த பதில்தான் உன் முதல் அடி. அதுதான் உன் பாதை.

நடக்க ஆரம்பி. வழி தானாக விரியும்.

30

செடியும் நீயும் ஒன்றுதான்

ஒரு செடியை நடுகிறோம் என்றால் அது நன்றாக வளர்ந்து சிறப்பான நற்பலன்களை அளிக்க வேண்டும் என்று நாம் விருப்பம் கொண்டால், அப்பொழுது அச்செடியைச் சுற்றியுள்ள களைகளை மட்டும் அகற்றினால் போதாது, சில சமயம் அச்செடியின் சில கிளைகளையும்தான் அகற்ற வேண்டி இருக்கும். அதுபோலவே நம்மை நாம் மேம்படுத்திக் கொள்ள முயலும் சமயங்களில் அது இயலாமல் போவதற்கு வெளியில் உள்ள காரணிகள் மட்டுமே தடைகளாக எல்லா நேரங்களிலும் இருப்பதில்லை. நமக்குள்ளேயே இருக்கும் சில குணங்களும் தன்மைகளும் கூட நம் சுய வளர்ச்சிக்கு தடையாக இருக்கலாம் என்பதை அறிந்து அதை முழு மனதோடு கண்டறிந்து சரி செய்யும் போது தான் உண்மையான மேம்படுதல் என்பது நமக்குள் உண்டாகும்.

செடியும் நீயும் ஒன்றுதான் - வெட்ட வேண்டியது கிளையை, களையை மட்டும் அல்ல.

களை எடுப்பது சுலபம் - கிளை வெட்டுவது வலி

களை என்பது வெளி தடை : கெட்ட நண்பன், குடி பழக்கம், டிவி, மொபைல், பொறாமை பிடித்த உறவு. இதெல்லாம் களை. இதை பிடுங்கி எறிவது சுலபம். ஏனென்றால் "இது என் குற்றம் இல்லை, வெளியே இருந்து வந்தது" என்று மனசு சமாதானம் சொல்லிக்கொள்ளும். களை பிடுங்கினதும் "நான் பெரிய தியாகம் செய்துவிட்டேன்" என்ற பெருமை வேறு வரும்.

கிளை என்பது உள் தடை : ஆனால் செடியின் கிளை? அது செடியின் ஒரு பாகம். அதுவும் நீரை குடிக்கிறது, வெயிலை வாங்குகிறது. ஆனால் அது குறுக்கே வளர்ந்து, மேலே போகும் தண்டுக்கு வெளிச்சம் வராமல் தடுக்கிறது. காய் காய்க்காமல் சத்தை உறிஞ்சுகிறது.

நமக்குள் அப்படி என்ன கிளைகள்?

'பாசம்' என்ற கிளை : குழந்தை மேல் பாசம். ஆனால் "என் பிள்ளை தப்பே செய்யாது" என்று கண்மூடித்தனமாக வளர்ந்தால், அந்த பிள்ளையே நாளை தப்பு செய்வான். கிருஷ்ணன் சொல்வான் : "பற்று வை, பாசம் வைக்காதே." பாசம் என்ற கிளை முற்றினால், மரம் சாய்ந்துவிடும்.

'பழைய பெருமை' என்ற கிளை : "ஒரு காலத்தில் நான் கிளாஸ் ஃபர்ஸ்ட், நான் மாவட்ட சாம்பியன்." இது உண்மைதான். ஆனால் 20 வருஷமா அதையே சொல்லிக்கொண்டு, புதுசா ஒன்றும் கத்துக்காமல் இருந்தால், அந்த பழைய கிளை புது தளிரை வர விடாது. வெட்ட வேண்டும்.

'நான் சரி' என்ற கிளை : "நான் சொல்வதுதான் சரி, என் முறைதான் சரி" . இந்த பிடிவாதம் ஒரு கிளை. அது வளர வளர, புது காற்று, புது வெளிச்சம் உள்ளே வராது. கற்றல் நின்றுவிடும். மரம் கூனிக்குறுகி போகும்.

ஏன் கிளையை வெட்ட தயங்குகிறோம்?

வலிக்கும் : களையை பிடுங்கினால் மண்தான் கொட்டும். கிளையை வெட்டினால் செடிக்கு ரத்தம் வரும். பால் வடியும். "ஐயோ, என் ஒரு பாகத்தை நானே வெட்டுகிறேனே" என்ற வலி. "நான் நல்லவன்" என்ற அடையாளத்தை வெட்டும்போது, "அப்போ நான் கெட்டவனா?" என்ற பயம்.

சந்தேகம் : "இந்த கிளையை வெட்டினால் செடி செத்துவிடுமோ? " என்ற பயம். 'பழைய நான்' செத்துப்போனால், 'புதிய நான்' பிறப்பேனா என்ற சந்தேகம். அதனால் அழுகின கிளையையும் வைத்துக்கொண்டு அழுகிறோம்.

அடையாள சிக்கல் : 20 வருஷமா "கோபக்காரன்" என்ற பட்டம். இப்போது கோபத்தை விட்டால், "நான் யார்?" என்ற கேள்வி வரும். ஒன்றும் இல்லாமல் போய்விடுவோமோ என்ற பயம். அதனால் கோபத்தையே கட்டிப்பிடித்துக்கொண்டு இருக்கிறோம். நம்மை அழிக்கும் விஷத்தை, "இது என் குணம்" என்று கொண்டாடுகிறோம்.

வெட்டுவது எப்படி? தோட்டக்காரன் பாடம்

தோட்டக்காரன் ஆகு : செடியை தூரத்தில் இருந்து பார். "எந்த கிளை வெளிச்சத்தை மறைக்கிறது? எந்த கிளை காய் காய்க்காமல் சத்தை மட்டும் உறிஞ்சுகிறது?" என்று பார். உன்னை நீயே தூரத்தில் இருந்து பார். "என்னுடைய எந்த குணம் என் வளர்ச்சியை தடுக்கிறது?" என்று கேள். பொய் சொல்லாமல் பதில் சொல்.

இரக்கம் இல்லாமல் வெட்டு : தோட்டக்காரன் கிளையை வெட்டும்போது அழ மாட்டான். "செடி நல்லா வர வேண்டும்" என்ற ஒரே நோக்கம்தான். "இனி மேல் 'நான் பாவம்' என்று சொல்லிக்கொண்டு அழ மாட்டேன்" என்று முடிவு எடு. வெட்டு. முதல் 10 நாள் கஷ்டமாக இருக்கும். அப்புறம் பழகிவிடும்.

மருந்து போடு : கிளையை வெட்டிய இடத்தில் தோட்டக்காரன் மருந்து போடுவான். இல்லையென்றால் பூச்சி வரும். நீ ஒரு கெட்ட குணத்தை விட்டால், அந்த இடத்தில் ஒரு நல்ல குணத்தை வை. கோபத்தை விட்டால், பொறுமையை பயிற்சி செய். வெற்றிடம் ஆபத்து.

காலம் கொடு : கிளை வெட்டிய உடனே மாங்காய் காய்க்காது. அடுத்த சீசனில் இருந்துதான் காய்க்கும். "நான் கோபத்தை விட்டுட்டேன், ஏன் இன்னும் ஞானி ஆகல?" என்று அவசரப்படாதே. செடி தன்னை சரி செய்துகொள்ள நேரம் எடுக்கும். பொறு.

இறைவனிடம் கொடு : "நானே வெட்டுகிறேன்" என்று கர்வப்படாதே. "இறைவா, இந்த கிளை எனக்கு பாரமாக இருக்கிறது. நீயே எடுத்துவிடு. வலித்தாலும் பரவாயில்லை" என்று வேண்டு. அவன் தோட்டக்காரன். அவனுக்குத்தான் எங்கே வெட்ட வேண்டும் என்று தெரியும். சில சமயம் நாம் வெட்ட நினைக்கும் கிளை நல்ல கிளையாக இருக்கலாம். அவன் வெட்டச் சொல்லும் கிளைதான் சரி.

கடைசி உண்மை

அர்ஜுனன் பெரிய வீரன். ஆனால் "சொந்தக்காரர்களை எப்படி கொல்வது?" என்ற பாசம், 'நல்லவன்' என்ற பெயர் - இது அவனுக்கு கிளை. யுத்தம் செய்ய விடாமல் தடுத்தது.

கண்ணன் என்ன செய்தான்? கீதையை சொல்லி அந்த கிளையை வெட்டினான். வெட்டிய பிறகுதான் அர்ஜுனன் வில் எடுத்தான். ஜெயித்தான். தர்மம் காத்தான்.

உன் வாழ்க்கையும் ஒரு யுத்தம்தான். ஜெயிக்க வேண்டும் என்றால், உன் தேரில் கண்ணனை ஏற்று. அவன் சொல்லும் கிளையை வெட்டு.

வெளியே இருக்கும் எதிரியை ஜெயிப்பது எளிது. உள்ளே இருக்கும் எதிரியை ஜெயிப்பதுதான் வீரம்.

களையை பிடுங்கு. அது முதல் படி.

கிளையை வெட்டு. அதுதான் கடைசி படி. கடவுள் வீட்டு கதவு திறக்கும் படி.

31

பலனை மட்டும் பார்க்கும் மனம்

பக்குவம் இல்லாத மனமானது யாராவது மகிழ்ச்சி அடைந்தாலோ, வெகுமதி பெற்றாலோ, பெருமை அடைந்தாலோ, ஏன் தானும் அதனை அடைய ஏக்கம் கொள்கிறது? அவற்றைஅடைந்தவரை பார்த்து பொறாமை கொள்கிறது? ஆனால், அவைகளை அடைந்தவர், அவற்றிற்கான என்னவெல்லாம் தியாகங்கள் செய்திருப்பார், எவ்வளவு உழைத்திருப்பார் கடினமான சூழ்நிலைகளை எவ்வாறு கடந்து இருப்பார் என்பதை எல்லாம் பற்றி அறிந்து கொள்ள நாட்ட மில்லாத மனம், அவர் பெற்ற வெற்றியை புகழை பெருமையை மட்டும் அடைய பெரும் ஆசை கொள்வதன் காரணம் என்னவென்று பார்த்தால், ஒரு உண்மை விளங்கும். நாம் நம் மனதை எப்படி பழக்கப்படுத்தி வைத்திருக்கிறோமோ அதன்படி தான் அது செயல்படுகிறது. ஒருவர் உயர்ந்த நிலைக்குச் செல்லும் பொழுது அது பொருளாதாரத்திலோ அல்லது ஆன்மீகத்திலோ அவர் அதற்காக எடுத்த முயற்சிகளை நாம் காண மறுக்கிறோம். ஏனெனில், அது கடினமானது காலம் எடுப்பது. ஆனால் அவர் அடைந்த வெற்றியையும் மேன்மையான நிலைகள்பெரும் சுகபோகங்களின் ஆனந்தத்தின் தோற்றத்தில் இவ்வுலகில் வெளிப்படுவதால் அந்த சுகத்தின் ஆனந்தத்தில் மனமானது ஈர்க்கப்பட்டு, அந்த வெற்றியின் பயனை தானும் அனுபவிக்க வேண்டும் என்று விரும்புவதாலேயே இந்த நிலை ஏற்படுகிறது. இது நம்மை பிறவி சூழலிலேயே சிக்க வைப்பதற்கான ஒரு சோதனை தானே தவிர வேறு இல்லை என்று புரிந்து கொள்ளும்போது தான், மனமானது சிறுக சிறுக அம்மாயையிலிருந்து விடுபட்டு உண்மை நிலையை உணர்வதற்கு வாய்ப்பு உண்டாகிறது.

பலனை மட்டும் பார்க்கும் மனம் - வேரை மறக்கும் மனம்

இது அப்பட்டமான உண்மை. மனதின் திருட்டுத்தனத்தை தோலுரித்து காட்டுவது.

மனம் ஏன் பலனை மட்டும் பார்க்கிறது?

மனம் ஒரு குழந்தை : குழந்தை கடையில் பலூன் பார்த்தால் "எனக்கு வேணும்" என்று அழும். அந்த பலூன் செய்ய எத்தனை பேர் உழைத்தார்கள், ரப்பர் எங்கிருந்து வந்தது, காற்று அடைத்து கட்ட எவ்வளவு நேரம் ஆகும் என்று யோசிக்காது. பலன் மட்டும் வேண்டும். நம் மனமும் அப்படித்தான். 60 வயது ஆனாலும் 6 வயது குழந்தை புத்திதான்.

மனம் சுலபத்தை தேடும் : மலை மேல் ஏறுவது கஷ்டம். ஆனால் மலை உச்சியில் நின்று போட்டோ எடுப்பது சுகம். மனம் உச்சியில் நிற்கும் போட்டோவை மட்டும் பார்க்கிறது. ஏறிய வழியில் இருக்கும் முள், கல், வெயில், மழை, கால் வலி - இதையெல்லாம் பார்க்காது. ஏனென்றால் அது கஷ்டம். மனம் கஷ்டத்தை வெறுக்கிறது, சுகத்தை மட்டும் விரும்புகிறது.

மனம் ஒப்பிட்டு வாழும் : பக்கத்து வீட்டுக்காரன் கார் வாங்கினால், "அவனுக்கு மட்டும் எப்படி?" என்று மனம் கேட்கும். ஆனால் அவன் 15 வருஷம் கடன் வாங்கி, தினம் 16 மணி நேரம் உழைத்து, சாப்பிடாமல் தூங்காமல் இருந்தது கண்ணுக்கு தெரியாது. வெற்றி வெளியே தெரியும். உழைப்பு உள்ளே இருக்கும். மனம் வெளியே மட்டும்தான் பார்க்கும்.

மாயை என்ற திரை : இது மாயை. சினிமாவில் ஹீரோ 3 மணி நேரத்தில் கோடீஸ்வரன் ஆவான். இடையில் 20 வருஷ உழைப்பை காட்ட மாட்டார்கள். 3 பாட்டில் காட்டி முடித்துவிடுவார்கள். வாழ்க்கையும் அப்படி இருக்கும் என்று மனம் நம்பிவிடுகிறது. 'ஷார்ட்-கட்' தேடுகிறது. ஆன்மீகத்தில் கூட "யாராவது தொட்டா சாமி வந்துடுமா?" என்று தேடுகிறது.

பொறாமை ஏன் வருகிறது?

திருட்டு புத்தி : உழைக்காமல் சாப்பிட ஆசை. அடுத்தவன் தட்டில் இருக்கும் சோற்றை பார்த்து வாய் ஊறுவது. "அவன் ஏன் சாப்பிடுகிறான், நான் ஏன் சாப்பிடவில்லை?" என்ற கேள்வி. ஆனால் "அவன் எப்படி சம்பாதித்தான்?" என்ற கேள்வி வராது.

தகுதி இல்லாத ஆசை : 1-ம் வகுப்பு படிக்காமல் 10-ம் வகுப்பு பாஸ் பண்ண ஆசைப்படுவது போல. ஆன்மீகத்தில் "நான் ரமணர் மாதிரி சும்மா இருக்க வேண்டும்" என்று ஆசை. ஆனால் ரமணர் 16 வயதில் மரண பயம் வந்து,

“நான் யார்?” என்று உயிரை கொடுத்து தேடினார். அந்த தேடல் நமக்கு இல்லை. பலன் மட்டும் வேண்டும்.

‘நான்’ என்ற அகங்காரம் : “அவனுக்கு கிடைத்தது எனக்கு ஏன் கிடைக்கவில்லை? நான் என்ன தகுதி குறைந்தவனா?” என்ற அகங்காரம். இறைவன் பாரபட்சம் பார்க்கிறார் என்ற கோபம். உண்மையில் இறைவன் நீதிமான். உழைப்புக்கு ஏற்ற ஊதியம் கொடுக்கிறார். நீ விதைக்காமல் அறுக்க ஆசைப்படுகிறாய்.

இதுதான் பிறவி சூழல் - சோதனை

இது சோதனை.

தங்கத்தை உருக்கும் நெருப்பு : வைரம் ஆக வேண்டும் என்றால் கரி பல கோடி வருஷம் அழுத்தத்தில் இருக்க வேண்டும். “அடுத்த வைரத்தை பார், எப்படி ஜொலிக்கிறது? நானும் உடனே ஜொலிக்க வேண்டும்” என்றால் முடியுமா? அந்த அழுத்தத்தை தாங்க வேண்டும். அந்த காத்திருப்பை ஏற்க வேண்டும்.

பரீட்சை பேப்பர் : டீச்சர் எல்லோருக்கும் ஒரே கேள்வித்தாள் கொடுக்கிறார். படித்தவன் எழுதுகிறான். படிக்காதவன் பக்கத்து பையனை பார்த்து காப்பி அடிக்க ஆசைப்படுகிறான். காப்பி அடித்தால் மாட்டிக்கொள்வான். வாழ்க்கையும் அப்படித்தான். அடுத்தவன் வெற்றியை காப்பி அடிக்க நினைத்தால் தோல்விதான். உன் பேப்பரை நீதான் எழுத வேண்டும்.

மாயை என்ற வலை : சுகம், புகழ், பணம், பெருமை - இதெல்லாம் மாயையின் தூண்டில். மீனுக்கு புழு தெரியும், தூண்டில் முள் தெரியாது. வாயை வைத்தால் மாட்டிக்கொள்ளும். வெற்றி பெற்றவனின் சுகத்தை பார்த்து நாமும் வாயை வைக்கிறோம். மாயை பிடித்து இழுக்கிறது. மீண்டும் பிறவி, மீண்டும் ஆசை, மீண்டும் தோல்வி. இந்த சக்கரம்தான் பிறவி சூழல்.

மீள்வது எப்படி? மனதை பழக்குவது எப்படி?

‘வேரை’ பார், ‘கனியை’ அல்ல : யாராவது உயர்ந்த நிலையில் இருந்தால், உடனே “இவர் என்ன தியாகம் செய்திருப்பார்? என்ன கஷ்டப்பட்டிருப்பார்?” என்று யோசி. அப்துல் கலாமை பார்த்தால், “பேப்பர் போட்டார்,

ராமேஸ்வரத்தில் பட்டினி கிடந்தார்'' என்று நினை. அவரின் உழைப்பை வணங்கு. பதவியை அல்ல. மனம் தானாக திருந்தும்.

உன் 'கணக்கை' பார் : அடுத்தவன் மார்க் ஷீட்டை பார்க்காதே. உன் மார்க் ஷீட்டை பார். "நேற்று நான் எங்கே இருந்தேன், இன்று எங்கே இருக்கிறேன்?'' என்று பார். 1% முன்னேறினாலும் சந்தோஷப்படு. ஒப்பீடு நின்றால் பொறாமை சாகும்.

'விலையை' கேள் : "எனக்கு அவர் மாதிரி புகழ் வேண்டும்'' என்று தோன்றினால், உடனே "அதற்கு என்ன விலை கொடுக்க தயார்? '' என்று கேள். குடும்பத்தை விட முடியுமா? தூக்கத்தை விட முடியுமா? உயிரை கொடுக்க முடியுமா? முடியாது என்றால், ஆசையை விட்டுவிடு. விலை கொடுக்காமல் பொருள் கேட்பது திருட்டுத்தனம்.

'செயலில்' கவனம் வை : பலன் இறைவன் கை. செயல் உன் கை. "நான் இன்று என் வேலையை 100% நேர்மையாக செய்தேனா?'' என்று மட்டும் பார். அர்ஜுனனுக்கு கண்ணன் சொன்னது இதுதான் : "கர்மண்யே வாதிகாரஸ்தே மா பலேஷு கதாசன'' - செயலில் மட்டும் உனக்கு உரிமை, பலனில் இல்லை. பலனை மறந்துவிட்டு செயலில் ஆழ்ந்தால், பொறாமை வராது.

'நன்றி' சொல் : அடுத்தவன் ஜெயித்தால், உள்ளுக்குள் எரிச்சல் வரும். அதை அடக்கி, "நல்லது நடந்ததே, சந்தோஷம். அவர் கஷ்டம் பலன் கொடுத்தது'' என்று மனதார வாழ்த்து. முதலில் நடிப்பாக இருக்கும். போக போக உண்மையாகிவிடும். வாழ்த்தும் மனதில் பொறாமை நிற்காது.

கடைசி ரகசியம்

புத்தர் ஞானம் அடைந்ததும் முதலில் என்ன செய்தார்? 7 நாள் சும்மா இருந்தார். "இந்த ஆனந்தத்தை யாருக்கும் சொல்ல முடியாது, சொன்னாலும் புரியாது'' என்று. பிறகு ஏன் போதித்தார்? கருணை.

ஆனால் அவரின் ஆனந்தத்தை பார்த்து, "எனக்கும் வேண்டும்'' என்று ஓடி வந்தவர்களிடம் என்ன சொன்னார்? "வா, நான் போன வழியில் வா. காடு, மேடு, முள், கல் எல்லாம் தாண்டி வா'' . உடனே பாதி பேர் ஓடிவிட்டார்கள்.

மீதி பேர்தான் பிக்கு ஆனார்கள்.

ஆக, உண்மை விளங்கிவிட்டது. மனம் ஒரு குரங்கு. பழத்தை பார்த்தால் தாவும். ஆனால் மரம் ஏறாது.

அந்த குரங்கை பழக்க வேண்டும். "மரம் ஏறினால்தான் பழம்" என்று தினம் சொல்லி சொல்லி பழக்க வேண்டும்.

ஒரு நாள் மனம் திருந்தும். "ஐயோ, நான் பழத்தை பார்த்து ஏமாந்தேன். வேர்தான் முக்கியம்" என்று புரிந்துகொள்ளும்.

அன்று மாயை விலகும். பிறவி அறுபடும். உண்மை புலப்படும்.

அதுவரை போராட்டம்தான். போராடு. தோற்றாலும் போராடு. ஏனென்றால் போராடுவதுதான் வாழ்க்கை.

32

வெறுப்பு என்ற சுவர்

சிறு அளவேனும் நம்முள் வெறுப்புணர்வு இருக்குமானால் நாம் இறைவனை விட்டு இன்னும் விலகியே தான் இருக்கிறோம் என்று அர்த்தம். இவ்வுலகில் அனைத்தும் இறைவனாலேயே படைக்கப்பட்டது. அனைத்து படைப்புகளும் அவரின் உருவாக்கமே. புல் பூண்டிலிருந்து அகிலம் அனைத்தும் அவரின் விருப்பத்தாலேயே உண்டாகின்றன. இதில் நாம் யார் மீதோ, எப்பொருளின் மீதோ, ஏன் நம் மீதோ கூட சிறு அளவேனும் வெறுப்புணர்வு கொண்டு இருப்போமானால், அதன் பொருள் இறைவனின் ஏதோ ஒரு படைப்பையே நாம் வெறுக்கின்றோம் என்றே அர்த்தமாகிறது அல்லவா. அப்படியெனில் எவ்வாறு நாம் இறைவனை முழுமையாக ஏற்றுக் கொண்டோம் என்று கூறுவது? !இது முரணாக அல்லவா உள்ளது. ஆகவேவெறுப்புணர்வற்ற வாழ்வை வாழ்வதுதான் இறைவனின் இருப்பிடத்திற்கு நம்மை இட்டுச் செல்லும் பெரும் வழிஎன்பதை நாம் உணர வேண்டும்.

வெறுப்பு என்ற சுவர் - இறைவனை மறைக்கும் திரை

இது அணுவளவும் பிசகில்லாத சத்தியம். வெறுப்பு இருக்கும் இடத்தில் இறைவன் இல்லை. இறைவன் இருக்கும் இடத்தில் வெறுப்பு நிற்காது.

ஏன் வெறுப்பு இறைவனை மறுக்கிறது?

இறைவன் என்றால் ‘எல்லாம்’ : இறைவன் கோவிலில் மட்டும் இல்லை. நல்லவனிடம் மட்டும் இல்லை. பூவில், முள்ளில், தேனில், விஷத்தில், பக்தனில், திருடனில் - எல்லாவற்றிலும் அவன்தான் இருக்கிறான். “ஈசாவாஸ்யம் இதம் ஸர்வம்” - இங்கு இருப்பது எல்லாம் இறைவன் மயம்.

வெறுப்பு என்ன செய்கிறது? : நீ ஒரு மனிதனை வெறுத்தால், இறைவன் போட்ட வேஷத்தை வெறுக்கிறாய்.

ஒரு நாயை வெறுத்தால், இறைவன் எடுத்த உருவத்தை வெறுக்கிறாய். உன்னையே வெறுத்தால், உனக்குள் இருக்கும் இறைவனை வெறுக்கிறாய்.

இது எப்படி இருக்கிறது தெரியுமா? ஒரு ஓவியனிடம் போய் "உங்க ஓவியம் நல்லா இருக்கு, ஆனா இந்த மூலையில் நீங்க போட்ட மஞ்சள் பெயிண்ட் எனக்கு பிடிக்கல, அசிங்கமா இருக்கு" என்று சொல்வது போல. அந்த மஞ்சள் இல்லாமல் ஓவியம் முழுமை ஆகாது. படைத்தவனுக்கு தெரியும் எதை எங்கே வைக்க வேண்டும் என்று. நீ குறை சொன்னால், படைத்தவனை குறை சொல்கிறாய்.

வெறுப்பின் 3 முகங்கள் - மூன்றும் ஆபத்து

அடுத்தவர் மேல் வெறுப்பு : "அவன் கெட்டவன், அவள் துரோகி". சரி, அவன் கெட்டவனாக இருக்கட்டும். ஆனால் அவனை படைத்தது யார்? அவனுக்குள் உயிராக இருப்பது யார்? பாம்பை பார்த்து பயப்படலாம், ஒதுங்கலாம். ஆனால் வெறுக்கக்கூடாது. ஏனென்றால் அதற்குள்ளும் இறைவன் இருக்கிறான். கொலைகாரனாக வந்த காளியை ராமகிருஷ்ணர் வணங்கினார். ஏனென்றால் அவருக்கு தெரியும் - வேஷம் வேறு, ஆள் ஒன்றுதான்.

பொருள் மேல் வெறுப்பு : "பணம் கெட்டது, உலகம் மாயை, உடம்பு அசிங்கம்". இது ஆன்மீகம் இல்லை, அஞ்ஞானம். பணத்தை வெறுத்தால், லட்சுமியை வெறுக்கிறாய். உடம்பை வெறுத்தால், இறைவன் குடியிருக்கும் கோவிலை வெறுக்கிறாய். உலகத்தை வெறுத்தால், இறைவன் போட்ட நாடகத்தை வெறுக்கிறாய். வேண்டாம் என்று விலகலாம், ஆனால் வெறுக்கக்கூடாது.

தன் மேல் வெறுப்பு : இதுதான் மிகப்பெரிய பாவம். "நான் பாவி, நான் தகுதி இல்லாதவன், நான் ஒன்றுக்கும் உதவாதவன்". இப்படி சொல்லும்போது, உன்னை படைத்தவனை அவமானப்படுத்துகிறாய். ஒரு குயவன் குடம் செய்தால், குடம் "நான் கோணல், நான் அசிங்கம்" என்று சொன்னால், குயவனுக்கு எப்படி இருக்கும்? உன்னை வெறுப்பது இறைவனை நேரடியாக வெறுப்பது.

அப்போ கெட்டதை எதிர்க்கவே கூடாதா?

எதிர்க்க வேண்டும். ஆனால் வெறுக்காமல் எதிர்க்க வேண்டும்.

டாக்டர் VS நோய் : டாக்டர் கேன்சர் கட்டியை வெட்டி எடுப்பார். ஆனால் நோயாளியை வெறுப்பாரா? மாட்டார். கட்டி மேல் கோபம், நோயாளி மேல் கருணை. அதுபோல, தப்பை எதிர், தப்பு செய்பவன் மேல் கருணை வை. அவனும் நோயாளிதான். அகங்காரம், அறியாமை என்ற நோய்.

கண்ணன் VS கௌரவர்கள் : கண்ணன் கௌரவர்களை யுத்தத்தில் கொன்றான். ஆனால் வெறுத்தானா? இல்லை. "இவர்கள் என் அத்தை பிள்ளைகள், இவர்களுக்கும் மோட்சம் கொடுக்க வேண்டும்" என்ற கருணையில்தான் கொன்றான். கொல்வது கடமை. வெறுப்பது இல்லை. கடமையில் கோபம் இருக்கலாம், வெறுப்பு இருக்கக்கூடாது. கோபம் நீர் மேல் எழுத்து. வெறுப்பு கல்லு மேல் எழுத்து.

சாக்கடையை சுத்தம் செய் : சாக்கடை நாற்றம் அடிக்கிறது என்று வெறுத்து ஓடினால், ஊரே நாறிவிடும். மூக்கை பிடித்துக்கொண்டு சுத்தம் செய். அதுதான் கடமை. வெறுப்பு ஒன்றுக்கும் உதவாது.

வெறுப்பு இல்லாத வாழ்வு - எப்படி சாத்தியம்?

'வேஷத்தை' பார், 'ஆளை' பார் : யாரையாவது பார்த்து கோபம் வந்தால், உடனே "இவனுக்குள் இருப்பதும் அவன்தான். எனக்குள் இருப்பதும் அவன்தான். அவன் ஏன் இப்படி நடந்துகொள்கிறான்? அவன் கர்மா, அவன் வளர்ப்பு, அவன் வலி" என்று யோசி. வேஷம் கோபப்படுத்தும், ஆள் கருணையை வரவழைப்பான்.

'கணக்கை' முடி : உனக்கு யாராவது கெடுதல் செய்தால், "போன ஜென்மத்தில் நான் இவனுக்கு செய்த கடன். இன்று திருப்பி கொடுத்துவிட்டேன். கணக்கு தீர்ந்தது" என்று நினை. கடன் தீர்ந்தால் சந்தோஷப்பட வேண்டும், வெறுக்கக்கூடாது.

'பாடத்தை' எடு : ஒவ்வொரு கெட்ட மனிதனும், கெட்ட சம்பவமும் ஒரு ஆசான். "பொறுமையை கற்றுக்கொடுக்க வந்திருக்கிறான், விழிப்பை கற்றுக்கொடுக்க வந்திருக்கிறான்" என்று நினை. ஆசானை வெறுப்பார்களா? மாட்டார்கள்.

'பிரார்த்தனை' செய் : வெறுப்பு வரும்போது சண்டை போடாதே. "இறைவா, என்னால் இவரை நேசிக்க முடியவில்லை. நீயே என் மனதை மாற்று. உன் கண்ணால் இவரை பார்க்கும் சக்தியை கொடு" என்று வேண்டு. வெறுப்பு உன் சக்தியால் போகாது. அவன் அருளால்தான் போகும்.

'நன்றி' சொல் : தினமும் காலையில் "இந்த உலகத்தில் இருக்கும் எல்லா நல்லது கெட்டதுக்கும் நன்றி. எல்லாம் நீதான். எல்லாம் உன் விளையாட்டு" என்று 5 நிமிடம் சொல். நன்றி சொல்லும் இதயத்தில் வெறுப்பு தங்காது.

கடைசி உண்மை : அன்புதான் இறைவன்

வேதம் சொல்கிறது : "அன்பே சிவம்." இயேசு சொன்னார் : "God is Love". அன்பு இருக்கும் இடம்தான் இறைவன் இருப்பிடம்.

வெறுப்பு என்ற சுவர் எழுப்பினால், இறைவன் வெளியே நிற்பான். "சுவரை இடி, நான் உள்ளே வருகிறேன்" என்பான்.

ரூமி சொன்னார் : "உன் வேலை அன்பை தேடுவது இல்லை. அன்புக்கு எதிராக நீ கட்டியிருக்கும் சுவர்களை தேடி இடிப்பதுதான்". வெறுப்புதான் அந்த சுவர்.

ஆக, ஞானம் அடைய வேண்டுமா? கோவில் கோவிலாக போக வேண்டாம். மந்திரம் லட்சம் தடவை சொல்ல வேண்டாம்.

ஒன்று மட்டும் செய் : இன்று யாரையும் வெறுக்காதே. எதையும் வெறுக்காதே. உன்னையும் வெறுக்காதே.

இதுதான் வாழும் வழிபாடு. இதுதான் நிஜமான ஆன்மீகம்.

வெறுப்பு அற்ற மனம்தான் வெள்ளை மனம். வெள்ளை மனம்தான் இறைவன் வீடு.

33

கோபம் இருமுனை கத்தி

நீங்கள் ஏதும் செய்யாத போதும் ஒருவர் உங்களை அவதூறு வார்த்தைகளை கூறி உங்களை சினம் கொள்ள செய்யும் செயலை தொடர்ந்து செய்து கொண்டு இருக்கிறார் என்றால் அவ்வேளையில் நீங்கள் அவர் மீது கோபத்தை வெளிப்படுத்த நினைப்பது யதார்த்தமே. ஏனெனில் உங்கள் கோபத்திற்கு வலுவான காரணங்கள் உள்ளன. ஆனால் அதன் மறுபக்கம் உங்களை கோபம் கொள்ளச் செய்ய வேண்டும் என்ற அந்த நபரின் விருப்பமும் நிறைவேறிவிடும். இந்நிலையில் உங்கள் கோபத்திற்கான காரணங்கள் வலுவானவைகளாக இருப்பினும் இழப்பு என்னவோ உங்களுக்குமானதாகவே இருக்கும்., ஆகவே நிலை தடுமாறச் செய்திடும் கோபத்தை எந்நாளும் ஓர் முழுமையான ஆயுதமாக கொள்ளுதலை தவிர்த்தலே நன்று. ஏனெனில் அதன் இரு முனை கூர்மை உங்களையும் காயப்படுத்தி விடும். கோபத்தை நம் இலக்கை கூர்படுத்த உதவும் சானைக்கல்லாக பயன்படுத்த தெரிந்தவர்களுக்கு, கோபம் என்பது அவர்களின் ஓர் பொக்கிஷமாகவே விளங்கும்.

கோபம் : இருமுனை கத்தி - பிடிக்க தெரிந்தால் ஆயுதம், தெரியாவிட்டால் அழிவு

கோபம் வருவது இயற்கை. ஆனால் அதை வெளியே காட்டுவது உன் தேர்வு. அந்த தேர்வில்தான் வெற்றி தோல்வி இருக்கிறது.

ஏன் கோபப்படுவது தோல்வி?

எதிரியின் வெற்றி : அவன் நோக்கமே உன்னை நிலை தடுமாற வைப்பதுதான். நீ கோபப்பட்ட அடுத்த நொடி, அவன் ஜெயித்துவிட்டான். நீ தோற்றுவிட்டாய். காரணம் நியாயமாக இருந்தாலும், களத்தில் நீ உணர்ச்சிவசப்பட்டுவிட்டாய். உணர்ச்சிவசப்பட்டவன் யோசிக்க மாட்டான். தப்பு செய்வான். அவன் அதற்காகத்தான் காத்திருக்கிறான்.

உன் சக்தி விரயம் : கோபம் வந்தால் ரத்தம் கொதிக்கும், இதயம் வேகமாக துடிக்கும், புத்தி மழுங்கும். ஒரு மணி நேர கோபம், உன் 3 நாள் சக்தியை உறிஞ்சிவிடும். அந்த சக்தியை வைத்து நீ ஒரு புத்தகம் படித்திருக்கலாம், ஒரு வேலை செய்திருக்கலாம், தியானம் செய்திருக்கலாம். எல்லாம் வீண். கோபப்பட்டு உன் நேரத்தையும், நிம்மதியையும் அவனுக்கு தானம் செய்கிறாய்.

நீயே உன்னை குத்திக்கொள்வாய் : கத்தி எதிரி மேல் படுமா இல்லையா தெரியாது. ஆனால் பிடித்திருக்கும் உன் கையை கிழிப்பது நிச்சயம். கோபத்தில் வார்த்தையை விட்டுவிட்டு, பிறகு "அய்யோ, அப்படி சொல்லியிருக்கக்கூடாது" என்று நீதான் அழுவாய். உறவு உடையும், மானம் போகும், வழக்கு வரும். நஷ்டம் உனக்குத்தான். அவன் வீட்டுக்கு போய் நிம்மதியாக தூங்குவான்.

அப்போ சும்மா இருக்க வேண்டுமா? கோழையாகவா?

இல்லை. கோபத்தை அடக்குவது வேறு, ஆள்வது வேறு.

அடக்குவது : குக்கருக்குள் ஆவி. அடைத்து வைத்தால் வெடிக்கும். அல்சர் வரும், பிபி ஏறும், மனைவி கிட்ட கத்துவாய். இது தப்பு.

ஆள்வது : கோபம் வருகிறது. உணர். "ஓ, உடம்பு சூடாகிறது, கை நடுங்குகிறது" என்று பார். உடனே பதில் சொல்லாதே. 10 நொடி தள்ளிப்போடு. மூச்சை இழுத்து விடு.

இப்போது கோபம் உனக்கு அடிமை. நீ கோபத்துக்கு அடிமை இல்லை. இந்த 10 நொடியில்தான் ஞானிக்கும் மூடனுக்கும் வித்தியாசம் இருக்கிறது.

கோபத்தை நம் கருவியாக மாற்றுவது எப்படி?

எரிபொருள் ஆக்கு : "என்னால் முடியாது, நீ தோற்றுப்போவாய்" என்று ஒருவன் சொன்னால், கோபம் வரும். அந்த கோபத்தை "அவனுக்கு காட்டுகிறேன்" என்று வெளியே கத்தி செலவழிக்காதே. "செய்து காட்டுகிறேன்" என்று உள்ளே வைத்து உழை. அப்துல் கலாமை பேப்பர் போடும் பையன் என்று கேலி செய்தார்கள். கோபப்பட்டார். ஆனால் கத்தவில்லை. ராக்கெட் விட்டார். கோபம் சாதனை ஆனது.

அதுதான் சாணைக்கல். உன்னை கூர்மையாக்கும்.

எல்லைக்கோடு போடு : கோபம் வந்தால், "இவன் என் நிம்மதியை கெடுக்கிறான். இனி இவனுக்கு என் வாழ்க்கையில் இடம் இல்லை" என்று முடிவு எடு. அமைதியாக விலகு. கத்தி சண்டை போடுவது வீரம் இல்லை. சண்டை போடாமல் ஜெயிப்பதுதான் வீரம். விலகுவது தோல்வி இல்லை. உன் சக்தியை காப்பாற்றுவது.

நீதி கேள், கூச்சல் போடாதே : அநியாயம் நடந்தால் சும்மா இருக்கக்கூடாது. ஆனால் கோபத்தில் கத்தினால், உன் நியாயம் அடிபட்டு போகும். "இவன் கோபக்காரன்" என்று முத்திரை குத்தி, உன் பேச்சை கேட்க மாட்டார்கள். அதனால் கோபத்தை உள்ளே வைத்து, வெளியே அமைதியாக, ஆதாரத்தோடு, அழுத்தமாக பேசு. கோபம் உன் குரலில் இருக்காது, செயலில் இருக்கும். அதுதான் எதிரிக்கு பயம்.

எஜமானன் யார் என்று காட்டு : அவன் உன்னை கோபப்படுத்தினால், நீ சிரி. அமைதியாக இரு. "உன்னால் என்னை அசைக்க முடியாது" என்று செயலால் காட்டு. அதுதான் அவனுக்கு பெரிய தோல்வி. அவன் தோற்றுப்போய், நீ ஜெயித்துவிடுவாய். உன் மனதின் ரிமோட் உன் கையில் இருக்கிறது என்று காட்டு.

கிருஷ்ணன் காட்டிய வழி

குருஷேத்திரத்தில் கிருஷ்ணன் கோபப்பட்டானா? பலமுறை. சிசுபாலன் 100 தடவை திட்டினான். 99 தடவை சிரித்தான். 100-வது தடவை கொன்றான். ஏன்?

99 தடவை அவன் கோபம் கிருஷ்ணனை தொடவில்லை. அதனால் சிசுபாலன் தோற்றான். 100-வது தடவை தர்மம் மீறியது. அப்போது கோபம் வந்தது. ஆனால் அது 'வெறி' இல்லை, 'தர்மம்'. சக்கரத்தை ஏவினான். வேலை முடிந்ததும் சாந்தமானான்.

அதுதான் சூட்சமம். கோபம் உன்னை ஆளக்கூடாது. நீ கோபத்தை ஆள வேண்டும். தேவைப்படும்போது எடு, வேலை முடிந்ததும் உறையில் போடு. எப்போதும் கையில் வைத்திருந்தால், உன்னையும் கிழிக்கும், உன் கூட இருப்பவர்களையும் கிழிக்கும்.

கோபம் என்ற கல் வீசப்படும்போது, அதை பிடித்து உன் கோட்டையின் செங்கல் ஆக்கு.

அப்போது கோபம் உனக்கு சாபம் இல்லை, வரம். எதிரி உனக்கு வில்லன் இல்லை, ஆசான்.

உன் கோபத்தின் எஜமானன் நீதான். அதை மறக்காதே.

34

தகுதி

உண்மையான தகுதி என்பது நம்மை நாம் மேம்படுத்திக் கொள்வதனால் உண்டாகும் மாற்றமே ஆகும்.

தகுதி = பட்டம் இல்லை, மாற்றம் தான்

"தகுதி" என்ற வார்த்தைக்கு இன்று தப்பான அர்த்தம் கொடுத்து வைத்திருக்கிறோம்.

பட்டம், பதவி, பணம், புகழ் - இதெல்லாம் 'ஸ்டிக்கர்'. கார் மேல ஒட்டிக்கொள்ளலாம். ஆனால் காருக்குள் இஞ்சின் இல்லை என்றால் ஸ்டிக்கர் என்ன செய்யும்?

நீ உனக்குள் மாறாமல், வெளியே 100 பட்டம் ஒட்டிக்கொண்டாலும் பிரயோஜனம் இல்லை. அது தகுதி இல்லை, வேஷம்.

ஏன் மாற்றம்தான் தகுதி?

இறைவன் பார்ப்பது மாற்றத்தை : ஒரு புழு பட்டாம்பூச்சி ஆனால், இறைவன் "ஆஹா, மாறிவிட்டதே" என்று சந்தோஷப்படுவான். புழுவாகவே இருந்துகொண்டு "நான் B. E புழு" என்று சொன்னால், அவன் திரும்பி கூட பார்க்க மாட்டான். உன் ஆன்மா ஒரு புழு. அதை பட்டாம்பூச்சி ஆக்குவதுதான் வாழ்க்கை. அதுதான் தகுதி.

மாற்றம்தான் நிரந்தர சொத்து : பணம் போகும், பதவி போகும், இளமை போகும். ஆனால் நீ கஷ்டப்பட்டு உருவாக்கிய ஒரு நல்ல குணம் - பொறுமை, தைரியம், உண்மை - அது சாவு வரை வரும். அடுத்த ஜென்மத்துக்கும் வரும் என்பார்கள். அதுதான் உண்மையான 'குவாலிஃபிகேஷன்'.

மாற்றம்தான் மற்றவருக்கு உதவும் : நீ M. B. A படித்திருக்கிறாய், ஆனால் கோபக்காரன். உன்கிட்ட வேலை செய்யும் 10 பேர் நிம்மதி இழப்பார்கள். நீ 8-வது பெயில், ஆனால் அன்பானவன், நிதானமானவன். உன்கிட்ட இருக்கும் 10 பேர் சந்தோஷமாக இருப்பார்கள். யாருக்கு தகுதி இருக்கிறது? உலகத்துக்கு பயன்படுபவனுக்குத்தான் தகுதி. உன்னை மேம்படுத்தினால்தான் உலகத்துக்கு பயன்படுவாய்.

மேம்பாடு என்றால் என்ன? 3 கட்டம்

கட்டம் 1 : கண்டுபிடி - 'நான்' என்ற நோயாளியை

காலையில் கண்ணாடி பார்க்கிறோம். முகத்தில் பரு இருந்தால் தெரியும். ஆனால் குணத்தில் பரு இருந்தால்?

தினமும் இரவு 5 நிமிடம் உட்கார். "இன்று நான் எங்கே தப்பு செய்தேன்? யாரை காயப்படுத்தினேன்? எந்த பலவீனம் வெளியே வந்தது?" என்று கேள். பொய் சொல்லாமல் பதில் எழுது. நோய் என்ன என்று தெரியாமல் மருந்து சாப்பிட முடியாது.

கட்டம் 2 : செதுக்கு - 'தேவை இல்லாததை' உடை

சிலை செய்ய கல்லை உடைக்க வேண்டும். தேவையில்லாத கல்லை உடைத்தால்தான் கடவுள் தெரிவார். உனக்குள் இருக்கும் சோம்பல், பொய், பொறாமை, பயம் - இது தேவையில்லாத கல். தினம் ஒரு அடி. "இன்று 10 நிமிடம் சீக்கிரம் எழுவேன்" - சோம்பல் உடையும். "இன்று ஒரு பொய் பேச மாட்டேன்" - பொய் உடையும். வலிக்கும். ஆனால் நீ அழகாவாய்.

கட்டம் 3 : வளர் - 'புதியதை' சேர்

வெறும் கல்லை உடைத்தால் போதாது. புது நகை போட வேண்டும். கோபத்தை உடைத்தால், பொறுமையை பயிற்சி செய். பயத்தை உடைத்தால், தைரியமாக ஒரு சின்ன வேலை செய். சுயநலத்தை உடைத்தால், யாருக்காவது ஒரு உதவி செய். இதுதான் வளர்ச்சி. இதுதான் தகுதி.

கடைசி உண்மை : மார்க் ஷீட் யார் கொடுப்பது?

உலகம் உனக்கு மார்க் போடும் - 100/100, First Class. ஆனால் அது காகிதம்.

இறைவன் மார்க் போடுவது வேறு. அவன் கேட்பது ஒரே கேள்விதான் : “நான் உன்னை அனுப்பும்போது நீ எப்படி இருந்தாய்? இப்போது எப்படி திரும்பி வந்திருக்கிறாய்? என்ன மாற்றம் கொண்டு வந்திருக்கிறாய்?”

அந்த மார்க் ஷீட்டில் ‘பாஸ்’ ஆக வேண்டும் என்றால், தினம் மாற வேண்டும். தினம் வளர வேண்டும்.

விவேகானந்தர் சொன்னார் : “Arise, Awake, and stop not till the goal is reached” - எழுந்திரு, விழித்துக்கொள், இலக்கை அடையும் வரை நிற்காதே.

இலக்கு என்ன? நோபல் பரிசு இல்லை. ‘பழைய நீ’ செத்து, ‘புதிய நீ’ பிறப்பதுதான் இலக்கு. அந்த புதிய நீதான் தகுதியான நீ.

ஆக, இன்று இரவு தூங்கும்போது கேள் : “நேற்றைய எனக்கும் இன்றைய எனக்கும் என்ன வித்தியாசம்?”

விடை ‘ஒன்றும் இல்லை’ என்றால், நீ இன்று வாழவில்லை, வெறும் சுவாசித்திருக்கிறாய்.

விடை ‘கொஞ்சம் மாறியிருக்கிறேன்’ என்றால், நீ இன்று தகுதியானவன் ஆகியிருக்கிறாய்.

35

என் வழிதான் சரி என்ற அகங்காரம்

ஆன்மீகத்தில் செல்வோர் பலர் கடினமான சூழ்நிலைகளை கடந்தே தங்களுக்கான இறை பாதையை கண்டறிகின்றனர். அதில் பயணம் செய்து இறைவனை உணர்கின்றனர். ஆனால் இதில் மிகச்சிலர், தாங்கள் அறிந்த பாதை மட்டுமே இறைவனை அடையும் வழி என்ற எண்ணத்தில் ஆழ்ந்து செல்கின்றனர். இதன் காரணமாக அவர்களின் மனநிலையில் ஏற்படும் மாற்றமானது, மற்றவரின் பாதை இறைவனை அடையக்கூடியது அல்ல என்ற எண்ணம். அதனாலேயே மற்றவரின் பாதைகளை ஏற்றுக்கொள்ள மறுப்பதுடன் அதை எதிர்க்கவும் செய்கின்றனர். இதனால் மனக்கசப்புகளும் முரண்பாடுகளும் ஏற்படுகின்றன. ஆன்மீகத்தை அறிந்தவர்களில் மிகச் சிலர் இவ்வாறு நடந்து கொள்வதால், இறைவனை அடைய வேண்டும் என்ற வேட்கையுடன் இவர்களை அணுகும் இளம் மக்கள் பலர் இவர்களின் இம்மாதிரியான அணுகுமுறையால் வழிநடத்தப்பட்டு, மற்றவர்களின் பாதைகளை எதிர்ப்பதை/சிதைப்பதை தொடர்ந்து செய்வதால், கிடைப்பதற்கு அரிய இப் மனித பிறவியின் மாண்பை அறியாமல் இறைவனை அடைய முடியாமல் பிறவிச் சுழலிலேயே தொடர்ந்து சிக்குகின்றனர்.

“என் வழிதான் சரி” என்ற அகங்காரம் - ஆன்மீகத்தின் பெரிய வியாதி

இது கசப்பான உண்மை. கடவுளை தேடிப் போனவன், கடைசியில் தன் நிழலையே கடவுள் என்று நினைத்துக்கொள்வதுதான் இது. இதுதான் ஆன்மீக அகங்காரம் - எல்லா பாவத்திலும் பெரிய பாவம்.

ஏன் இப்படி ஆகிறார்கள்?

கஷ்டப்பட்ட ஈகோ : “நான் 12 வருஷம் காட்டில் இருந்தேன், பட்டினி கிடந்தேன், அடி வாங்கினேன்.

அப்போதுதான் கடவுள் தெரிந்தார்.'' உண்மைதான். ஆனால் அந்த கஷ்டம் மனதில் 'நான்' என்ற விஷத்தை ஏற்றிவிடுகிறது. ''நான் கஷ்டப்பட்டேன், அதனால் என் வழிதான் உயர்ந்தது'' என்று நினைக்கிறார். கஷ்டம் பணிவை கொடுக்க வேண்டும். இவருக்கு கர்வத்தை கொடுத்துவிட்டது.

அனுபவம் என்ற சிறை : கிணற்று தவளைக்கு கிணறுதான் உலகம். அது கடலை பார்த்ததே இல்லை. ''கடல் என்று ஒன்று இல்லை, கிணறுதான் உண்மை'' என்று சண்டை போடும். இவர்களும் அப்படித்தான். இவர்கள் போன வழியில் இவர்களுக்கு அனுபவம் கிடைத்தது. அது உண்மை. ஆனால் ''இதை தவிர வேறு வழியே இல்லை'' என்று முடிவு கட்டிவிடுகிறார்கள். இறைவன் இவர்கள் அளவுக்கு சின்னவனா?

பயம் : ''என் வழி தவறு என்றால், நான் 20 வருஷம் வீணாக்கிவிட்டேனா?'' என்ற பயம். அதனால் ''என் வழிதான் சரி, மற்றதெல்லாம் தப்பு'' என்று ஊருக்கு சொல்லி தன்னையே சமாதானப்படுத்திக்கொள்கிறார். மற்றவரை தாழ்த்தினால்தான், தான் உயர்ந்ததாக காட்ட முடியும் என்ற அற்பத்தனம்.

அதிகார போதை : ''என்னை பின்பற்றினால்தான் மோட்சம்'' என்று சொன்னால், கூட்டம் சேரும். காசு வரும். பெயர் வரும். காலில் விழுவார்கள். இந்த போதை ஏறிவிட்டால், உண்மை தெரிந்தாலும் ஒத்துக்கொள்ள மாட்டார். கடவுளை விட 'குரு' பட்டம் முக்கியமாகிவிடும்.

இதனால் வரும் கேடு என்ன?

சண்டை - ரத்தம் : என் மதம்தான் உயர்ந்தது, என் கடவுள்தான் பெரியவர், என் மந்திரம்தான் சக்தி வாய்ந்தது - இப்படி ஆரம்பித்து ஊர் சண்டை, நாட்டு சண்டை, உலக யுத்தம் வரை போய்விட்டது. கடவுள் பெயரை சொல்லி கடவுளின் பிள்ளைகளையே கொல்கிறார்கள். இதைவிட முரண் உண்டா?

இளைஞர்கள் திசை மாறுதல் : நீங்கள் சொன்னது போல, இளம் பிள்ளை ஆசையாக வருகிறான். ''கடவுள் யார்?'' என்று கேட்கிறான். இந்த 'அரைகுறை ஞானி' சொல்கிறார் : ''அவனை வணங்காதே, இவன் கிட்ட போகாதே, அந்த கோவிலுக்கு போனால் பாவம்'' . பிள்ளைக்கு குழப்பம். பக்தி போய், வெறுப்பு வருகிறது. ''ஆன்மீகம் என்றாலே சண்டை'' என்று வெறுத்து ஓடிவிடுகிறான். ஒரு ஆன்மாவை கெடுத்த

பாவம் அந்த ‘குரு’வையே சேரும்.

தானும் மூழ்கி, மற்றவரையும் மூழ்கடித்தல் : கடவுள் என்ற கடலுக்கு போக ஆயிரம் நதி இருக்கிறது. கங்கை, காவிரி, கோதாவரி - எல்லாம் கடலில்தான் சேரும். “கங்கை மட்டும்தான் கடலுக்கு போகும், காவிரி போகாது” என்று தடுப்பது எவ்வளவு மூடத்தனம்? தானும் கடலுக்கு போகாமல், கங்கை கரையிலேயே உட்கார்ந்துகொண்டு, மற்ற நதிகளையும் அணை போட்டு தடுக்கிறான். பாவம்.

உண்மையான ஞானி எப்படி இருப்பான்?

ராமகிருஷ்ணர் : காளியை வணங்கினார், அல்லாவை தொழுதார், இயேசுவை நேசித்தார். எல்லா வழியிலும் போய் பார்த்தார். கடைசியில் சொன்னார் : “எத்தனை மதம், அத்தனை வழி. ஒரே குளத்துக்கு நாலு படித்துறை. எந்த படியில் இறங்கினாலும் தண்ணீர் ஒன்றுதான்.”

வள்ளலார் : “சாதியும் மதமும் சமயமும் பொய் என ஆதியில் உணர்த்திய அருட்பெருஞ்ஜோதி.” சமயத்தை தாண்டு என்றார்.

கண்ணன் : கீதையில் சொல்கிறான் : “எவர் எந்த வடிவத்தில் என்னை வழிபட்டாலும், அவர்களின் நம்பிக்கையை நான் அசைக்காமல் உறுதிப்படுத்துகிறேன்” [7:21]. அவனே சொல்லிவிட்டான் - வழி எதுவானாலும் பரவாயில்லை, நம்பிக்கை முக்கியம் என்று.

உண்மையான ஞானி மலை உச்சியில் நிற்பவன். அவனுக்கு தெரியும் - மலைக்கு ஏற 1000 பாதை உண்டு. கிழக்கில் இருந்து ஒரு பாதை, மேற்கில் இருந்து ஒரு பாதை. எல்லாம் உச்சிக்குத்தான் வரும். அதனால் கீழே ஏறி வருபவனை பார்த்து “தப்பான பாதை” என்று கல் எறிய மாட்டான். “மேலே வா, கை கொடுக்கிறேன்” என்பான்.

நாம் என்ன செய்ய வேண்டும்?

‘வழி’யை வணங்காதே, ‘இலக்கை’ வணங்கு : பஸ், ட்ரெயின், ஃப்ளைட், நடை - ஊருக்கு போக வழிகள். பஸ்ஸில் போகிறவன், ஃப்ளைட்டில் போகிறவனை திட்டுவானா? மாட்டான். ஆன்மீகமும் அப்படித்தான். பக்தி, ஞானம், யோகம், கர்மம் - எல்லாம் வாகனம். இறைவன்தான் ஊர். வாகனத்தை

பிடித்து சண்டை போடாதே.

அனுபவம் பேசு, கொள்கை பேசாதே : "நான் இந்த வழியில் போனேன், எனக்கு நிம்மதி கிடைத்தது" என்று சொல். அது உன் அனுபவம். ஆனால் "இதுதான் ஒரே வழி, மற்றதெல்லாம் நரகத்துக்கு போகும் வழி" என்று சொல்லாதே. அது அகங்காரம்.

பக்குவம் பார் : LKG பையனுக்கு +2 பாடம் சொல்லிக்கொடுக்க முடியாது. ஆன்மீகத்திலும் அப்படித்தான். சிலருக்கு உருவ வழிபாடு வேண்டும். சிலருக்கு உருவம் இல்லாத தியானம் வேண்டும். சிலருக்கு சேவை வேண்டும். அவன் பக்குவத்துக்கு எது சரியோ, அதை செய்ய விடு. எல்லோருக்கும் ஒரே மருந்து கொடுத்தால் செத்துவிடுவான்.

பழத்தை பார் : இயேசு சொன்னார் : "மரத்தை பழத்தை வைத்து அறிவாய்." ஒரு வழியில் போகிறவனுக்கு அன்பு வந்ததா, பணிவு வந்ததா, பேராசை போனதா? வந்தது என்றால் அது நல்ல வழி. வெறுப்பு வந்தது, கர்வம் வந்தது, சண்டை வந்தது என்றால் அது தப்பான வழி. வழியின் பெயர் முக்கியம் இல்லை, விளைவுதான் முக்கியம்.

கடவுள் ஒரு பெரிய வீடு. அதற்கு ஆயிரம் வாசல். ஒவ்வொரு மதமும், ஒவ்வொரு மார்க்கமும் ஒரு வாசல்.

"என் வாசல் வழியாக மட்டும்தான் உள்ளே வர வேண்டும்" என்று சொல்லும் காவல்காரன், முதலாளிக்கு உண்மையான வேலைக்காரன் இல்லை. அவன் தான் முதலாளி ஆக ஆசைப்படுகிறான்.

நீ வீட்டுக்குள் போக வேண்டும். காவல்காரனுடன் சண்டை போட்டு நேரத்தை வீணாக்காதே. உனக்கு திறந்திருக்கும் வாசல் வழியாக உள்ளே போ. உள்ளே போன பிறகு தெரியும் - எல்லா வாசலும் ஒரே வீட்டுக்குத்தான் என்று.

அதுவரை, "சிவனும் அவனே, அல்லாவும் அவனே, இயேசுவும் அவனே" என்று நினை. மனசு விசாலமாகும். விசாலமான மனசில்தான் விஸ்வரூபன் குடியிருப்பான்.

36

வழி நாம் போடுவதா? விதி போடுவதா?

நாம் போகும் பாதைகள் எல்லாமே நாம் வகுத்த பாதைகள் என்று எண்ணலாகாது, ஏனெனில் சூழ்நிலைகளே பெரும்பாலும் நாம் செல்ல வேண்டிய பாதையை தீர்மானிக்கிறது.

வழி நாம் போடுவதா? விதி போடுவதா? - இரண்டும் தான்

. "என் இஷ்டப்படிதான் எல்லாம்" என்பதும் அகங்காரம். "எல்லாம் விதிப்படிதான்" என்பதும் சோம்பேறித்தனம். நடுவில் இருப்பதுதான் ஞானம்.

சூழ்நிலை என்ற சிற்பி

நீ கல், சூழ்நிலை உளி : ஒரு கல் "நான் புத்தர் சிலை ஆகப்போகிறேன்" என்று முடிவு செய்ய முடியாது. சிற்பி எங்கே உளி வைக்கிறான், எவ்வளவு அடிக்கிறான் என்பதை பொறுத்துதான் சிலை உருவாகும். அடி வலிக்கும். ஆனால் அடி இல்லை என்றால் நீ வெறும் கல்தான்.

ராமன் காட்டுக்கு போனான் : அவன் ஆசைப்பட்டு போகவில்லை. கைகேயி வரம், தசரதன் சத்தியம், சூழ்நிலை தள்ளியது. ஆனால் காட்டுக்கு போன பிறகு, அதை எப்படி ஏற்பது என்று அவன் முடிவு செய்தான். அழுது புலம்பியிருக்கலாம். ஆனால் தர்மத்தை காத்தான், ராவணனை அழித்தான். சூழ்நிலை பாதை போட்டது. அவன் நடையை முடிவு செய்தான்.

கர்ணன் சூத புத்திரன் ஆனான் : அவன் விருப்பம் இல்லை. குந்தி ஆற்றில் விட்டாள். சூழ்நிலை. ஆனால் வில்வித்தை கற்றது, துரியோதனன் நட்பு கொண்டது, கொடை கொடுத்தது - அது அவன் தேர்வு. பிறப்பு விதி. வாழ்க்கை மதி.

ஆக,சூழ்நிலை 'எந்த ஊருக்கு' போக வேண்டும் என்று சொல்லும். நீ 'எப்படி' போக வேண்டும் என்று முடிவு செய்.

அப்போ நமக்கு சுதந்திரமே இல்லையா?

இருக்கிறது. 100% இல்லை, 0% மும் இல்லை.

சீட்டு ஆட்டம் போல : உனக்கு என்ன சீட்டு வரும் என்பது விதி - உன் கையில் இல்லை. ஏழையாக பிறப்பது, நோயோடு பிறப்பது, அனாதையாக வளர்வது - இதெல்லாம் நீ போட்டுக்கொண்ட வேஷம் இல்லை. சூழ்நிலை கொடுத்த சீட்டு.

ஆனால்வந்த சீட்டை வைத்து எப்படி ஆடுவது என்பது உன் சாமர்த்தியம்- அதுதான் மதி, அதுதான் முயற்சி, அதுதான் சுதந்திரம். மொக்கை சீட்டு வைத்திருப்பவன் கூட ஜெயிக்கலாம். நல்ல சீட்டு வைத்திருப்பவன் தோற்கலாம்.

புத்தர் அரண்மனையில் பிறந்தார் - நல்ல சீட்டு. ஆனால் அதை தூக்கி எறிந்துவிட்டு பிச்சை எடுத்தார். அது அவர் ஆட்டம்.

ஒரு குடிசையில் பிறந்தவன், "எனக்கு விதி இப்படி" என்று உட்காராமல், படித்து முன்னேறி கலாம் ஆகிறான். அதுவும் அவர் ஆட்டம்.

அப்போ ஆன்மீக பாதையை யார் முடிவு செய்கிறார்?

இறைவன் கதவை திறப்பான், நீ உள்ளே போக வேண்டும்.

அழைப்பு அவனிடமிருந்து : "நான் யார்?" என்ற கேள்வி உனக்குள் வருவதே அவன் கருணை. கோடி பேர் சோறு, தூக்கம், செக்ஸ் என்று வாழ்ந்து செத்துவிடுகிறார்கள். உனக்கு 'தேடல்' வந்ததே சூழ்நிலை, விதி, அவன் அழைப்பு. நீ ஏற்படுத்திக்கொண்டது இல்லை.

தேர்வு உன்னிடமிருந்து : அழைப்பு வந்த பிறகு, "சரி, தேடுவோம்" என்று கிளம்புவதா, இல்லை "ச்சே, இதெல்லாம் வேலைக்கு ஆகாது" என்று டிவி பார்ப்பதா? இது உன் சுதந்திரம். பல பேருக்கு அழைப்பு வரும், காதை மூடிக்கொள்வார்கள்.

வழி மீண்டும் அவனிடமிருந்து : கிளம்பினால், குரு வருவான், புத்தகம் கிடைக்கும், அனுபவம் வரும். ரமணருக்கு மரண பயம் வந்தது - அவர் ஏற்படுத்திக்கொள்ளவில்லை. விவேகானந்தருக்கு ராமகிருஷ்ணர் கிடைத்தார் - அவர் தேடி போகவில்லை, சூழ்நிலை கொண்டு சேர்த்தது. உனக்கு பக்தி வழியா, ஞான வழியா, கர்ம வழியா என்பதை உன் பிறவி குணம், கர்மா, சூழ்நிலை முடிவு செய்யும்.

நடை மீண்டும் உன்னிடமிருந்து : வழி கிடைத்த பிறகு, தினம் தவறாமல் நடப்பதா, சோம்பல் பட்டு உட்கார்ந்துவிடுவதா? இது உன் முயற்சி. குரு கை பிடித்து கூட்டி போவார், ஆனால் நடக்க வேண்டியது உன் கால்.

அப்போ நாம் என்ன செய்ய வேண்டும்? ‘நிமித்த காரணன்’ ஆகு

கீதையில் கண்ணன் அர்ஜுனனிடம் சொல்கிறான் : “நிமித்த மாத்ரம் பவ ஸவ்யஸாசின்” - அர்ஜுனா, நீ ஒரு கருவியாக மட்டும் இரு.

இதுதான் சூட்சமம்.

கர்வம் விடு : “நான்தான் எல்லாம் செய்கிறேன், என் புத்திசாலித்தனம்” என்று நினைக்காதே. நல்ல குடும்பம், நல்ல உடம்பு, தேடல் - எல்லாம் அவன் கொடுத்தது. நன்றியோடு இரு.

சோம்பல் விடு : “எல்லாம் விதிப்படி நடக்கும்” என்று படுத்துவிடாதே. விதைக்காமல் நெல் முளைக்காது. முயற்சி செய். “என்னால் முடிந்ததை செய்கிறேன், பலன் உன் கையில்” என்று செய்.

ஓடத்தை செலுத்து : ஆற்றில் ஓடம் போகிறது. நீரோட்டம் ஒரு பக்கம் இழுக்கும் - அதுதான் விதி, சூழ்நிலை. ஆனால் உன் கையில் துடுப்பு இருக்கிறது - அதுதான் முயற்சி. துடுப்பு போடாமல் “ஆறு கொண்டு போகும் இடத்துக்கு போகிறேன்” என்றால், பாறையில் மோதி உடையும். நீரோட்டத்தை எதிர்த்து துடுப்பு போட்டாலும் கை வலிக்கும், போக முடியாது.

ஞானி என்ன செய்வான்? நீரோட்டம் எந்த பக்கம் போகிறது என்று பார்ப்பான். அதே திசையில், ஆனால் கரை சேர துடுப்பு போடுவான். சூழ்நிலையை புரிந்துகொண்டு, அதை பயன்படுத்தி

கரை சேர்வான். அதுதான் 'நிமித்த காரணன்'.

கடைசி வரி :

நீ வரைந்த ஓவியம் இல்லை இந்த வாழ்க்கை. இறைவன் வரைந்த ஓவியம். ஆனால் கலர் அடிப்பது உன் வேலை.

கோடு போட்டது அவன். கலர் சரியாக அடித்தால் அழகான படம். கிறுக்கினால் கிறுக்கல்.

சூழ்நிலை உனக்கு கொடுக்கப்பட்ட கோடு. அழகாக கலர் அடிப்பது உன் தகுதி.

அதனால் "என்னால்தான் எல்லாம்" என்று ஆடாதே. "என்னால் ஒன்றும் இல்லை" என்று முடங்காதே.

"அவன் விட்ட வழி, நான் நடக்கிறேன்" என்று நட. அதுதான் சரணாகதி. அதுதான் விடுதலை.

37

கேள்வி இல்லாத நிலை

உண்மையை முழுவதுமாக உணர்ந்தவர்களுக்கே, அதில் கேள்விகள் என்றும் எழாது. உண்மையை உணர்ந்ததாக வேடம் போடுபவர்கள் கேள்வி எழாதது போல நடிக்கலாமே அன்றி, கேள்வி எழாத நிலையை அடைந்தவராக ஆகிவிடுவதில்லை.

உணர்ந்தவன் மௌனமாகிறான், நடிப்பவன் வாய் பேசுகிறான்

"கேள்வி இல்லாத நிலை" என்பது அறிவின் முடிவு, அனுபவத்தின் ஆரம்பம்.

ஏன் உண்மையை உணர்ந்தவனுக்கு கேள்வி எழாது?

கடலில் விழுந்தவனுக்கு குடத்தில் தண்ணீர் எவ்வளவு இருக்கு என்ற கேள்வி வருமா?

நீ கடலுக்குள்ளேயே இருக்கும்போது, "கடல் எங்கே?" என்று கேட்பாயா? மாட்டாய். உண்மையை உணர்வது என்பது கடலில் கரைவது போல. நீயும் அதுவும் வேறு இல்லை என்று ஆகிவிட்டால், கேட்க யார் இருக்கிறார்கள்? கேள்வி எழ "நான்" வேறு, "உண்மை" வேறு என்ற பிரிவு வேண்டும். அந்த பிரிவே இல்லாமல் போய்விட்டால், கேள்வி எங்கிருந்து வரும்?

பசி தீர்ந்தவன் சாப்பாடு எங்கே என்று கேட்பானா?

"கடவுள் யார்? நான் யார்? வாழ்க்கையின் அர்த்தம் என்ன?" - இதெல்லாம் ஆன்ம பசி. உண்மை தெரிந்தவுடன் பசி தீர்ந்துவிடுகிறது. வயிறு நிறைந்த பிறகு சமையல் அறைக்கு ஓடுவார்களா? மாட்டார்கள். அமைதியாக உட்கார்ந்துவிடுவார்கள். அதுதான் ஞானியின் மௌனம்.

விடை கிடைத்துவிட்டால் கேள்வி சாகும் : 2+2=4 என்று தெரிந்துவிட்ட பிறகு, "2+2 எவ்வளவு?" என்று தினமும் கேட்டுக்கொண்டே இருப்பாயா? மாட்டாய். சந்தேகம் தீர்ந்துவிட்டது. உண்மையை உணர்ந்தவனுக்கு எல்லா சந்தேகமும் தீர்ந்துவிடுகிறது. அதனால் கேள்வி இல்லை.

நடிப்பவன் எப்படி மாட்டிக்கொள்கிறான்?

வாய் பேசும், கண் பேசாது : "எனக்கு எல்லாம் தெரியும், எனக்கு சந்தேகமே இல்லை" என்று வாய் கிழிய பேசுவான். ஆனால் கண்ணில் பயம் இருக்கும். "என்னை யாராவது கேள்வி கேட்டுட்டா?" என்ற பதற்றம் இருக்கும். உண்மையானவன் கண்ணில் அமைதி இருக்கும். கடல் போல ஆழம் இருக்கும்.

கோபம் வரும் : நீ ஒரு கேள்வி கேட்டுப்பார். "சுவாமி, இது ஏன் இப்படி? " என்று கேள். உண்மையானவன் சிரிப்பான், அல்லது பதில் சொல்வான், அல்லது "எனக்கு தெரியாது" என்பான். நடிப்பவனுக்கு கோபம் வரும். "என்னையே கேள்வி கேக்குறியா? நீ முட்டாள், உனக்கு பக்குவம் இல்லை" என்று திட்டுவான். ஏன்? உள்ளே பயம். தன் பொய் வெளியே தெரிந்துவிடுமோ என்ற பயம்.

சிக்கலான பதில் சொல்வான் : உண்மையை உணர்ந்தவன் பேசினால், ஒரு பாமரனுக்கும் புரியும். "தண்ணி தாகத்துக்கு" என்பது போல சிம்பிளா இருக்கும். நடிப்பவன் வார்த்தை ஜாலம் பண்ணுவான். "பிரம்மத்தின் சகுண நிர்குண தத்வார்த்த ஸ்வரூபம். . ." என்று இழுப்பான். ஏன்? உனக்கு புரியக்கூடாது. புரிந்தால் கேள்வி கேட்டுவிடுவாய்.

வாழ்க்கை காட்டிக்கொடுக்கும் : "நான் ஆசையை வென்றவன்" என்பான். ஆனால் அவன் காருக்கு கீறல் விழுந்தால் 3 நாள் தூங்க மாட்டான். "எனக்கு கோபமே வராது" என்பான். சாப்பாட்டில் உப்பு கம்மியானா தட்டை தூக்கி எறிவான். வாய் பேசும் உண்மைக்கும், வாழ்க்கை பேசும் உண்மைக்கும் சம்பந்தமே இருக்காது.

நாம் எப்படி கண்டுபிடிப்பது? யார் உண்மை, யார் வேஷம்?

அமைதியை பார், பேச்சை பார்க்காதே : அவன் பக்கத்தில் உட்கார்ந்தால் உன் மனசு அமைதி ஆகிறதா? எந்த கேள்வியும் இல்லாமல், ஒரு நிறைவு வருகிறதா? அப்போ அவன் உண்மை.

அவன் பேச ஆரம்பித்தால் உனக்கு குழப்பம், பயம், தாழ்வு மனப்பான்மை வந்தால், அவன் வியாபாரி.

அவன் உன்னை சுதந்திரமாக்குகிறானா, அடிமையாக்குகிறானா? உண்மையான குரு "என்னை நம்பு" என்று சொல்ல மாட்டான். "உன்னை நம்பு" என்பான். "என் காலை பிடி" என்று சொல்ல மாட்டான். "உன் காலால் நட" என்பான். நடிப்பவன் "என்னை விட்டால் உனக்கு நரகம்தான்" என்று பயமுறுத்துவான்.

பழத்தை பார் : அவனை பின்பற்றும் சீடர்கள் எப்படி இருக்கிறார்கள்? அன்பாக, பணிவாக, சந்தோஷமாக இருக்கிறார்களா? இல்லை, வெறி பிடித்து மற்றவர்களை திட்டிக்கொண்டு இருக்கிறார்களா? மரத்தை பழத்தை வைத்து அறியலாம்.

நமக்கு கேள்வி இருக்கிறதே, நாம் என்ன செய்வது?

கேள்வி இருப்பது தப்பே இல்லை. கேள்விதான் தேடலின் ஆரம்பம். புத்தருக்கு கேள்வி இருந்ததால்தான் போதி மரம் கிடைத்தது.

தப்பு எங்கே?

கேள்வியை வைத்துக்கொண்டே நடிப்பது : சந்தேகம் மனசுல இருக்கு, ஆனால் "எனக்கு எல்லாம் தெரியும்" என்று ஊருக்கு சீன் போடுவது. இது ஆபத்து.

கேள்வியை கொல்வது : சமூகம், மதம், பயம் என்ற காரணத்தால் "கேள்வி கேட்கக்கூடாது" என்று அடக்குவது. அழுகிய புண்ணை மூடி வைத்தால் செப்டிக் ஆகிடும். கேள்வியை கேட்டுத்தான் ஆக வேண்டும்.

என்ன செய்ய வேண்டும்?

ரமணர் சொன்னார் : "எல்லா கேள்விக்கும் மூல கேள்வி ஒன்றுதான் - 'நான் யார்? .'"

கடவுள் யார், உலகம் ஏன், கர்மா என்ன - இந்த 1000 கேள்வியை கேட்காதே. ஒரே ஒரு கேள்வியை கேள்: "இதையெல்லாம் கேட்கும் 'நான்' யார்? "

அந்த 'நான்'ஐ பிடித்துவிட்டால், மற்ற கேள்வி எல்லாம் தானாக செத்துவிடும். ஏனென்றால் கேள்வி கேட்டவனே காணாமல் போய்விடுவான்.

கடைசி வரி :

நடிப்பவன் புத்தகத்தை மனப்பாடம் செய்தவன். பரீட்சைக்கு 100 மார்க் வாங்குவான்.

உணர்ந்தவன் புத்தகத்தை எழுதியவன். அவனுக்கு பரீட்சையே இல்லை.

நீ கேள்வி கேட்பதே உண்மையானவன் என்பதற்கு அடையாளம். கேள்வி இல்லை என்று நடிப்பவனை கண்டு ஏமாறாதே.

உன் கேள்வியை கொல்லாதே. அதை கொண்டு உனக்குள்ளே போ. ஒரு நாள் கேள்வியும் இருக்காது, பதிலும் இருக்காது. இருப்பது மட்டுமே இருக்கும். அதுதான் உண்மை. அதுதான் நீ.

38

முரண் போல தெரிவது முரணே இல்லை

இவ்வுலகில் தோன்றிய மகான்கள் உலகத்திற்கு போதித்த நற்செய்திகள் உண்மையிலேயே, அதன் பொருட்டு தான் சொல்லப்பட்டதா? ! ஆம் எனில், அம்மகான்கள் ஏன் அவ்வளவு துன்பங்களையும், பல்வேறு துயரங்களையும், அவமானங்களையும் சந்தித்தனர்? ! போதித்த கருத்தும் நல்லது போதித்தவரும் நல்லவர்தான். அப்படி இருக்க,ஏன் அவர்களுக்கும் சோதனைகள் ஏற்பட்டன? ! இது முரணாக அல்லவா உள்ளது. உண்மையில் அவர் போதித்ததாக சொல்லப்பட்ட கருத்துக்கள் ஆரம்பத்தில் உலகத்திற்கானது அல்ல. அக்கருத்துக்கள் அவருக்கானவை. அவை இயற்கையால்/ இறைவனால் அவருக்கு கொடுக்கப்பட்டவைகள். அவைகளை அவர் வாழ்நாள் முழுவதும் எண்ணி உணர்ந்து அவையாகவே வாழ அவருக்கு கொடுக்கப்பட்டவைகள். அவருக்காக வெளிப்பட்ட அந்த நற்கருத்துக்கள் அவர் இறைவனை அடைய அவருக்காக கொடுக்கப்பட்டது. அவைகள் அவரின் வாழ்வியல் ஆகவே இருந்து அவரை நற்பேறு அடைய வழி வகுத்து கொடுத்தன. அவர் நற்பேறு நிலையை அடைந்த பின்னரே இவ்வுலகம் அவர் பின்பற்றிய கருத்துக்களை அவர் இவ்வுலகத்திற்கு போதித்த கருத்துக்கள்/ நற்செய்திகள் என்று கூறி, அவர் சென்ற வழியையும் ஒருமார்க்கமாக வைத்து வழிபடுகிறது.

அவர்கள் சொன்னது முதலில் அவர்களுக்காகத்தான்.

ஆம். முரண் போல தெரிவது முரணே இல்லை. கண்ணாடியை திருப்பி பார்த்தால் சரியாகிவிடும்.

ஏன் மகான்கள் துன்பப்பட்டார்கள்?

காரணம் 1 : பாடம் நடத்தும் முன், தான் படிக்க வேண்டும்

ஒரு டாக்டர் நோயாளிக்கு மருந்து கொடுக்கும் முன், முதலில் அந்த மருந்தை பற்றி படிக்க வேண்டும். பரிசோதனை செய்ய வேண்டும். சில நேரம் தன் உடம்பிலேயே சோதித்து பார்க்க வேண்டும்.

மகான்களும் அப்படித்தான். “பொறுமை நல்லது” என்று சொல்வதற்கு முன், அவர் அடி வாங்கி பொறுமையாக இருந்து காட்ட வேண்டும். “அன்பே கடவுள்” என்று சொல்வதற்கு முன், தன்னை சிலுவையில் அறைந்தவனை மன்னித்து காட்ட வேண்டும். “உண்மை பேசு” என்று சொல்வதற்கு முன், அரிச்சந்திரன் நாட்டையே இழக்க வேண்டும்.

சொல்லுக்கு உயிர் கொடுப்பது வாழ்க்கை. வெறும் வாய் வார்த்தை என்றால் யார் நம்புவார்கள்? ரத்தத்தால் எழுதினால்தான் அது வேதம் ஆகும். அதனால்தான் சோதனை.

காரணம் 2 : தங்கம் தீயில் வெந்தால்தான் பளபளக்கும்

கல்லையும் மண்ணையும் யாரும் நெருப்பில் போட மாட்டார்கள். தங்கத்தைத்தான் போடுவார்கள். ஏன்? அதன் மாசு போக, மினுமினுப்பு வர.

மகான்கள் இறைவனுக்கு தங்கம். அதனால்தான் இறைவன் அவர்களை நெருப்பில் போட்டு புடம் போடுகிறான். அவமானம், துரோகம், வறுமை, நோய் - இதெல்லாம் நெருப்பு. இது தண்டனை இல்லை, தகுதி உயர்த்தும் பயிற்சி.

இயேசு சிலுவை சுமக்காமல் இருந்திருந்தால், இன்று “இயேசு” என்ற பெயர் உலகம் முழுக்க தெரியுமா? புத்தர் அரண்மனையை விட்டு வராமல் பட்டினி கிடக்காமல் இருந்திருந்தால், “புத்தர்” தோன்றியிருப்பாரா?

துன்பம்தான் அவர்களை மகான் ஆக்கியது. சுகம் அல்ல.

காரணம் 3 : உலகம் உரைகல்

நீ நல்லவனா கெட்டவனா என்று தெரிய வேண்டுமென்றால், உன்னை திட்டிப் பார்க்க வேண்டும். அடித்துப் பார்க்க வேண்டும். அப்போதுதான் உன் உண்மை முகம் தெரியும்.

உலகம் மகான்களை திட்டியது, கல்லால் அடித்தது, விஷம் கொடுத்தது. ஆனால் அவர்கள் பதிலுக்கு சாபம் விடவில்லை,

அன்பையே கொடுத்தார்கள். “அடா, இவர் உண்மையிலேயே நல்லவர்தான்” என்று உலகத்துக்கு அப்போதுதான் தெரிந்தது.

சோதனை இல்லை என்றால், அவர் நடிப்பவரா உண்மையானவரா என்று யாருக்கும் தெரியாது.

அப்போ அவர்கள் போதனை உலகத்துக்கு இல்லையா?

முதலில் இல்லை. பிறகு ஆம். இதுதான் சூட்சமம்.

Stage 1 : அது அவருக்கான Prescription

ஒரு நோயாளிக்கு டாக்டர் மருந்து எழுதுகிறார். “இந்த மாத்திரை காலை 1, இரவு 1. காரம் சாப்பிடாதே. 2 லிட்டர் தண்ணி குடி.” இது யாருக்கு? அந்த நோயாளிக்கு மட்டும்தான். அவன் நோய்க்கு, அவன் உடம்புக்கு, அவன் கர்மாவுக்கு ஏற்ற மருந்து.

மகான்களுக்கு இறைவன் கொடுத்த போதனையும் அப்படித்தான். ரமணருக்கு “நான் யார்?” என்ற விசாரம். விவேகானந்தருக்கு “எழுமின் விழுமின்.” வள்ளலாருக்கு “ஜீவகாருண்யம்” . இது முதலில் அவர்களின் ஆன்ம பசிக்கான உணவு. அவர்கள் கர்மாவை கழிக்க, இறைவனை அடைய கொடுக்கப்பட்ட தனிப்பட்ட பாடம். அதை அவர்கள் வாழ்ந்து காட்டினார்கள். அவையாகவே வாழ்ந்தார்கள்

Stage 2 : அது உலகத்துக்கான General Medicine ஆனது

அந்த நோயாளி அந்த மருந்தை சாப்பிட்டு குணமாகி, “அடடே, இந்த மருந்து நல்லா இருக்கே” என்று 10 பேருக்கு சொன்னான். அவர்களும் சாப்பிட்டு குணமானார்கள். அப்புறம் அது ஒரு ‘பொது மருந்து’ ஆகிவிட்டது.

புத்தர் தன் துக்கத்துக்கு வழி கண்டுபிடித்தார். அது அவருக்கான வழி. ஆனால் அதை சொன்னபோது, ஊரில் இருந்த லட்சம் பேரின் துக்கத்துக்கும் அது மருந்தாக இருந்தது. அப்போது அது ‘பௌத்தம்’ என்ற மார்க்கம் ஆனது.

இயேசு தன் பிதாவை அடைய “அன்பு” என்ற வழியில் போனார். அவர் போய் சேர்ந்த பிறகு, “அட, இந்த வழி நல்லா இருக்கே” என்று உலகம் அதை ஒரு மதமாக

ஆக்கிக்கொண்டது.

ஆக,முதலில் அது 'அவர் வாழ்க்கை'. பிறகு அது 'நம் பாடம்' ஆனது. அவர் வாழ்ந்து காட்டியதால்தான் நமக்கு நம்பிக்கை வருகிறது. "இப்படி வாழ்ந்தால் கடவுளை அடையலாம்" என்று.

அப்போ முரண் இல்லையா?

இல்லை. ஒரு விளக்கு எரிய வேண்டும் என்றால், திரி கருக வேண்டும். எண்ணெய் தீர வேண்டும். திரி "அய்யோ என்னை எரிக்கிறார்களே" என்று அழுதால், வெளிச்சம் வராது.

மகான்கள்தான் அந்த திரி. அவர்கள் கருகினார்கள். அதனால்தான் நமக்கு இன்று வெளிச்சம் கிடைக்கிறது.

அவர்கள் துன்பம் அனுபவித்தது நமக்காக. அவர்கள் இன்பம் அடைந்தது அவர்களுக்காக. இதில் முரண் இல்லை. கருணைதான் இருக்கிறது.

கடைசி வரி :

மகான்களின் வாழ்க்கை கசப்பான வேப்பிலை. அவர்கள் அதை சாப்பிட்டார்கள்.

அவர்கள் சொன்ன போதனை, நமக்காக அவர்கள் தடவிக் கொடுத்த தித்திப்பு மிட்டாய்.

வேப்பிலையை நேரடியாக சாப்பிட முடியாத நமக்கு, மிட்டாய் போதும். ஆனால் மிட்டாய்க்குள் வேப்பிலை இருக்கிறது என்பதை மறக்கக்கூடாது. அதுதான் அவர்களின் தியாகம்.

39

அனுபவம் என்பது ஆயுதம் - பயம் என்பது விலங்கு

முயன்று கடந்த சூழ்நிலை திரும்ப வந்தாலும் அதை கடந்து விடக்கூடிய அனுபவம் நம்மிடையே இருக்குமானால் அச்சங்கடமான சூழ்நிலை எத்தனை முறை வந்தாலும் நம்மால் கடப்பதற்கு எளிதானதே. மாறாக, அக்கடினமான சூழ்நிலையை கண்டு அஞ்சி ஒதுங்கினால் நம் முன்னேற்றம் தடைபடுமே அன்றி, அக்கடினமான சூழ்நிலை நம்மை விட்டு அகன்று விடாது என்பதை நினைவில் கொள்ளுங்கள்.

அனுபவம் என்பது ஆயுதம் - பயம் என்பது விலங்கு

இதுவே வாழ்க்கையின் தாரக மந்திரம். “தோல்வியை கண்டு பயப்படாதே, தோல்வியை கண்டு ஓடாதே” - இதைத்தான் ஒவ்வொரு வெற்றியாளனும் சொல்கிறான்.

அனுபவம் இருந்தால், சூழ்நிலை எமனாக இருந்தாலும் அடிமை ஆகும்

முதல் தடவை நெருப்பு : குழந்தை நெருப்பை தொட்டுவிடும். சுடும். அழும். அடுத்த தடவை நெருப்பை பார்த்தாலே பயம் வரும். மூன்றாம் தடவை? அதே குழந்தை அடுப்பு பற்ற வைக்கும், சமையல் செய்யும். நெருப்பு மாறவில்லை. குழந்தை மாறிவிட்டது. நெருப்பை கண்டு அஞ்சிய கை, இன்று நெருப்பை ஆள்கிறது. அதுதான் அனுபவம்.

கணித கணக்கு போல : முதல் முறை ஒரு கடினமான கணக்கு வரும்போது மண்டை காயும். 10 தடவை அழித்து திருத்தி, ஒருவழியா விடை கண்டுபிடிப்பாய். அதே மாதிரி கணக்கு 2-வது தடவை வந்தால்? 2 நிமிடத்தில் முடிப்பாய். 10-வது தடவை வந்தால்? கண்ணை மூடிக்கொண்டே போடுவாய். சூழ்நிலையும் அப்படித்தான். முதல் தடவை

பிரச்சனை. இரண்டாம் தடவை பயிற்சி. மூன்றாம் தடவை விளையாட்டு.

மனதுக்கு தழும்பு விழுந்தால் பயம் போய்விடும் : ஒரு முறை தொழிலில் நஷ்டப்பட்டவன், அடுத்த முறை அதே சிக்கல் வந்தால் அலற மாட்டான். "ஓ, இதுவா? இதை நான் பார்த்திருக்கேன். இப்படித்தான் சமாளிக்கணும்" என்று நிதானமாக இருப்பான். அனுபவம் என்ற தடுப்பூசி போட்டுவிட்டால், பயம் என்ற வைரஸ் தாக்காது.

பயந்து ஒதுங்கினால் என்ன ஆகும்?

பிரச்சனை பூதமாகும் : தெருவில் ஒரு நாய் குரைக்கிறது. நீ பயந்து ஓடினால், அது உன்னை துரத்தும். நின்று திரும்பி பார்த்தால், அது வாலை ஆட்டிக்கொண்டு போய்விடும். நீ பயப்பட பயப்பட, பிரச்சனைக்கு தைரியம் வரும். நீ ஓட ஓட, அது துரத்திக்கொண்டே வரும்.

ஒரு கதவை சாத்தினால், 4 ஜன்னல் வழியாக வரும் : கடன்காரனுக்கு பயந்து ஊரை விட்டு ஓடினால், வட்டி மட்டும் ஏறிக்கொண்டே போகும். பிரச்சனையை சந்திக்காமல் தள்ளிப்போட்டால், அது குட்டி போட்டு பெரிதாகும். இன்று 100 ரூபாய் பிரச்சனை. நாளை அது 1000 ரூபாய் ஆகிவிடும். ஆனால் நீ மாறாமல் அப்படியே இருப்பாய்.

முன்னேற்றம் என்பது கனவாகிவிடும் : மலை ஏறும்போது கல் தடுக்கும். "அய்யோ கல்" என்று திரும்பி வந்துவிட்டால், மலை உச்சியை எப்போதும் பார்க்க முடியாது. கல்லை தாண்டுபவன்தான் மேலே போவான். சூழ்நிலை என்பது தடைக்கல் இல்லை, படிக்கல். மிதித்து ஏற வேண்டும், மிதித்து அழக்கூடாது.

அப்போ என்ன செய்ய வேண்டும்? யுத்த களத்தில் நிற்பது எப்படி?

'இதுவும் கடந்து போகும்' என்ற மந்திரம் : மகான்கள் சொன்னது. நல்ல காலமும் நிலைக்காது, கெட்ட காலமும் நிலைக்காது. மழை வரும், போகும். வெயில் அடிக்கும், போகும். நீ நிரந்தரம், சூழ்நிலை தற்காலிகம். இதை நினைத்தாலே பாதி பயம் போய்விடும்.

'முதல் அடியை' எடுத்து வை : பெரிய மலையை பார்த்து பயப்படாதே. "இந்த ஒரு கல்லை மட்டும் தாண்டுவேன்" என்று ஆரம்பி. கடன் 10 லட்சம் என்றால், "இந்த மாதம் 1000 கட்டுவேன்" என்று ஆரம்பி. யானையை ஒரே வாயில் முழுங்க முடியாது. துண்டு துண்டாகத்தான் சாப்பிட வேண்டும். பிரச்சனையையும் அப்படித்தான் உடைக்க வேண்டும்.

தோல்வியை 'டேட்டா'வாக பார் : "அய்யோ தோத்துட்டேனே" என்று அழாதே. "சரி, இந்த முறை இப்படி செஞ்சேன், அதனால் தோற்றேன். அடுத்த முறை இதை மாற்ற வேண்டும்" என்று கணக்கு போடு. தோல்வி என்பது தண்டனை இல்லை, அது Tuition Fee. காசு கட்டித்தான் படிப்பு வரும்.

'களத்தில்' குதி, 'கரையில்' நின்று வேடிக்கை பார்க்காதே : நீச்சல் கற்கணும்னா தண்ணீல குதிச்சுத்தான் ஆகணும். கரையில் உட்கார்ந்து "தண்ணி ஆழம், மூழ்கிடுவேன்" என்று பயந்தால், ஆயுசுக்கும் நீச்சல் வராது. ஒரு தடவை மூழ்கி, தண்ணி குடிச்சாதான், அடுத்த தடவை மிதக்க முடியும். வாழ்க்கையும் அப்படித்தான். குதி. மூழ்கு. மிதக்க கற்றுக்கொள்.

கடைசி வரி :

அர்ஜுனன் கீதையில் கேட்டான் : "கண்ணா, மனசு அலைபாயுதே, என்ன பண்றது?"

கண்ணன் சொன்னான் : "பழகு, பழகு, பழகு - அப்பியாசம் செய்."

பயம், துன்பம், அசிங்கம் - இதெல்லாம் வரும். வரட்டும். நீ ஓடாதே. நில். பார். பழகு.

ஒருநாள் நீ சொல்வாய் : "அட, இந்த பிரச்சனையா? இவனைத்தான் நான் 10 வருஷத்துக்கு முன்னாடி பார்த்தேனே. வா ராஜா, உனக்கு என்ன வேணும்?"

அன்றுதான் நீ மனிதன். அதுவரை நீ பயிற்சியில் இருக்கிறாய்.

பயந்து ஓடுபவன் தோற்பான். துணிந்து நிற்பவன் ஜெயிப்பான்.

40

வடிவம் வேறு - வஸ்து ஒன்று

கடவுள் நம்பிக்கை உள்ளவர்களில் பலர் கடவுளை எவ்வாறு காண்கின்றனர் என்றால், அவர்களுக்கு காட்டப்பட்ட, அவர்களால் விரும்பப்பட்ட வடிவங்களுடன் மட்டுமே இணைந்திருக்க ஆவல் கொண்டுள்ளனர். அவ் வடிவங்கள் இறைவனால் எடுக்கப்பட்ட அவதாரங்களில் ஒன்று,அவர் ஏற்ற வடிவங்களில் ஒன்று. அவ்வடிவமும் கடவுளின் பிரதிபலிப்பு தான், ஆனால் அதுவே கடவுளின் முழு நிலையும் அல்ல. அந்த வேடம் ஏற்க வேண்டிய சூழலின் பொருட்டு அவ்வேடம் கடவுளால் பூணப்பட்டது. ஆக அது மட்டுமே கடவுளின் முழுமை நிறைந்த நிலை அல்ல என்பது அவ்வடிவங்களுடன் மட்டுமே இணைந்து இறை மார்கத்தில் பயணிப்பவர்கள் உளமார உணர்த்து கொண்டாலே மதங்களுக்குள் உள்ள பேதம் என்பது தானாய் மறையும்

ஆறு வெவ்வேறு, தண்ணீர் ஒன்று - வடிவம் வேறு, வஸ்து ஒன்று

இது ஞானத்தின் சாரம். இதை உணர்ந்துவிட்டால் மதச்சண்டை என்ற பேச்சுக்கே இடமில்லை.

வேடம் வேறு, நடிகன் வேறு

ஒரு நடிகன் ராமனாக நடிக்கிறான். அடுத்த நாள் ராவணனாக நடிக்கிறான். இன்னொரு நாள் பிச்சைக்காரனாக நடிக்கிறான்.

நாம் என்ன செய்கிறோம்? “ராமன் தான் உயர்ந்தவன், ராவணன் கெட்டவன்” என்று வேடத்தை வைத்து சண்டை போடுகிறோம். ஆனால் இரண்டு வேடத்துக்குள்ளும் இருப்பது ஒரே நடிகன்தான் என்பதை மறந்துவிடுகிறோம்.

கடவுளும் அப்படித்தான்.

ராமன் : தர்மத்தை காக்க வில்லு ஏந்திய வேடம்.

கிருஷ்ணன் : அதர்மத்தை அழிக்க சிரித்துக்கொண்டே சக்கரம் ஏந்திய வேடம்.

ஏசு : அன்பை காட்ட சிலுவை சுமந்த வேடம்.

நபி : ஓரிறை கொள்கையை சொல்ல பாலைவனத்தில் நின்ற வேடம்.

புத்தர் : துக்கம் தீர்க்க போதி மரத்தடியில் அமர்ந்த வேடம்.

இதெல்லாம்அந்த காலத்தின் நோய்க்கு ஏற்ற மருந்து. நோய் மாறியதால் மருந்து மாறியது. டாக்டர் மாறவில்லை. டாக்டர் ஒருவன்தான். அவனுக்கு பெயர்தான் கடவுள், அல்லா, கர்த்தர், பரம்பொருள்.

ஏன் மக்கள் வடிவத்தை பிடித்து தொங்குகிறார்கள்?

மனசு குழந்தை : குழந்தைக்கு அம்மா வேண்டும். உருவம் வேண்டும். கண்ணால் பார்க்கணும், கையால் தொடணும். "அருவமான கடவுள்" என்றால் குழந்தைக்கு புரியாது. அதனால் இறைவனே இரங்கி உருவம் எடுத்து வருகிறான். பால் குடிக்க முடியாத குழந்தைக்கு பால்கோவா கொடுப்பது போல. தப்பில்லை. அது ஆரம்ப பள்ளி.

'என் பொம்மை' புத்தி : என் வீட்டு பிள்ளையார் உசத்தி, பக்கத்து வீட்டு பிள்ளையார் மட்டம் - இது மனித புத்தி. "என் கடவுள்" என்று சொந்தம் கொண்டாடுகிறோம். கடவுள் யாருக்கும் சொந்தம் இல்லை. நாம்தான் கடவுளுக்கு சொந்தம். கிணற்று தவளை "இந்த கிணறுதான் உலகம்" என்று நினைப்பது போல.

பயம் : "நான் கும்பிடும் சாமியை விட்டுட்டா, சாமி கோவிச்சுக்குமோ" என்ற பயம். அம்மா புடவை மாத்தினா அம்மா இல்லைனு ஆயிடுவாளா? மாட்டாள். வேடம் மாறினாலும் கடவுள் மாற மாட்டார். ஆனால் இந்த உண்மை தெரியாததால் வடிவத்தை கெட்டியாக பிடித்துக்கொள்கிறோம்.

'வடிவம் மட்டுமே கடவுள் இல்லை' என்று உணர்ந்தால் என்ன நடக்கும்?

சண்டை மறையும் : கிருஷ்ணன் கோயிலுக்கு போகிறவன், ஏசு சர்ச்சை கல்லால் அடிக்க மாட்டான். ஏனென்றால் தெரியும் - "அடே, என் கிருஷ்ணனே அங்கே ஏசுவாக நிற்கிறான்" . பால் வேண்டும் என்று கேட்பவனுக்கு கிளாஸில் கொடுத்தால் என்ன, டம்ளரில் கொடுத்தால் என்ன? பால்தான் முக்கியம், பாத்திரம் இல்லை.

அன்பு பெருகும் : "என் அல்லா, உன் ராமன்" என்ற பேதம் போய், "நம் இறைவன்" என்ற எண்ணம் வரும். மசூதியில் கேட்கும் பாங்கு ஓசையும், கோயிலில் கேட்கும் மணி ஓசையும் ஒரே இறைவனைத்தான் கூப்பிடுகிறது என்று புரியும்.

கடவுள் நெருக்கமாவார் : உருவத்தை தாண்டி அருவத்தை பிடித்தால், கடவுள் கோயிலில் மட்டும் இல்லை, குப்பை தொட்டியில் கிடக்கும் நாய்க்குட்டியிலும் இருக்கிறார் என்று தெரியும். கல்லில் மட்டும் இல்லை, கள்வனிலும் இருக்கிறார் என்று புரியும். அப்போது எங்கும் கடவுள், எதிலும் கடவுள். வழிபாடு 24 மணி நேரமும் நடக்கும்.

அப்போ உருவ வழிபாடு தப்பா?

இல்லை. 1-ஆம் வகுப்பு தப்பா? இல்லை. ஆனால் 1-ஆம் வகுப்பிலேயே வாழ்க்கை முழுக்க இருந்தால் தப்பு.

உருவம் என்பது 'கைகாட்டி மரம்'. "திருச்சி இந்த பக்கம்" என்று போர்டு காட்டும். அந்த போர்டை கட்டிப்பிடித்துக்கொண்டு "நான் திருச்சிக்கு வந்துட்டேன்" என்றால் எப்படி? போர்டை பார்த்துவிட்டு, வழியில் நடக்க வேண்டும்.

ராமர், கிருஷ்ணர், ஏசு, அல்லா - இதெல்லாம் கைகாட்டி மரம். அவர்கள் காட்டிய வழியில் நடந்தால்தான் இறைவனை அடைய முடியும். அவர்கள் சிலையையே கட்டிப்பிடித்துக்கொண்டு இருந்தால், பிரயாணம் ஆரம்பிக்கவே மாட்டோம்.

கடைசி வரி :

தாய் குழந்தைக்கு சோறு ஊட்டும்போது காக்கா, நிலா, பூச்சி என்று 1000 வேடம் போடுவாள். வேடம் முக்கியமா? சோறு முக்கியமா? சோறுதான் முக்கியம்.

கடவுளும் அப்படித்தான். நமக்கு ஞான சோறு ஊட்ட ராமனாக, கிருஷ்ணனாக, ஏசுவாக 1000 வேடம் போட்டார்.

நாம் வேடத்தை பார்த்து சண்டை போடாமல், அவர் ஊட்டும் சோற்றை சாப்பிட்டால் போதும். அந்த சோற்றின் பெயர்தான்அன்பு, தர்மம், உண்மை, சேவை.

இதை உளமார உணர்ந்துவிட்டால், கோயிலும் சர்ச்சும் மசூதியும் ஒன்றுதான். ஏனென்றால் எல்லா இடத்திலும் இருப்பது ஒரே ஆள்தான். அவனுக்கு கூப்பிட 1000 பெயர். அவ்வளவுதான்.

41

அடுத்தவன் அழுகையில் ஆனந்தம் தேடுபவன்

ஒரு சிலர், மற்றவர்களை தரம் தாழ்த்தி விமர்சிக்கும் போதும், மட்டம் தட்டும்போதும் தாழ்வாக மற்றவரை நினைக்கும் பொழுதும் மகிழ்ச்சி அடைகின்றனர். தன்னைவிட தாழ்ந்தவன் இயலாதவன் என்று மற்றவர்களை என்னும் எண்ணம் அவர்களின் மனதில் பெரும் கிளர்ச்சியை உண்டு பண்ணுகிறது. அக்கிளர்ச்சி அவர்களுக்கு ஆனந்தத்தை கொடுப்பதால், வாய்ப்பு கிடைக்கும் பொழுதெல்லாம் மற்றவர்களை கேலி கிண்டல் செய்து ஆனந்தம் அடைகின்றனர். ஏன் அவ்வாறு செய்கின்றனர் என்றால், அவர்கள் மனிதத் தன்மையின் ஊற்றாகிய மனிதாபிமானத்தை இன்னும் பெறவில்லை என்பதே உண்மை. அதன் காரணமாகவே அவர்கள் மிருகத்தின் குணத்தையே கொண்டு வாழ்வதினால்,மற்றவர்களை துன்புறுத்தி இன்பம் காண்பதை தங்களின் வாடிக்கையாக கொண்டுள்ளனர்.

அடுத்தவன் அழுகையில் ஆனந்தம் தேடுபவன் - அவன் மனிதனா மிருகமா?

இது சத்தியம். இது மனித மனதின் மிக கேவலமான நோய். இதற்கு பெயர்தான்அகங்காரத்தின் பசி .

ஏன் அடுத்தவனை மிதித்து சந்தோஷப்படுகிறான்? 3 காரணம்

தன் குள்ளத்தை மறைக்க : அவனுக்கு உள்ளுக்குள்ளே தான் ஒன்றும் இல்லை என்ற தாழ்வு மனப்பான்மை இருக்கும். “நான் உயரமில்லை” என்ற உண்மையை ஏற்க முடியாது. அதனால் என்ன செய்வான்? பக்கத்தில் இருப்பவன் தலையை அமுக்குவான். அவன் குனிந்தால், இவன் தான் உயர்ந்தது போல ஒரு பிரமை வரும். தான் வளராமல், அடுத்தவனை குறைத்து ‘வளர்ந்தது’ போல காட்டிக்கொள்வது. இது

கோழைத்தனம்.

அதிகார போதை : சிங்கம் மானை அடித்து கொன்றால் வயிறு நிறையும். அது இயற்கை. ஆனால் மனிதன் மட்டும்தான் பசி இல்லாமலே அடுத்தவனை கொல்வான். ஏன்? அதிகாரம். "என் பேச்சுக்கு இவன் அழுகிறான் பார், என் வார்த்தைக்கு இவன் நடுங்குகிறான் பார்" - இந்த அதிகார போதை மிருக புத்தி. கையில் காசு, பதவி, ஜாதி, படிப்பு என்ற ஏதோ ஒரு தடியை வைத்துக்கொண்டு அடுத்தவனை அடிக்கிறான்.

தன் வலியை மறக்க : அவன் வாழ்க்கையில் யாரோ அவனை அவமானப்படுத்தி இருப்பார்கள். அந்த வலி, விஷமாக உள்ளே இருக்கும். அந்த விஷத்தை யார் மேலாவது கக்கினால்தான் அவனுக்கு நிம்மதி. அடிவாங்கிய நாய், அடுத்த நாயை கடிக்கும். இது சங்கிலி. தன் துன்பத்தை அடுத்தவன் மேல் ஏற்றி சந்தோஷப்படுகிறான்.

இது மிருக குணம் தான் - மனிதாபிமானம் இல்லை என்பது உண்மை

வள்ளுவர் சொன்னார் :

"பிறர்க்கின்னா முற்பகல் செய்யின் தமக்கின்னா

பிற்பகல் தாமே வரும்"

அடுத்தவனுக்கு துன்பம் கொடுத்தால், அது உனக்கே திரும்ப வரும். இது இயற்கை சட்டம்.

மனிதன் என்பவன் யார்?

காட்டில் ஒரு மான் அடிபட்டு கிடந்தால், இன்னொரு மான் நின்று பார்க்காது, ஓடிவிடும். சிங்கம் வந்தால் கூட்டமே சிதறி ஓடும். இது மிருக தர்மம் - "தான் பிழைத்தால் போதும்."

ஆனால் ரோட்டில் ஒரு மனிதன் அடிபட்டு கிடந்தால், இன்னொரு மனிதன் ஓடிப்போய் தூக்குவான். ஆஸ்பத்திரிக்கு கூட்டிப்போவான். ரத்தம் கொடுப்பான். "தான் மட்டும் பிழைத்தால் போதாது, அடுத்தவனும் பிழைக்க வேண்டும்" என்ற எண்ணம் வருவதுதான் மனிதாபிமானம்.

அடுத்தவன் அழுகையில் சிரிப்பவனுக்கு இந்த ‘உயிர்’ புரியவில்லை. அவன் உடம்பால் மனிதன், குணத்தால் மிருகம். பேசும் மிருகம். அவ்வளவுதான்.

இவர்களை என்ன செய்வது? நாம் எப்படி நடந்துகொள்வது?

பரிதாபப்படு, கோபப்படாதே : தெரு நாய் குரைக்கிறது என்று நீயும் குரைப்பாயா? மாட்டாய். “பாவம், பசியா இருக்கும் போல” என்று நினைப்பாய். அடுத்தவனை கேலி செய்பவனும் ஒரு பசியோடு இருக்கிறான் - அங்கீகார பசி, அன்பு பசி. கிடைக்காததால் கடிக்கிறான். அவன் நோயாளி. அவனை கண்டு கோபப்படாதே, பரிதாபப்படு.

உன் மதிப்பை அவன் கையில் கொடுக்காதே : “நீ மட்டம்” என்று அவன் சொல்வதால் நீ மட்டமாகிவிடுவாயா? காக்கா “கருப்பு” என்று குயிலை திட்டினால், குயில் குரல் போய்விடுமா? உன் உயரம் உனக்கு தெரியும். சான்றிதழ் கொடுக்க அவன் யார்? அவன் வார்த்தைக்கு நீ அழுதால், நீ தோற்றுவிட்டாய். சிரித்துவிட்டு போய்விடு. அவன் ஆயுதம் மழுங்கிவிடும்.

பதில் சொல்லாதே, வாழ்ந்து காட்டு : அவன் உன்னை பார்த்து “உன்னால முடியாது” என்பான். நீ வாயால் பதில் சொல்லாதே. முடித்து காட்டிவிட்டு, அமைதியாக அவன் முன்னால் நடந்து போ. உன் வெற்றிதான் அவன் முகத்தில் அறையும் செருப்படி. வார்த்தை அல்ல.

அவனுக்காக வேண்டிக்கொள் : ரொம்ப கஷ்டம். ஆனால் இதுதான் மகான்கள் வழி. “இறைவா, இவன் அறியாமல் செய்கிறான். இவனுக்கு மனிதாபிமானம் கொடு” என்று வேண்டு. தீயை தண்ணீரால்தான் அணைக்க முடியும். தீயை தீயால் அணைக்க முடியாது. வெறுப்பை அன்பால்தான் வெல்ல முடியும்.

கடைசி வரி :

சாக்கடை நிறைய இருக்கிறது என்று தாமரை பூக்காமல் இருக்குமா? இருக்காது. சாக்கடைக்கு நடுவில்தான் தாமரை மலரும்.

இந்த உலகம் சாக்கடை போல. மட்டம் தட்டுபவர்கள், கேலி செய்பவர்கள் சாக்கடை சேறு.

நீ தாமரையாக இரு. அவர்கள் சேற்றை வாரி இறைத்தாலும், நீ மலர்ந்து நில். உன் வாசனை ஊருக்கே தெரியும்.

அடுத்தவனை மிதித்து உயரம் போவது இல்லை. அடுத்தவனை தூக்கிவிட்டுத்தான் உயரம் போக முடியும். இது தெரியாதவன் மனிதனே இல்லை.

நீ மனிதனாக இரு. அது போதும்.

42

ஊர் சொல்லும் கடவுள்

மற்றவர்களால் வர்ணிக்கப்பட்டவர் தான் உங்களுக்கான கடவுள் என்று எண்ணாதீர்கள். உங்களால் உளமாற உணரப்பட்டவரே உங்களின் கடவுள். நீங்கள் இன்னும் அந்த உணர்வைப் பெறவில்லையா? அப்படி எனில் அதற்கான முயற்சியில் இறங்குங்கள். அதை விட்டு, மற்றவரின் வர்ணணையின் கற்பனையில் மூழ்காதீர்கள். மற்றவர் கூறும் கடவுளின் வர்ணனையில் கடவுளை காண்பதாக எண்ணுவது எளிதான வழியாக தோன்றலாம். ஒன்றை ஞாபகம் கொள்ளுங்கள் கானல் நீரால் தாகத்தை என்றும் தணிக்க முடியாது. அதுபோல மற்றவர்களால் வர்ணிக்கப்பட்டவைகள் நீங்கள் உணர்ந்ததாக என்றும் ஆகாது என்பதை நினைவில் கொள்ளுங்கள்.

ஊர் சொல்லும் கடவுள் கானல் நீர் - நீ கண்ட கடவுளே தாகம் தீர்க்கும் நீர்

இது உபநிடத சாரம். “யாரோ சொன்ன சாமி” என்று நம்புவது வாடகை வீடு. “நான் கண்ட சாமி” என்று உணர்வது சொந்த வீடு. வாடகை வீட்டில் நிம்மதி இருக்காது.

ஏன் மற்றவர் வர்ணனை கானல் நீர் ஆகிறது?

சர்க்கரை இனிப்பு : “சர்க்கரை இனிக்கும்” என்று 1000 பேர் சொல்லி கேட்டிருப்பாய். புத்தகத்தில் படித்திருப்பாய். ஆனால் நாக்கில் வைக்காத வரை “இனிப்பு” என்றால் என்னவென்று உனக்கு தெரியாது. கேட்டு தெரிந்துகொண்டது ‘தகவல்’. நாக்கில் வைத்து தெரிந்துகொண்டது ‘அனுபவம்’.

கடவுளும் அப்படித்தான். “கடவுள் கருணை” என்று ஊரே சொல்லும். ஆனால் உன் வாழ்க்கையில் ஒரு நாள், எல்லா கதவும் அடைத்து, யாருமே இல்லாதபோது, எங்கிருந்தோ ஒரு உதவி வரும் பார் - அன்று உன் கண்ணில் நீர் வரும். “அடடா, கருணை என்றால் இதுதானா” என்று உடம்பு

சிலிர்க்கும். அதுதான் உணர்வு. மற்றது எல்லாம் செவி வழி செய்தி.

பசிக்கு பட்டியல் படித்தால் போதுமா? ஹோட்டல் மெனு கார்டில் "பிரியாணி, சிக்கன் 65, மட்டன் சுக்கா" என்று 100 அயிட்டம் இருக்கும். அதை 3 மணி நேரம் படித்தால் பசி போய்விடுமா? போகாது. வாயில் வைத்தால்தான் பசி போகும்.

மத புத்தகங்கள், உபன்யாசங்கள் எல்லாம் மெனு கார்டு. கடவுளை பற்றிய வர்ணனை. அதை படித்துக்கொண்டே இருந்தால் ஆன்ம பசி தீராது. அதை ருசிக்க வேண்டும். அனுபவிக்க வேண்டும்.

வரைபடம் ஊர் இல்லை : "காசிக்கு இப்படி போகணும், இடது பக்கம் திரும்பணும்" என்று வரைபடம் வரைந்து கொடுப்பார்கள். அந்த பேப்பரையே தலையில் வைத்து கும்பிட்டால் காசி வந்துவிடுமா? வராது. நடக்க வேண்டும். கால் கடுக்க வேண்டும். கங்கையில் இறங்கி குளிக்க வேண்டும்.

மற்றவர் சொன்ன கடவுள் ஒரு வரைபடம். நீ நடக்க வேண்டிய பாதை. அதையே கடவுள் என்று நினைத்துவிட்டால், பயணமே ஆரம்பிக்காது.

அப்போ நான் உணர்வது எப்படி? கானல் நீரை விட்டு, உண்மை நீர் குடிப்பது எப்படி?

கேள்வியை உள்ளே திருப்பு : "கடவுள் எங்கே இருக்கார்?" என்று வானத்தை பார்க்காதே. "கடவுள் இருக்கிறார் என்று நம்பும் 'நான்' யார்?" என்று உனக்குள்ளே கேள். கோயிலுக்கு போகும் காலை பார், கும்பிடும் கையை பார், அழும் கண்ணை பார். இதெல்லாம் யாருடையது? 'என்னுடையது'. அந்த 'நான்' யார் என்று தேடு. வெளியே தேடிய கடவுள், உள்ளே இருப்பது தெரியும்.

உணர்ச்சியில் உண்மையை பிடி : பூஜை செய்யும்போது, பாட்டு கேட்கும்போது, ஏழைக்கு சோறு போடும்போது, உன் கண்ணில் தண்ணி வருகிறதா? நெஞ்சு கனக்கிறதா? உடம்பு சிலிர்க்கிறதா? அந்த கண்ணீர் துளியில் கடவுள் இருக்கிறார். புத்தகத்தில் இல்லை. அந்த கணம் பொய் சொல்லாது. அதை பிடித்துக்கொள். "இதோ, இவர்தான் என் கடவுள்" என்று அந்த உணர்வையே கெட்டியாக பிடி.

அமைதியாக இரு : ரேடியோவில் பாட்டு கேட்க வேண்டுமென்றால், இரைச்சலை நிறுத்த வேண்டும். சரியான அலைவரிசையில் வைக்க வேண்டும். மனசும் அப்படித்தான். ஊர் பேச்சு, TV, Phone, கவலை - இந்த இரைச்சலை நிறுத்து. தினமும் 10 நிமிடம் கண்ணை மூடி சும்மா உட்கார். எண்ணம் ஓடும். ஓடட்டும். நீ பார். பார்த்துக்கொண்டே இரு. ஒருநாள் எண்ணம் நிற்கும். அந்த நிசப்தத்தில் கேட்கும் ஒரு சின்ன குரல் இருக்கிறதே - அதுதான் அவன் குரல். அதுதான் உன் கடவுள்.

உன் வாழ்க்கையே பூஜையாக்கு : கோயிலில் 1 மணி நேரம் சாமி கும்பிட்டுவிட்டு, வெளியே வந்து பொய் பேசினால், ஏமாற்றினால், அது கடவுள் இல்லை. பஸ்ஸில் இடம் கொடு, பொய் பேசாதே, கிடைத்ததை பகிர்ந்து கொடு. அதை செய்யும்போது உள்ளுக்குள்ளே ஒரு நிம்மதி வரும் பார் -அந்த நிம்மதிதான் கடவுள். அதை நீ உணர்ந்துவிட்டால், அவர்தான் உன் கடவுள்.

உணர்ந்துவிட்டால் என்ன ஆகும்?

பயம் போய்விடும் : கடலில் இருக்கும் மீனுக்கு “தண்ணீர் எங்கே?” என்ற பயம் வருமா? வராது. கடவுளுக்குள்ளேயே இருக்கிறோம் என்று உணர்ந்துவிட்டால், சாவுக்கு கூட பயம் இருக்காது.

சண்டை போட மாட்டாய் : “என் சாமிதான் பெருசு” என்று சண்டை போட மாட்டாய். ஏனென்றால் உனக்கு தெரியும் - எல்லா சாமியும் உன் சாமிதான். கங்கை தண்ணி, காவேரி தண்ணி என்று பெயர் வேறு. ஆனால் H2O ஒன்றுதான்.

தனியாக உணர மாட்டாய் : உலகமே உன்னை கைவிட்டாலும், உள்ளே ஒருவன் இருக்கிறான் என்ற தைரியம் வரும். அதுதான் உண்மையான பலம்.

கடைசி வரி :

அடுத்தவன் காதல் கதை கேட்டு உனக்கு காதல் வருமா? வராது. நீ காதலித்தால்தான் காதல் என்னவென்று தெரியும்.

அடுத்தவன் சொல்லும் கடவுளும் அப்படித்தான். கேட்டு தெரிந்துகொள்வது கதை. நீயே உணர்வதுதான் கடவுள்.

அதனால்கண்ணை மூடு. கதவை மூடு. உனக்குள்ளே போ.

அங்கே உனக்காக ஒருவன் காத்துக்கொண்டு இருக்கிறான். அவன் ஊர் சொன்ன சாமி இல்லை. உன் சாமி.

அவனை பார்த்துவிட்டால், தாகம் தீர்ந்துவிடும். மறுபடி தண்ணீர் கேட்க மாட்டாய்.

43

சோதனை என்பது தண்டனை இல்லை

ஒரு சராசரி மனிதன் உலக வாழ்க்கையில் ஒரு நிலைக்கு மேல் திருப்தியையோ அல்லது சலிப்பையோ உணர்ந்தான் என்றால், அவனின் தேடுதல் அடுத்த நிலையான இறைவனை நோக்கி திரும்பும், இது இயற்கையின் நியதி. அவ்வாறு இறை தேடுதல் தொடங்கும்போது, அதற்கு அவன் தகுந்தவன் தானா என சோதிக்கும் படலம் ஆரம்பமாகும். இச்சோதனை அவனது குடும்ப வாழ்வில், தொழிலில், உறவுகளில், சமுதாயத்தில், உடல் நிலையில், மனநிலையில், மற்றும் பொருளாதாரத்தில் என பல விதங்களில் இருக்கும். இச்சோதனைகளின் குறிக்கோள் அவனை வருத்தப்பட வைப்பதற்கு அல்ல, அவன் தேர்ந்தெடுத்த இறைநிலையை நோக்கி அவன் சென்றடைவதற்கான தயார்படுத்தல்கள். இதை சரியாக புரிந்து கொண்டவர்கள், அதாவது வாழ்வில் திருப்தியை உணர்ந்தவர்கள், இச்சோதனைகளை தங்களின் ஆன்மீக வளர்ச்சியின் மேம்படுத்தலாக மாற்றிக்கொண்டு அக்கடினமான சூழ்நிலையை கடந்து சென்று விடுகின்றனர். புரிதல் இல்லாதவர்கள் அதாவது வாழ்வில் சலிப்படைந்தவர்கள் இச்சோதனைகளை கடக்க முடியாமல் மீண்டும் வந்த வழியே திரும்பச் சென்று உலக வாழ்விலேயே ஆழ்கின்றனர்.

சோதனை என்பது தண்டனை இல்லை - அது தகுதி தேர்வு

இது பரம சத்தியம். இதுதான் ஆன்மீகத்தின் A to Z. இதை புரிந்துகொண்டவன் வாழ்க்கையில் தோற்கவே மாட்டான்.

ஏன் திருப்தி/சலிப்புக்கு பிறகு இறை தேடல் வருகிறது?

குழந்தை விளையாட்டு பொம்மையோடு விளையாடும். ஒரு கட்டத்தில் அலுத்துவிடும். பொம்மையை தூக்கி எறிந்துவிட்டு “அம்மா” என்று தேடும். ஏன்? பொம்மை தற்காலிக சந்தோஷம். அம்மாதான் நிரந்தரம்.

திருப்தி வந்தவன் : பணம், பதவி, புகழ் எல்லாம் அடைந்துவிட்டான். ஆனால் இரவில் தூங்கும்போது மனசுக்குள்ளே ஒரு வெறுமை. "இவ்வளவுதானா வாழ்க்கை?" என்ற கேள்வி. வயிறு நிறைந்துவிட்டது, ஆனால் ஆன்மா பசியாக இருக்கிறது. அப்போதுதான் மேலே பார்ப்பான்.

சலிப்பு வந்தவன் : எதுவுமே கிடைக்கவில்லை. தோல்வி, அவமானம், வலி. "இந்த உலகத்தில் நிம்மதியே இல்லையா?" என்று வெறுத்துப்போவான். வெளியே எல்லா கதவும் சாத்தியபிறகு, உள்ளே இருக்கும் கதவை தட்டுவான்.

இரண்டு பேரும் ஒரே இடத்துக்குத்தான் வருகிறார்கள் - "இந்த உலகம் போதாது" என்ற புள்ளிக்கு. அங்கிருந்துதான் இறைவனை நோக்கிய பயணம் ஆரம்பம். இது இயற்கை. விதை மண்ணுக்குள் அழுகினால்தான் முளை வரும்.

சோதனை ஏன் வருகிறது? அதன் 4 நோக்கம்

கலெக்டர் ஆகணும்னா IAS எக்ஸாம் எழுதணும். ஒலிம்பிக்ல ஓடணும்னா தகுதி சுற்று ஜெயிக்கணும். இறைவனை அடையணும்னா? அதற்கும் தேர்வு உண்டு. அதுதான் சோதனை.

பாரம் கழற்ற : மலை ஏறும்போது வேண்டாத சாமானை தூக்கி எறிய வேண்டும். காசு, சொந்தம், பெருமை, "நான்" என்ற அகங்காரம் - இதெல்லாம் பாரம். சோதனை என்ற உலுக்கலில் இந்த பாரம் கொஞ்சம் கொஞ்சமாக கழன்று விழும். லேசானவன்தான் மேலே போக முடியும்.

தசையை முறுக்க : ஜிம்முக்கு போனா முதலில் உடம்பு வலிக்கும். ஏன்? தசை கிழிகிறது. கிழிந்த தசைதான் மீண்டும் வளரும்போது பலசாலி ஆகிறது. குடும்பம், தொழில், உடம்பு என்று வரும் சோதனை மனசை கிழிக்கும். தாங்கினால், மனசு வைரம் போல ஆகிவிடும். அடுத்து எந்த பிரச்சனை வந்தாலும் அசராது.

போலிகளை வடிகட்ட : "நான் சாமியார்" என்று வேஷம் போடுவது சுலபம். ஆனால் கையில் காசு இல்லாதபோது, பிள்ளைக்கு உடம்பு சரியில்லாதபோது, ஊர் திட்டும்போது "கடவுளே" என்று நிற்பானா? அப்போதுதான் தெரியும் அவன் பக்தி உண்மையா நடிப்பா என்று. சோதனை ஒரு வடிகட்டி. பதர் தானாக போய்விடும், நெல் மட்டும் தங்கும்.

'அவன்' கையை பிடிக்க வைக்க : நாம் நன்றாக இருக்கும்போது "நான், என் திறமை" என்று மார்தட்டுவோம். எல்லாம் போனபிறகுதான் "கடவுளே, நீதான் துணை" என்று கை கூப்புவோம். சோதனை நம்மை மண்டியிட வைக்கிறது. மண்டியிட்டவனைத்தான் இறைவன் தூக்கிவிடுவான். நிமிர்ந்து நிற்பவனை அல்ல.

திருப்தியானவன் VS சலிப்பானவன் - இரண்டு பேரும் சோதனையை எப்படி பார்க்கிறார்கள்?

திருப்தி அடைந்தவன் - புரிதல் உள்ளவன், சலிப்பு அடைந்தவன் - புரிதல் இல்லாதவன்.

திருப்தி அடைந்தவன் சோதனையை குருவாக பார்க்கிறான் சலிப்பு அடைந்தவன் சோதனையை எதிரியாக பார்க்கிறான்

திருப்தி அடைந்தவன் "இந்த கஷ்டம் எனக்கு ஏதோ சொல்லித்தர வந்திருக்கு" என்பான். சலிப்பு அடைந்தவன் "ஐயோ கடவுளே ஏன் என்னை மட்டும் சோதிக்கிற?" என்று அழுவான்.

திருப்தி அடைந்தவன் கேள்வி கேட்பான் கடந்து போவான்,சலிப்பு அடைந்தவன் குறை சொல்வான் மாட்டிக்கொள்வான்

திருப்தி அடைந்தவன் வலித்தாலும் "இதுவும் கடந்து போகும்" என்று நடப்பான். சலிப்பு அடைந்தவன் வலியிலேயே உட்கார்ந்துவிடுவான். "எனக்கு மட்டும் ஏன் இப்படி?" என்று புலம்புவான்.

சோதனை திருப்தி அடைந்தவனை புடம் போட்ட தங்கம் ஆக்கும். இறைவனுக்கு நெருக்கமாவான். சலிப்பு அடைந்தவன் பயந்து பழைய வாழ்க்கைக்கே ஓடிவிடுவான். குடி, சூதுக்கு அடிமையாவான்.

கடைசி வரி :

பட்டாம்பூச்சி கூட்டிலிருந்து வெளியே வரும்போது ரொம்ப கஷ்டப்படும். நாம் பாவம் பார்த்து கூட்டை கிழித்துவிட்டால், பட்டாம்பூச்சி வெளியே வரும். ஆனால் பறக்காது. ஏன்? அந்த போராட்டத்தில்தான் அதன் சிறகுக்கு ரத்தம் பாய்ந்து பலம் வரும்.

உன் வாழ்க்கையில் வரும் சோதனைகள், உன் ஆன்ம சிறகுக்கு ரத்தம் பாய்ச்ச வரும் போராட்டம்.

“என்னை ஏன் கஷ்டப்படுத்துற?” என்று கடவுளை திட்டாதே. “எனக்கு பறக்க கத்துக்கொடுக்குற” என்று நன்றி சொல்.

திருப்தியானவன் “நன்றி” சொல்வான், கடந்து போவான்.

சலிப்பானவன் “ஏன்” என்று கேட்பான், திரும்பி போவான்.

நீ எந்த வகை? முடிவு உன் கையில்.

44

எது மனநிறைவு

திருப்தி - மனநிறைவு! பெரும்பான்மையான மனிதர்கள் தங்கள் வாழ்க்கையில் திருப்தியை அதாவது மன நிறைவை உணர்வதில்லையே அது ஏன்? உண்மையிலேயே அவர்களுக்கு வாழ்வில் திருப்தி என்பது கிடைப்பதே இல்லையா? ! திருப்தியை உணர்வதற்கு முதலில் நாம் நமது எல்லைகள் எது என்பதை அறிந்திருத்தல் வேண்டும். இவ்வுலகில் பெரும்பான்மையானவர்கள் தங்களுக்கு உண்மையிலேயே என்ன தேவை என்பதை அறிந்திருக்கவில்லை. மற்றவர்களை பார்த்தே தமது தேவைகளை வகுத்துக் கொள்கின்றனர். அதனாலேயே அவர்கள் தங்கள் தேவையின் எல்லைகள் எது என்பதை அறியாமல் இருக்கின்றனர். இந்நிலையில் அவர்களுக்கு தேவையானது கிடைத்தாலும் அவர்களால் முழு மனநிறைவை, உள்ளம் நிறைந்த திருப்தியை உணர முடிவதில்லை/ உணர தெரிவதில்லை என்பதே யதார்த்தமான உண்மை.

திருப்தி என்பது பாத்திரத்தின் அளவு தெரிவது - தெரியாதவன் கடலையும் குடிக்க ஆசைப்படுவான்

இது உண்மை. “எல்லை தெரியாதவனுக்கு நிறைவு வராது.” இதுதான் இன்றைய உலகத்தின் மிகப்பெரிய வியாதி.

ஏன் பெரும்பாலோருக்கு திருப்தி வருவதில்லை? 3 முக்கிய காரணம்

‘தேவை’க்கும் ‘ஆசை’க்கும் வித்தியாசம் தெரியவில்லை

தேவை : தாகத்துக்கு தண்ணீர். பசிக்கு சோறு. குளிருக்கு துணி. இது உயிர் வாழ. இதற்கு எல்லை உண்டு. 2 டம்ளர் தண்ணீர் குடித்தால் தாகம் தீர்ந்துவிடும்.

ஆசை : பக்கத்து வீட்டுக்காரன் Benz கார் வாங்கினான், எனக்கும் வேண்டும். நடிகை போட்ட நகை எனக்கும்

வேண்டும். இதற்கு எல்லையே கிடையாது. இது உயிர் வாழ அல்ல, ஊரை காட்ட.

இன்று மனிதன் தேவையை மறந்துவிட்டு, ஆசையை 'தேவை' என்று நினைக்கிறான். ஆசைக்கு முடிவு இல்லை. அதனால் திருப்தியும் வருவதில்லை. கிணற்று நீரை இறைத்தால் மீண்டும் ஊறும். ஆனால் மழைத்தண்ணீருக்காக வாயை திறந்துகொண்டே இருந்தால்? தொண்டைதான் காயும்.

'அடுத்தவன் ஸ்கேல்' வைத்து தன்னை அளக்கிறான்

இதுதான் மிகப்பெரிய நோய்.

ஒரு காக்கைக்கு குயில் குரல் வேண்டுமென்று ஆசை. குயிலுக்கு மயில் போல ஆட வேண்டுமென்று ஆசை. மயிலுக்கு கருடன் போல பறக்க வேண்டுமென்று ஆசை. கடைசியில் யாருக்கும் நிம்மதி இல்லை.

உன் உயரம் 5 அடி. நீ 6 அடி சட்டை தைத்தால், அது உனக்கு பொருந்துமா? பொருந்தாது. அடுத்தவன் 6 அடி, அதனால் நானும் 6 அடி சட்டை போடணும் என்று நினைப்பது மடத்தனம்.

Instagram-ல் ஒருத்தன் Maldives போட்டோ போடுகிறான். உடனே "நானும் போகணும், இல்லன்னா என் வாழ்க்கை வேஸ்ட்" என்று நினைக்கிறோம். அவன் கடன்ல போயிருக்கலாம், அது நமக்கு தெரியாது. அடுத்தவன் போட்டோவை பார்த்து உன் நிஜத்தை சபிக்கிறாய். அப்புறம் எப்படி திருப்தி வரும்?

'போதும்' என்ற வார்த்தையை மறந்துவிட்டான்

பாயசம் சாப்பிடுகிறாய். ஒரு கரண்டி, இரண்டு கரண்டி. . . ருசி. மூன்றாவது கரண்டியில் "போதும்" என்று சொல்ல வேண்டும். சொல்லாமல் 10 கரண்டி குடித்தால்? வாந்திதான் வரும். இனிப்பே கசக்கும்.

வாழ்க்கையும் அப்படித்தான். "போதும்" என்று சொல்ல தெரியாதவனுக்கு, எவ்வளவு கிடைத்தாலும் பத்தாது. 1 லட்சம் சம்பளம் வாங்கும்போது "2 லட்சம் வந்தா நிம்மதி" என்பான். 2 லட்சம் வந்ததும் "5 லட்சம் வந்தா போதும்" என்பான். கோடி வந்தாலும் "இன்னொரு கோடி" என்பான். சவப்பெட்டிக்குள்

போகும்வரை “போதும்” என்று சொல்லவே மாட்டான்.

அப்போ திருப்தி என்பதே கிடையாதா? இருக்கிறது. எப்படி உணர்வது?

உன் ‘லட்சுமண கோடு’ எது என்று கிழி :

உட்கார்ந்து ஒரு பேப்பர் எடு. “எனக்கு நிம்மதியாக வாழ உண்மையிலேயே என்ன வேண்டும்? ” என்று எழுது.

- மாதம் 50,000 செலவுக்கு

- சொந்தமாக ஒரு 2 BHK வீடு

- வருஷம் 1 தடவை ஊருக்கு போகணும்

- உடம்பு ஆரோக்கியமா இருக்கணும்

இது போதும் என்று எழுதிவிட்டால், அதுதான் உன் எல்லை. அது கிடைத்துவிட்டால், “போதும், நன்றி” என்று முழு மனதோடு சொல்லு. அதற்கு மேல் வந்தால் “Bonus.” ஆனால் அதற்கு அலையாதே. எல்லை தெரிந்துவிட்டால், கிடைத்ததும் நிறைவு வந்துவிடும்.

‘ஒப்பிடுவதை’ நிறுத்து :

அடுத்தவன் தட்டை எட்டிப் பார்க்காதே. உன் தட்டில் என்ன இருக்கிறதோ அதை ரசித்து சாப்பிடு. உனக்கு கூழ் பிடிக்கும் என்றால், அடுத்தவன் பிரியாணி சாப்பிடுகிறானே என்று கூழை தூக்கி எறியாதே. உன் நாக்குக்கு எது ருசியோ, அதுவே உனக்கு அமிர்தம்.

Social Media-வை 1 வாரம் நிறுத்திப்பார். உன் மனசு எவ்வளவு நிம்மதியாக இருக்கிறது என்று தெரியும். ஏனென்றால் ஒப்பீடு என்ற விஷம் உள்ளே போகாது.

‘இருப்பதற்கு’ நன்றி சொல் :

காலையில் எழுந்ததும் கண்ணு தெரிகிறதா? நன்றி சொல். கால் நடக்குதா? நன்றி சொல். சாப்பிட சோறு இருக்கா? நன்றி சொல்.

இல்லாததை நினைத்து அழுபவனுக்கு திருப்தி வராது. இருப்பதை நினைத்து சிரிப்பவனுக்கு திருப்தி தானாக வரும்.

குடிக்க நீர் இல்லாதவனுக்கு, ஒரு சொம்பு தண்ணீர் கிடைத்தாலே அதுதான் சொர்க்கம். நமக்கு 24 மணி நேரமும் குழாயில் தண்ணீர் வருகிறது, அதனால் அதன் அருமை தெரியவில்லை.

கடைசி வரி :

ஒரு பிச்சைக்காரனிடம் கேட்டார்கள் : "உனக்கு திருப்தி எப்போது வரும்?"

அவன் சொன்னான் : "இன்றைய பசிக்கு சோறு கிடைத்தால் போதும். நாளைக்கு பசித்தால், நாளைக்கு பார்த்துக்கொள்ளலாம்."

கோடீஸ்வரனிடம் கேட்டார்கள் : "உனக்கு திருப்தி எப்போது வரும்?"

அவன் சொன்னான் : "இன்னும் ஒரு புராஜெக்ட் முடியணும், இன்னும் ஒரு கம்பெனி வாங்கணும். . . "

யார் நிம்மதியாக தூங்குவார்கள்?

திருப்தி என்பது கிடைப்பதில் இல்லை. "போதும்" என்று நினைப்பதில் இருக்கிறது.

_பாத்திரம் சின்னதாக இருந்தாலும், நிறைந்துவிட்டால் அதுதான் திருப்தி.

பாத்திரம் கடல் அளவு பெரிசாக இருந்தாலும், நிறையவில்லை என்றால் அதுதான் ஏக்கம். _

உன் பாத்திரத்தின் அளவை நீயே முடிவு செய். அடுத்தவனை பார்த்து முடிவு செய்யாதே. அன்றுதான் உனக்கு மனநிறைவு வரும்.

45

வார்த்தை மல்லிகைப் பூ

உலகில் ஒருவகையான மக்கள் வெறும் வார்த்தைகளில் மட்டுமே கனிவை கொடுத்தால் போதும் அதனாலேயே அனைத்தையும் தம் பக்கம் ஈர்த்து விடலாம் என்ற மனநிலையில் இருக்கின்றனர். உண்மையில் இதனால் பலன் உண்டா? மேலோட்டமாக பார்த்தால் தொடக்கத்தில் இவ்வகை அணுகுமுறை பலனை கொடுக்கத்தான் செய்கிறது. ஏனெனில் வார்த்தைகளே ஒருவர் மீது நம்பிக்கை கொள்வதற்கு தொடக்க புள்ளியாக அமைகிறது. ஆனால் காலம் செல்ல செல்ல அவ்வார்த்தைகளில் வெளிப்பட்ட கனிவை அவரின் செயலில் காண முடியாமல் போகுமானால் அவரின் மேல் உண்டான நம்பிக்கை என்பது கானல் நீராய் போவதுடன் அவர் வெறுக்கப்படும்; ஒதுக்கப்படும் நபராகவும் ஆக்கப்படுகிறார். ஆகவே வார்த்தைகளில் மட்டுமே கனிவை காட்டி உலகை வென்றுவிடலாம் என்று ஒருபோதும் எண்ணாதீர்கள். அதனால், நீங்கள் ஒதுக்கப்படுவீர்கள், நிராகரிக்கப்படுவீர்கள்.

வார்த்தை மல்லிகைப் பூ - வாசம் கொஞ்ச நேரம், செயல் சந்தன மரம் - வாசம் ஆயுசுக்கும்

வாய் பேச்சு ஆரம்பம் மட்டும்தான். கை செயல்தான் முடிவு. இதை புரியாதவன் வாழ்க்கையில் தனிமரம்தான்.

ஏன் வெறும் வார்த்தை ஆரம்பத்தில் வேலை செய்கிறது?

மனித மனசு குழந்தை போல. குழந்தைக்கு மிட்டாய் காட்டினால் ஓடி வரும். “அண்ணே, நீங்க ரொம்ப நல்லவரு, உங்கள மாதிரி யாருமே இல்ல” என்று ஒருவன் சொன்னால், கேட்பவன் மனசு குளிர்ந்துவிடும்.

நம்பிக்கையின் விதை : வார்த்தைதான் முதல் பாலம். யாரையும் பார்த்ததும் “வணக்கம், எப்படி இருக்கீங்க?” என்று கேட்காமல் நேரா காரியத்துக்கு போக முடியாது. அன்பான

பேச்சு கதவை திறக்கும்.

ஆறுதல் தேவை : கஷ்டத்தில் இருப்பவனுக்கு "கவலைப்படாதே, நான் இருக்கேன்" என்ற ஒரு சொல் போதும். அந்த நேரத்துக்கு அது மருந்து. அதனால்தான் வாய் ஜாலக்காரர்கள் ஜெயிக்கிறார்கள்.

கேட்க எல்லோருக்கும் பிடிக்கும் : "நீ அழகா இருக்க", "நீ புத்திசாலி" என்று சொன்னால் யாருக்குத்தான் பிடிக்காது? புகழ்ச்சி ஒரு போதை. அந்த போதையை கொடுப்பவன் பின்னாலேயே போவோம்.

ஆனால் செயல் இல்லை என்றால் என்ன ஆகும்? கானல் நீர் கதை

கானல் நீரை தூரத்தில் பார்த்தால் ஏரி போல தெரியும். தாகம் எடுத்தவன் ஓடுவான். கிட்ட போனா? மணல்தான் இருக்கும். ஏமாற்றம், கோபம், வெறுப்பு மூன்றும் ஒன்றாக வரும்.

நம்பிக்கை செத்துவிடும் : "எந்த உதவி வேணும்னாலும் கூப்பிடு" என்று சொன்னவன், உண்மையில் கூப்பிட்டால் போனை எடுக்கவில்லை என்றால்? அடுத்த தடவை அவன் "ஹலோ" என்றாலே நாம் "ஆளை விடு" என்று ஓடிவிடுவோம். ஒரு தடவை உடைந்த கண்ணாடி, ஒட்டினாலும் கீறல் தெரியும்.

மரியாதை போய்விடும் : வாயால் "நான் நேர்மையானவன்" என்று சொல்லிவிட்டு, திருட்டுத்தனம் செய்பவனை யார் மதிப்பார்கள்? "வெறும் வாய்ச்சொல் வீரன்" என்ற பட்டம்தான் கிடைக்கும். ஊர் சிரிக்கும்.

தனிமைதான் மிச்சம் : ஏமாந்தவர்கள் எல்லாம் ஒவ்வொருவராக விலகிவிடுவார்கள். கடைசியில் அவன் சுற்றி யாருமே இருக்க மாட்டார்கள். பேச்சு மட்டும் பேசி, செயலில் காட்டாதவன் கடைசியில் தனக்குத்தானே பேசிக்கொண்டு இருக்க வேண்டியதுதான். கூட்டம் சேர்க்க வார்த்தை போதும். கூட்டத்தை தக்கவைக்க செயல் வேண்டும்.

அப்போ என்ன செய்ய வேண்டும்? வள்ளுவர் வழி

"சொல்லுதல் யார்க்கும் எளிய அரியவாம்

சொல்லிய வண்ணம் செயல்''

பேசுவது எல்லோருக்கும் லேசு. பேசியபடி நடப்பதுதான் கஷ்டம். அதை செய்பவன்தான் மனிதன்.

'குறைத்து பேசு, நிறைவாக செய்' : 10 செய்வதாக இருந்தால், 2 என்று சொல். ஆனால் 10-ம் செய்து காட்டு. மக்கள் அசந்து போவார்கள். "இவர் சொன்னதைவிட அதிகமாவே செய்கிறார்'' என்ற பெயர் வரும். இதுதான் நிரந்தர நம்பிக்கை.

'செயலே விளம்பரம்' : நீ நல்லவன் என்று நீயே சொல்லிக்கொள்ளாதே. உன் செயல் பேசட்டும். அடுத்தவன் பசியை பார்த்ததும் சோறு போடு. "நான் தர்மவான்'' என்று போர்டு மாட்ட வேண்டியதில்லை. சோறு சாப்பிட்டவன் கண்ணீரே உனக்கு பட்டம் கொடுக்கும்.

'வார்த்தையும் செயலும் ஒன்றாக இருக்கட்டும்' : விளக்கு ஏற்றுகிறேன் என்று சொல்லிவிட்டு, இருட்டிலேயே இருந்தால் எப்படி? சொன்னால் செய். செய்ய முடியவில்லை என்றால் சொல்லாதே. வாக்கு தவறாதவன் வாழ்க்கை தவறாது.

'மனசும் வாக்கும் கையும் ஒரே நேர்கோட்டில்' : நினைப்பது ஒன்று, பேசுவது ஒன்று, செய்வது ஒன்று என்று இருந்தால் அவன் கோமாளி. மூன்றும் ஒன்றாக இருப்பவன்தான் மகான். அவனைதான் உலகம் நம்பும், பின்பற்றும்.

கடைசி வரி :

தோட்டக்காரன் "என் தோட்டத்தில் மாம்பழம் இருக்கு, தேன் போல இனிக்கும்'' என்று 100 தடவை சொல்லலாம். நீ நம்பலாம். ஆனால் ஒரு தடவை ஒரு பழத்தை பறித்து கடித்துப்பார். புளித்தால்? அடுத்த தடவை அவன் தோட்டத்து பக்கமே போக மாட்டாய்.

மனிதனும் அப்படித்தான். உன் வார்த்தை அட்டை. உன் செயல்தான் உள்ளே இருக்கும் பழம்.

அட்டை அழகாக இருந்து பழம் அழுகி இருந்தால், தூக்கி குப்பையில் போட்டுவிடுவார்கள்.

ஆகவே, இனிமையாக பேசு. அதைவிட இனிமையாக நடந்துகொள். அப்போதுதான் நீ விரும்பப்படுவாய், நம்பப்படுவாய், நிலைப்பாய்.

46

விதை இல்லாத வாழைப்பழம்

சரியான காலத்தில் பக்குவப்பட்ட பழுத்த பழத்தின் விதை மட்டுமே வீரியத்துடன் இருக்கும். தடியால் அடித்து புகை போட்டு பழுக்க வைக்கப்பட்ட பழங்கள் பார்ப்பதற்கு, தானாய் பழுத்த பழங்கள் போலவேதான் இருக்கும், ஏன் அதன் சுவையும் கூட அதே போலத்தான் இருக்கக்கூடும். ஆனால் ஒன்றை புரிந்து கொள்ள வேண்டும். பழங்கள் உருவாவதின் மூலக்குறிக்கோள் மற்றவர் சுவைத்து உண்பதற்காக இல்லை. தன்னை விதையாக மற்றொரு இடத்திற்கு நகர்த்தி அங்கு ஓர் மரமாக உருவாவதற்கே. தான் மரமாக வளர தனது விதையை கொண்டு செல்பவர்களுக்கு ஒரு ஊக்கியாகவே(பரிசு) அவ்விதையை சுற்றி ஒரு சுவை நிறைந்த சதை பகுதியை உருவாக்கிக் கொடுக்கிறது. ஆனால் அதன் மூல நோக்கம் தனது வீரியமிக்க விதையை அடுத்த இடத்திற்கு நகர்த்துவதே. இம்மாதிரியான வீரியமிக்க விதை, முன் சொன்னது போல தடியால் அடித்து புகை போட்டு பழுக்க வைக்கப்பட்ட பழங்களில் உருவாகாது. தற்போதுள்ள ஒரு சில குருமார்கள் தாங்கள் பக்குவப்பட்ட பழமாக இருந்தும் தம்மை நாடிவரும் மக்களை இவர்கள் தாம் உணர்ந்த சில சித்துக்களை அவர்களுக்கு காண்பித்து இறைநிலையை உணர வைப்பது போன்ற மனநிலையை அம்மக்களுக்கு ஏற்படுத்தி விடுகின்றனர். இது புகை போட்டு பழுக்க வைக்கப்படும் பழத்திற்கு ஒப்பான செயலே தவிர, இயற்கையில் பழுத்த பழத்தின் வீரியமிக்க விதையை கொண்ட நிலையை அடைந்தது ஆகாது. இது தெரிந்தும், சிலர்சுவை மற்றும் சதையின் மீதுள்ள ஆசையில் அதையே திரும்பத் திரும்பச் செய்கின்றனர். இதனால் பிறவிச் சூழலில் இருந்து மீள முடியாமல் மீண்டும் மீண்டும் அதிலேயே சிக்குகின்றனர்.

அவசரப்பட்டு பழுத்த பழம் - விதை இல்லாத வாழைப்பழம்

இந்த உவமை அடி ஆழம் வரை போகிறது. இதுதான் இன்றைய ஆன்மீக உலகின் மிகப்பெரிய ஏமாற்று. "இன்ஸ்டன்ட் ஞானம்."

இயற்கை பழம் VS செயற்கை பழம் - வித்தியாசம் என்ன?

தானாய் கனிந்த பழம் - பக்குவப்பட்ட குரு - காலம் எடுக்கும். புகை போட்ட பழம் - சித்து காட்டும் குரு - அவசரம் காட்டும்.

கனிந்த பழம் : மரத்தில் தொங்கி வெயில், மழை, காற்று பட்டு மெல்ல மெல்ல கனியும். புகை போட்ட பழம்: காயாக பறித்து, கார்பைடு கல்லு வைத்து 2 நாளில் பழுக்க வைப்பார்கள்.

கனிந்த பழம் : நோக்கம் விதை. புகை போட்ட பழம் : நோக்கம் வியாபாரம்.

கனிந்த பழம் : என் விதை மூலம் இன்னொரு மரம் வரவேண்டும்'' என்பதே குறிக்கோள். சதை என்பது விதையை கொண்டு செல்லும் கூலிக்கான பரிசு. புகை போட்ட பழம்:'' என் பழத்தை தின்னு, என்னை புகழு, காசு கொடு'' என்பதே குறிக்கோள். விதை பற்றி கவலை இல்லை.

கனிந்த பழம் : வீரியம் உண்டு. புகை போட்ட பழம் : வீரியம் இல்லை.

கனிந்த பழம் : இதன் விதையை நட்டால், அது முளைத்து 100 வருஷம் நிற்கும் பெரிய மரமாகும். அடுத்த தலைமுறைக்கு நிழல் கொடுக்கும். புகை போட்ட பழம்:இதன் விதை மலடு. நட்டால் முளைக்காது. முளைத்தாலும் நிற்காது.

கனிந்த பழம் : சுவை மட்டும் இல்லை, சத்தும் உண்டு புகை போட்ட பழம் : சுவை மட்டும் இருக்கும், சத்து இருக்காது

கனிந்த பழம் : சாப்பிட்டால் உடம்புக்கும் மனசுக்கும் தெம்பு வரும். புகை போட்ட பழம் : சாப்பிட்டால் நாக்குக்கு ருசி. அவ்வளவுதான். 2 மணி நேரத்தில் பசிக்கும்.

ஏன் சில குருமார்கள் 'புகை போட்டு' பழுக்க வைக்கிறார்கள்?

சீடனின் அவசரம் : மக்களுக்கு “10 நாளில் கடவுளை காட்டுறேன், 1 மாதத்தில் முக்தி” என்றால்தான் பிடிக்கிறது. “12 வருஷம் தவம் பண்ணு” என்றால் ஓடிவிடுவார்கள். டிமாண்டுக்கு ஏற்ற சப்ளை. இன்ஸ்டன்ட் நூடுல்ஸ் மாதிரி இன்ஸ்டன்ட் ஞானம்.

குருவின் அகங்காரம் : “நான் பெரிய சித்தன், பார் என் சக்தியை” என்று காட்ட ஆசை. கூட்டம் கூட வேண்டும், பணம் சேர வேண்டும், பெயர் வர வேண்டும். உண்மையான குரு விளக்கு போல. தன்னை எரித்துக்கொண்டு மற்றவருக்கு வெளிச்சம் கொடுப்பான். போலி குரு டார்ச் லைட் போல. பேட்டரி இருக்கும் வரைதான் வெளிச்சம், அதுவும் தன் முகத்தில் மட்டும் அடித்துக்கொள்வான்.

சதை மேல் ஆசை : சித்து என்பது சதை. காதில் விழாததை கேட்பது, கண்ணுக்கு தெரியாததை பார்ப்பது, நீரில் நடப்பது - இதெல்லாம் வேடிக்கை. மக்கள் அந்த சதையை சுவைக்க வருகிறார்கள். “குருவே, என் பிரச்சனையை தீருங்க, லாட்டரி விழ வைங்க” என்று கேட்கிறார்கள். குருவும் “இந்தா பிடி” என்று சித்து காட்டுகிறார். இரண்டு பேரும் விதையை மறந்துவிட்டார்கள். விதை என்பது 'நான் யார்' என்ற தேடல். அது கசக்கும். சதைதான் இனிக்கும்.

இதனால் என்ன கேடு? பிறவிச் சூழல் ஏன்?

மலட்டு விதை : புகை வைத்த பழத்தின் விதையை நட்டால் மரம் வராது. அதுபோல, சித்து பார்த்து வந்த 'அனுபவம்' உனக்குள் ஞான மரமாக வளராது. அது குருவின் அனுபவம். உனக்கு வெறும் கதை. நாளை குரு இல்லை என்றால், நீ அனாதை. கைத்தடி கொடுத்து நடக்க வைப்பது குரு இல்லை. உன் காலில் நீயே நிற்க வைப்பதுதான் குரு.

சதைக்கு அடிமை : ஒரு தடவை சித்து பார்த்துவிட்டால், திரும்ப திரும்ப அதையே கேட்பாய். “குருவே, அந்த ஜோதி இன்னொரு தடவை காட்டுங்க.” இது போதை. கஞ்சா அடித்தவன் திரும்ப திரும்ப கேட்பது போல. இறைநிலை என்பது போதை இல்லை, தெளிவு. சித்து என்பது வழியில் தெரியும் பூ. பூவை பார்த்து உட்கார்ந்துவிட்டால், ஊர் போய் சேர முடியாது.

மீண்டும் பிறவி : விதையின் வேலை மரமாவது. அது நடக்காதவரை, பழம் அழுகி மண்ணோடு மண்ணாகும். மீண்டும் முளைக்கும். மீண்டும் அழுகும். 'நான் யார்' என்ற விதை முளைத்து, 'நானே பிரம்மம்' என்ற மரமாக ஆகாத வரை, பிறப்பு-இறப்பு என்ற சூழலில் சிக்கித்தான் ஆக வேண்டும். சுவைக்கு ஆசைப்பட்டு, விதையை துப்பிவிட்டால், தோட்டம் எப்படி உருவாகும்?

அப்போ உண்மையான குரு எப்படி இருப்பார்?

சித்து காட்ட மாட்டார் : "மகனே, வித்தை பார்க்காதே, விதையை பார்" என்பார். "கண்ணை மூடு, உனக்குள்ளே போ" என்பார். வெளியே எதையும் காட்ட மாட்டார்.

பசியை உண்டாக்குவார், சோறு போட மாட்டார் : "கடவுள் இருக்காரா?" என்ற சந்தேகத்தை உனக்குள்ளே கொளுத்திவிடுவார். ஆனால் "இதோ இருக்கார்" என்று காட்ட மாட்டார். நீயே தேடி கண்டுபிடிக்க வேண்டும். ஊட்டி விட்டால் பசி தீராது.

தன்னை மறைத்துக்கொள்வார் : "என்னை பார்க்காதே, நான் காட்டும் திசையை பார்" என்பார். சிஷ்யன் குருவைவிட பெரிய ஆளாக வரவேண்டும் என்று ஆசைப்படுவார். அவர்தான் இயற்கையில் கனிந்த பழம். அவர் விதை வீரியமானது.

கடைசி வரி :

கோயிலில் தேங்காய் உடைக்கிறோம். ஓட்டை உடைத்து தண்ணீரை கொட்டிவிட்டு, உள்ளே இருக்கும் பருப்பை சாமிக்கு வைக்கிறோம்.

சித்துக்கள் தேங்காய் தண்ணீர். குடித்தால் தாகம் போகும். ஆனால் மரமாகாது.

'நான் யார்' என்ற தேடல்தான் பருப்பு. அதை மண்ணில் வைத்தால்தான் தென்னை மரம் வரும்.

போலி குரு தண்ணீரை குடிக்க கொடுத்துவிட்டு, பருப்பை தூக்கி எறிந்துவிடுவான்.

உண்மை குரு "தண்ணீரை குடி, ஆனால் பருப்பை பத்திரமா எடுத்து வை" என்பான்.

நீ தண்ணீர் குடித்துவிட்டு போகிறவனா? இல்லை பருப்பை நட்டு மரமாக்குகிறவனா?

முடிவு உன்னிடம். சுவை நாக்கில். வீரியம் வாழ்க்கையில்.

47

வினாதான் விதை விதைக்கிறது

பொதுவாக உலகில் பதில்கள் மற்றும் தீர்வுகள் மட்டுமே பெரிதாக கொண்டாடப்படுகின்றன. ஆனால் நாம் ஒன்றை புரிந்து கொள்ள வேண்டும். ஆழமான கேள்விகளே அற்புதமான பதில்களை எடுத்துரைக்க வைக்கின்றன. கடினமான சூழ்நிலைகளே உன்னதமான தீர்வுகளை உருவாக்க வழி வகை செய்கின்றன.

விடை கொண்டாடப்படுகிறது - வினாதான் விதை விதைக்கிறது

உலகம் “மார்க்” பார்க்கிறது. “கேள்வித்தாள்” யார் தயாரித்தது என்று பார்ப்பதில்லை. ஆனால் கேள்வித்தாள் இல்லாமல் மார்க் ஏது?

ஏன் பதிலை மட்டும் கொண்டாடுகிறோம்?

பதில் கண்ணுக்கு தெரியும் : 100க்கு 100 மார்க். தங்க மெடல். கோடி ரூபாய் லாபம். இதை போட்டோ எடுத்து போர்டு போடலாம்.

கேள்வி கண்ணுக்கு தெரியாது : “ஏன் நான் பிறந்தேன்?” என்ற கேள்வி மார்க் ஷீட்டில் வராது. “வலி ஏன் வருகிறது?” என்ற கேள்விக்கு அவார்டு கிடையாது. அதனால் ஊர் கண்டுக்காது.

பதில் முடிவு : பரீட்சை எழுதி முடித்துவிட்டால் நிம்மதி. பதில் சொல்லிவிட்டால் வேலை முடிந்தது.

கேள்வி ஆரம்பம் : கேள்வி கேட்டால் தூக்கம் போகும். “இதற்கு பதில் என்ன?” என்று மூளை குடையும். மனிதனுக்கு நிம்மதி பிடிக்கும், குடைச்சல் பிடிக்காது. அதனால் கேள்வியை ஓரங்கட்டிவிடுகிறான்.

பதில் விற்கும் : "5 நாளில் ஆங்கிலம் பேசலாம்", "1 வாரத்தில் கோடீஸ்வரர் ஆகலாம்" - இதெல்லாம் பதில். விலை போகும்.

கேள்வி விற்காது : "நீ யார்?", "உன் வாழ்க்கையின் அர்த்தம் என்ன?" - இதை கேட்டால் காசு கொடுத்து யாரும் வாங்க மாட்டார்கள். அதனால் மார்க்கெட்டில் பதிலுக்குத்தான் மதிப்பு.

ஆனால் உண்மை என்ன? கேள்வி இல்லாமல் பதில் ஏது?

ஆப்பிள் விழுந்தது - அதுதான் சூழ்நிலை. "ஏன் விழுந்தது?" - அதுதான் கேள்வி.

அந்த ஒரு கேள்வியை நியூட்டன் கேட்காமல் இருந்திருந்தால், இன்று புவியீர்ப்பு விசை என்ற பதில் கிடைத்திருக்காது. விமானம் பறந்திருக்காது. ராக்கெட் நிலவுக்கு போயிருக்காது.

பதில் : புவியீர்ப்பு விசை. கொண்டாடுகிறோம்.

கேள்வி : ஏன் கீழே விழுகிறது? மறந்துவிட்டோம்.

வலி - அதுதான் கடினமான சூழ்நிலை. "வலி ஏன்?" - அதுதான் ஆழமான கேள்வி.

வலி இல்லை என்றால் மருத்துவம் இல்லை. தலைவலி வந்ததால்தான் மாத்திரை கண்டுபிடித்தான். கண் தெரியாததால்தான் கண்ணாடி வந்தது.

பதில் : பாராசிட்டமால், கண்ணாடி. கொண்டாடுகிறோம்.

கேள்வி : வலி ஏன் வருகிறது? அதுதான் மருத்துவத்தின் தாய்.

இருட்டு - அதுதான் பிரச்சனை. "வெளிச்சம் எப்படி?" - அதுதான் தேடல்.

இருட்டு இல்லை என்றால் எடிசன் விளக்கு கண்டுபிடித்திருக்க மாட்டார்.

பதில் : மின்சார பல்பு. உலகமே கொண்டாடியது.

கேள்வி : இருளை விரட்டுவது எப்படி? அதுதான் அறிவியலின் தொடக்கம்.

வாழ்க்கையிலும் அப்படித்தான்

தோல்வி என்ற சூழ்நிலை- "நான் ஏன் தோற்றேன்?" என்ற கேள்வி - அதுதான் உன்னை அடுத்த முறை ஜெயிக்க வைக்கும் உன்னத தீர்வை கொடுக்கும். கேள்வி கேட்காமல், தோல்விக்கு பிறகு சும்மா இருந்தால், மீண்டும் தோற்பாய்.

வறுமை என்ற கடினம்- "இதிலிருந்து மீள்வது எப்படி?" என்ற கேள்வி - அதுதான் புது தொழில், புது ஐடியா, புது வாழ்க்கைக்கு வழி வகுக்கும். கேள்வி இல்லை என்றால், பிச்சை எடுப்பதுதான் தீர்வாகும்.

"நான் யார்?" என்ற கேள்வி- இதுதான் எல்லா கேள்விக்கும் தாய் கேள்வி. இதற்கு பதில் கிடைத்துவிட்டால், அதுதான் 'முக்தி' என்ற அற்புதமான பதில். புத்தர், ரமணர் எல்லாம் இந்த ஒரு கேள்வியை கேட்டுத்தான் ஞானம் என்ற பதிலை அடைந்தார்கள்.

கடைசி வரி :

பூட்டை பார்த்து எல்லோரும் "ஆஹா, என்ன அழகான பூட்டு" என்கிறார்கள். தங்க பூட்டு என்றால் கொண்டாடுகிறார்கள்.

ஆனால் பூட்டுக்கு மதிப்பே கிடையாது,சாவிஇல்லை என்றால்.

பதில் என்பது பூட்டு. கேள்வி என்பதுதான் சாவி.

பூட்டை தூக்கி கொண்டாடாதே. சாவியை தேடு. சாவி இல்லாத பூட்டு வெறும் இரும்பு துண்டு.

கடினமான சூழ்நிலை வந்தால் அழாதே. "இந்த பூட்டுக்கு சாவி எங்கே?" என்று தேடு.

ஆழமான கேள்வி கேள். அதுதான் உனக்கான அற்புதமான பதிலை திறக்கும்.

பதில் சொல்பவன் வாத்தியார். கேள்வி கேட்பவன்தான் விஞ்ஞானி.

48

பயம் பூதம்

ஒரு கடினமான சூழ்நிலை நம்மை நோக்கி வரும்போது அதை பார்த்து நாம் கலங்கி நிற்பதை விட அதை ஏற்றுக்கொள்ளும்போது அந்த சூழ்நிலை நாம் நினைத்த அளவிற்கு கடினமானது இல்லை என்பதை உணர்கிறோம். அந்த உணர்வை நன்கு ஆராய்ந்து அதிலிருந்து நாம் அனுபவம் பெற்றுக்கொள்வோமேயானால் அது, அந்த சூழ்நிலையை கடப்பதற்கு மட்டுமின்றி நம் தகுதியை நாம் மேம்படுத்துவதற்கு முதற்படியாகவும் அமைகிறது.

பயம் பூதம் - ஏற்றுக்கொண்டால் பஞ்சாய் பறக்கும்

இது வாழ்க்கையின் மிகப்பெரிய ரகசியம். "சிக்கலை கட்டிப்பிடி, அது காணாமல் போகும்." இதை புரிந்தவன் வாழ்க்கையில் எதற்கும் அஞ்ச மாட்டான்.

ஏன் கலங்கும்போது சூழ்நிலை பெரிதாக தெரிகிறது?

இருட்டில் கயிறு கிடக்கிறது. தூரத்தில் நின்று பார்த்தால் பாம்பு போல தெரியும். நெஞ்சு படபடக்கும். கால் நடுங்கும். "ஐயோ பாம்பு" என்று கத்துவோம்.

அதே கயிற்றை தைரியமாக கிட்ட போய் பார்த்தால்? "அட சும்மா கயிறுதான்" என்று சிரிப்பு வரும். பயம் போன இடம் தெரியாது.

கடினமான சூழ்நிலையும் அப்படித்தான். தூரத்தில் இருந்து பார்த்து கலங்கும்போது, மனசு அதை 10 மடங்கு பெரிதாக்கி காட்டும். "நான் அழிஞ்சேன், எல்லாம் முடிஞ்சது" என்று கதை கட்டும். ஆனால் "சரி வா, பார்க்கலாம்" என்று ஏற்றுக்கொண்டு ஒரு அடி எடுத்து வைத்தால், 90% பிரச்சனை அங்கேயே கரைந்துவிடும். பிரச்சனையைவிட பிரச்சனை பற்றிய பயம்தான் பெரிய பிரச்சனை.

ஏற்றுக்கொள்வது என்றால் என்ன? சரணாகதி இல்லை, நேர்கொள்ளுதல்.

ஏற்றுக்கொள்வது என்றால் "விதி" என்று மூலையில் உட்காருவது இல்லை.

"ஆமாம், இது நடந்துவிட்டது" - முதலில் உண்மையை ஒத்துக்கொள். கடன் வந்துவிட்டது, நோய் வந்துவிட்டது, உறவு முறிந்துவிட்டது. "ஏன் எனக்கு?" என்று அழுது நேரத்தை வீணாக்காதே. மழை பெய்துவிட்டது. இனி குடை பிடிக்க வேண்டும், அழுது மழையை நிறுத்த முடியாது.

"சரி, இப்போ என்ன செய்யலாம்?" - அடுத்த அடி என்ன? இதுதான் வீரம். புயல் வரும்போது கதவை அடைத்துக்கொண்டு உள்ளே அழுவது கோழைத்தனம். கதவை திறந்து, கயிறை கெட்டியாக பிடித்துக்கொண்டு நிற்பதுதான் வீரம்.

"இது எனக்கு என்ன சொல்லித்தருது?" - இதுதான் ஆராய்தல். வேலை போச்சா? "என் திறமையில் என்ன குறை?" என்று பார். நண்பன் ஏமாற்றிவிட்டானா? "நான் யாரை நம்ப வேண்டும்?" என்று கற்றுக்கொள். ஒவ்வொரு அடியும் ஒரு பாடம். பாடத்தை படித்தவன் அடுத்த வகுப்புக்கு போகிறான்.

அனுபவம் எப்படி முதற்படி ஆகிறது?

குழந்தை நடக்கும்போது 100 தடவை விழும். விழுந்து அழுதுகொண்டே இருந்தால், வாழ்நாள் முழுக்க தவழ்ந்துகொண்டே இருக்க வேண்டியதுதான்.

ஆனால் விழுந்ததும் "அச்சச்சோ, கல்லு தட்டுச்சு" என்று பார்த்து, அடுத்த தடவை கல்லை தாண்டி நடக்கிறது. 101-வது தடவை ஓடுகிறது.

தசை பலம் : ஜிம்மில் 10 கிலோ தூக்கும்போது வலிக்கும். அந்த வலியை ஏற்றுக்கொண்டால்தான் நாளை 20 கிலோ தூக்க முடியும். வலியே பலமாகிறது.

மன பலம் : அவமானம், தோல்வி, நஷ்டம் - இதை ஏற்று ஆராய்ந்தால், மனசுக்கு தோல் மாதிரி ஒரு கவசம் வரும். அடுத்த முறை யார் கல் எறிந்தாலும் உறைக்காது. தழும்புதான்

சிப்பாய்க்கு அழகு.

தகுதி உயர்வு : கம்பெனியில் பிரச்சனை வரும்போது ஓடி ஒளியாதவன், "நான் பார்த்துக்கொள்கிறேன்" என்று நிற்பவன், நாளைக்கு மேனேஜர் ஆகிறான். ஏன்? அவன் சூழ்நிலையை சமாளித்து தகுதியை நிரூபித்துவிட்டான். கடவுளும் அப்படித்தான். உனக்கு பெரிய வேலை கொடுக்கும் முன், சின்ன சின்ன டெஸ்ட் வைப்பான்.

கடைசி வரி :

கடலில் குளிக்க போகும்போது, அலை வருவதை பார்த்து பயந்து கரையிலேயே நின்றால், கால் மட்டும்தான் நனையும்.

"டமால்" என்று அலைக்குள் குதித்துவிட்டால், முதலில் மூச்சு திணறும், உப்பு கரிக்கும். ஆனால் 2 நிமிஷத்தில் உடம்பு மிதக்கும். "அடடா, இவ்வளவுதானா?" என்று தோன்றும். கொஞ்ச நேரத்தில் நீச்சல் அடிக்க கத்துக்கொள்வாய்.

வாழ்க்கையும் கடல்தான். கடினமான சூழ்நிலை அலைதான்.

கரையில் நின்று பயப்படாதே. குதி. ஏற்றுக்கொள். மூழ்கி எழு.

வெளியே வரும்போது நீ வேற ஆள். உப்பு காற்று பட்டு, தசை இறுகி, தைரியம் வந்து, "இனி எந்த அலை வந்தாலும் சமாளிப்பேன்" என்ற தகுதியோடு வருவாய்.

கலங்கி நின்றால் கதை முடிந்தது. கலந்து நின்றால் நீதான் கதாநாயகன்.

49

பழகிவிட்டால் பயம் பறந்துவிடும்

முயன்று கடந்த சூழ்நிலை திரும்ப வந்தாலும் அதை கடந்து விடக்கூடிய அனுபவம் நம்மிடையே இருக்குமானால் அச்சங்கடமான சூழ்நிலை எத்தனை முறை வந்தாலும் நம்மால் கடப்பதற்கு எளிதானதே. மாறாக, அக்கடினமான சூழ்நிலையை கண்டு அஞ்சி ஒதுங்கினால் நம் முன்னேற்றம் தடைபடுமே அன்றி, அக்கடினமான சூழ்நிலை நம்மை விட்டு அகன்று விடாது என்பதை நினைவில் கொள்ளுங்கள்.

அடிபட்ட இடத்தில் மிதித்தால் வலிக்காது - பழகிவிட்டால் பயம் பறந்துவிடும்

இது முற்றிலும் உண்மை. "ஒரு முறை தீயில் வெந்தவன், அடுத்த முறை நெருப்பை கண்டு அலற மாட்டான்." அனுபவம் என்பது வாழ்க்கையின் 'ஆன்ட்டி-வைரஸ்'.

ஏன் மீண்டும் வந்தாலும் எளிதாக இருக்கிறது?

மூளைக்கு 'ரூட் மேப்' கிடைத்துவிடும் : முதல் தடவை காட்டுக்குள் போகும்போது வழி தெரியாது. முள்ளு குத்தும், கல்லு தடுக்கும். பயமாக இருக்கும். அதே காட்டுக்கு 2-வது தடவை போனால்? "ஆ, இந்த மரத்து பக்கம் திரும்பணும், இந்த ஓடையை தாண்டணும்" என்று தெரியும். கால் தானாக நடக்கும்.

கடின சூழ்நிலையும் அப்படித்தான். முதல் தடவை வேலை போனபோது உலகமே இருண்டது போல இருந்திருக்கும். ஆனால் அதிலிருந்து மீண்டு வேற வேலை பிடித்துவிட்டால், அடுத்த தடவை வேலை போனாலும் "சரி, இதையும் தாண்டிடுவோம், முன்னாடி தாண்டினேன்ல" என்ற தைரியம் வரும். அனுபவம் என்பது உன் கைக்குள் இருக்கும் GPS.

வலிக்கு மரத்துப்போய்விடும் : முதல் தடவை ஊசி போடும்போது குழந்தை அலறும். 10-வது தடவை? சிரித்துக்கொண்டே கையை நீட்டும். ஏன்? வலி என்னவென்று தெரிந்துவிட்டது. "இவ்வளவுதானா" என்று ஆகிவிட்டது.

தோல்வி, அவமானம், நஷ்டம் - முதல் தடவை நெஞ்சு உடையும். ஆனால் அதை தாங்கி மீண்டு வந்துவிட்டால், அடுத்த முறை "இது எனக்கு பழக்கம்டா" என்று மனசு சொல்லும். வலி தாங்கி பழகியவனை வாழ்க்கையால் அசைக்க முடியாது.

'என்னால் முடியும்' என்ற நம்பிக்கை வந்துவிடும் : ஒரு தடவை 5 கிலோ தூக்கிவிட்டால், "அடுத்த முறை 6 கிலோ தூக்குவேன்" என்ற நம்பிக்கை வரும். அதுவே "தன்னம்பிக்கை." கடின சூழ்நிலையை ஒரு முறை ஜெயித்துவிட்டால், "நான் வீரன்டா" என்ற உணர்வு ரத்தத்தில் ஏறிவிடும். அதற்கு பிறகு எந்த பூதம் வந்தாலும் "வாடா பார்க்கலாம்" என்று நிற்பாய்.

ஓடி ஒளிந்தால் என்ன ஆகும்? நிழல் கதை

நீ நடக்கும்போது உன் நிழல் உன்னை துரத்தும். நீ பயந்து ஓடினால், நிழலும் உன்னுடனேயே ஓடும். வேகமாக ஓடினால் வேகமாக துரத்தும். நீ களைத்து நின்றாலும், நிழல் உன் காலடியிலேயே நிற்கும்.

கடின சூழ்நிலையும் நிழல் போல. அதை கண்டு பயந்து ஓடினால், அது உன்னை விடாது. வேலைக்கு பயந்து வீட்டில் உட்கார்ந்தால், பசி என்ற புது பிரச்சனை வரும். கடனுக்கு பயந்து ஊரை விட்டு ஓடினால், தனிமை என்ற புது பிரச்சனை வரும். பிரச்சனையை விட்டு ஓட முடியாது. அதை தாண்டித்தான் போக முடியும்.

ஓடி ஒளிபவன் வாழ்க்கை முழுக்க 'எலி-பூனை' விளையாட்டுதான். பூனை = பிரச்சனை. எலி = நீ. எலி எவ்வளவு ஓடினாலும், ஒரு நாள் மாட்டிக்கொள்ளும். ஆனால் எலி திரும்பி நின்று பூனையை பார்த்தால்? பூனை மிரளும். காரணம், பூனை நினைக்கும் "இது சாதாரண எலி இல்ல, சிங்கம்" என்று.

அப்போ என்ன செய்ய வேண்டும்? மல்யுத்தக்காரன் வழி

மல்யுத்தம் கத்துக்கிறவன் தினமும் மண்ணில் விழுவான். முதல் நாள் முதுகு வலிக்கும். 100-வது நாள்? எப்படி விழுந்தாலும் சிரித்துக்கொண்டே எழுவான். ஏனென்றால் விழுக பழகிவிட்டான். எதிரியை தூக்கி போடவும் கத்துக்கொண்டான்.

'வரட்டும்' என்று வரவேறு : கடின சூழ்நிலை வந்தால் "ஐயோ" என்று அலறாதே. "வாடா மகனே, உன்னையும் பார்த்துடுவோம்" என்று சொல். பயம் பாதி தோல்வி. தைரியம் பாதி ஜெயம்.

'பாடம்' எடு : ஒரு முறை கடந்த பிறகு உட்கார்ந்து யோசி. "எங்க தப்பு பண்ணேன்? எப்படி மீண்டேன்? அடுத்த தடவை என்ன செய்யணும்?" இதை ஒரு டைரியில் எழுது. இதுதான் உன் 'வாழ்க்கை புத்தகம்'. அடுத்த முறை அதே சூழ்நிலை வந்தால், புத்தகத்தை திறந்து பார். விடை கிடைக்கும்.

'தசையை' முறுக்கு : சின்ன சின்ன கஷ்டம் வரும்போதே முகம் கொடு. பஸ் மிஸ் ஆயிடுச்சா? அடுத்த பஸ் வரை காத்திரு, புலம்பாதே. 100 ரூபாய் தொலைந்துவிட்டதா? "போனா போகுது, சம்பாதிச்சுக்கலாம்" என்று விடு. சின்ன அலையில் நீச்சல் பழகினால்தான், சுனாமி வந்தாலும் தப்பிக்கலாம்.

கடைசி வரி :

தங்கத்தை நெருப்பில் வைத்தால்தான் தூய்மையாகும். எத்தனை தடவை நெருப்பில் வைத்தாலும் தங்கம் கரையாது, மெருகுதான் ஏறும்.

நீயும் தங்கம்தான். கடின சூழ்நிலை நெருப்புதான்.

முதல் தடவை சுடும். 2-வது தடவை சூடு தெரியும். 10-வது தடவை? "ஆ, நல்லா குளிர் காயுது" என்று தோன்றும்.

ஓடி ஒளிந்தால் கரியாகிவிடுவாய். நின்று எதிர்த்தால் நகையாகிவிடுவாய்.

அடி வாங்காத மண் சிலையாகாது. வலி தாங்காத மனசு வைரமாகாது.

ஆகவே, வருவது வரட்டும். ஒரு முறை ஜெயித்தவன் எப்போதும் ஜெயிப்பான். ஏனென்றால் அவனுக்கு 'ஜெயிக்கும் வழி' தெரியும்.

50

முழு வாழ்க்கை

இவ்வுலகில் அருளையும் பொருளையும் சேர்த்தால்தான் மற்றவர்களுக்கு நம்மால் அதை கொடுக்க முடியும். அப்போது அவைகளை சேர்க்கின்ற வழி நமக்கு தெரிய வேண்டும், அப்படி தெரிந்த வழியே செயல்படுத்த திறமை அவசியம். திறமையால் சேர்ந்தவைகளை பிறருக்கு கொடுக்க வேண்டும் என்ற என்கிற பக்குவத்தையும் அடைய வேண்டும். அப்பொழுதுதான் இவை எல்லாமே நம் விருப்பப்படி, நினைத்தபடி நடக்கும். இதில் எது ஒன்று இல்லை என்றாலும் கால சூழ்நிலையின்படி தான் நம் வாழ்க்கை நடைபெறும் என்பதை புரிந்து கொள்ளுங்கள்.

அருள் + பொருள் + திறமை + பக்குவம் = முழு வாழ்க்கை

இது வாழ்க்கையின் ‘4 சக்கர வண்டி’. ஒரு சக்கரம் இல்லாவிட்டாலும் வண்டி ஓடாது, இழுத்துக்கொண்டுதான் போகும். காலம் என்ற மாடுதான் இழுக்கும், நாம் அல்ல.

ஏன் நான்கும் வேண்டும்? ஒவ்வொன்றின் வேலை என்ன?

கூறு இல்லை என்றால் என்ன ஆகும்? இருந்தால் என்ன கிடைக்கும்?

வழி தெரிதல் - ஞானம் கண்ணை கட்டிக்கொண்டு காட்டில் ஓடுவது போல. முயற்சி இருக்கும், முன்னேற்றம் இருக்காது. கூகுள் மேப் போல. எங்கே போகணும், எப்படி போகணும் என்று தெளிவு.

திறமை - செயலாக்கம் விதை இருக்கு, நிலம் இருக்கு, ஆனால் ஏர் ஓட்ட தெரியவில்லை. பசியோடு இருக்க வேண்டியதுதான். விதைத்ததை அறுவடை செய்யும் ஆற்றல். ‘நினைத்ததை முடிக்கும் வல்லமை’.

பொருள் - கருவி நல்ல சமையல்காரன், ஆனால் அரிசி பருப்பு இல்லை. பசியாற்ற முடியாது. லட்சியத்தை நிஜமாக்க தேவையான பணம், ஆட்கள், நேரம், ஆரோக்கியம்.

அருள் + பக்குவம் - நோக்கம் கோடி ரூபாய் சம்பாதித்தும் பூட்டி வைத்த பீரோ போல. ஊருக்கும் பயன் இல்லை, உனக்கும் நிம்மதி இல்லை. 'கொடுத்து சிவந்த கரம்'. கொடுக்க கொடுக்க குறையாமல் ஊறும் கிணறு போல பெருகும்.

அருள்= கருணை, இறை சிந்தனை. 'நான்' என்பதை தாண்டிய பார்வை.

பொருள்= காசு, சொத்து, அறிவு, செல்வாக்கு.

திறமை= அதை சம்பாதிக்க, காக்க, பெருக்க தெரிந்த கலை.

பக்குவம்= வந்ததை 'என்னுது' என்று பிடிக்காமல் 'ஊருக்கு' என்று கொடுக்கும் மனம்.

ஒன்று இல்லாவிட்டால் என்ன ஆகும்? காலத்தின் கைப்பாவை

வழி தெரியும், திறமை இல்லை : "பிசினஸ் பண்ணணும்" என்று ஆசை. ஆனால் கணக்கு எழுத தெரியாது, பேச தெரியாது. கடைசியில் கடன். காலம் உன்னை தோற்கடிக்கும்.

திறமை இருக்கு, வழி தெரியாது : கம்ப்யூட்டரில் புலி. ஆனால் என்ன செய்யணும் என்று தெரியாமல் கேம் விளையாடி நேரத்தை வீணடிப்பது. காலம் உன்னை சாதாரண ஆளாகவே வைத்திருக்கும்.

பொருள் இருக்கு, பக்குவம் இல்லை : திடீர் கோடீஸ்வரர். பணத்தை என்ன செய்ய என்று தெரியாமல் குடி, கூத்து, ஜாமீன் கையெழுத்து போட்டு 2 வருஷத்தில் ரோட்டுக்கு வருவது. பொருள் உன்னை அழிக்கும்.

பக்குவம் இருக்கு, பொருள் இல்லை : "ஊருக்கே சோறு போடணும்" என்ற நல்ல மனசு. ஆனால் கையில் 10 ரூபாய் இல்லை. ஆசை மட்டும்தான் மிச்சம். காலம் உன்னை 'நல்லவன் ஆனா பாவம்' என்று ஓரம்கட்டும்.

நான்கில் ஒன்று குறைந்தாலும், நீ டிரைவர் இல்லை. காலம்தான் டிரைவர். அது எங்கே கொண்டுபோகுதோ அங்கே போக வேண்டியதுதான். வெயிலா, மழையா, பள்ளமா, மேடா - நீ முடிவு செய்ய முடியாது.

நான்கையும் சேர்ப்பது எப்படி? 'கும்பாபிஷேகம்' போல

கோயில் கட்டினால் மட்டும் போதாது. கும்பத்தில் தண்ணீர் நிரப்பி, மந்திரம் சொல்லி, கோபுரத்தில் ஊற்றினால்தான் தெய்வ சக்தி வரும். வாழ்க்கையும் அப்படித்தான்.

வழி தெரிய : கற்றவரோடு சேர். புத்தகம் படி. தோற்றவனிடம் "எப்படி தோற்றாய்?" என்று கேள். ஜெயித்தவனிடம் "எப்படி ஜெயித்தாய்?" என்று கேள். கேள்வி கேட்காதவன் வாழ்க்கையில் வழி தெரியாமல்தான் போவான்.

திறமை வளர : தினமும் 1 மணி நேரம் உன் துறையில் செலவிடு. வாத்தியார் இல்லையா? YouTube இருக்கு. காசு இல்லையா? இலவசமா கத்துக்கொடுக்கிறவன் இருக்கான். "நேரம் இல்லை" என்பது சாக்கு. TV பார்க்க நேரம் இருக்கே? திறமை இல்லாதவன் சாக்கு சொல்வான். திறமைசாலி வழி செய்வான்.

பொருள் சேர : சம்பாதிப்பதில் 4-ல் 1 பங்கை சேமி. கிடைக்கும் வேலையை 'கேவலம்' என்று நினைக்காதே. குப்பை பொறுக்கினாலும் நேர்மையா பொறுக்கு. சிறு துளி பெரு வெள்ளம். காசு மட்டும் பொருள் இல்லை. நல்ல பெயர், உடல்நலம், நண்பர்கள் - இதெல்லாம் சேர்த்துவை.

பக்குவம் அடைய : தினமும் தூங்கும்போது கேள் - "இன்று நான் யாருக்காவது பயன்பட்டேனா?" இல்லை என்றால், நாளை ஒரு நல்லது செய். 10 ரூபாய் இருந்தால் 1 ரூபாய் தானம் பண்ணு. கொடுக்க பழகு. கொடுக்க பழகினால்தான் வரும் பழகும். கருமியின் கிணறு வற்றிவிடும்.

கடைசி வரி :

விளக்கு எரிய வேண்டுமென்றால் 4 வேண்டும் : அகல், எண்ணெய், திரி, நெருப்பு.

அகல் = வழி. எண்ணெய் = பொருள். திரி = திறமை. நெருப்பு = பக்குவம்.

ஒன்று இல்லாவிட்டாலும் இருட்டுதான். காற்று அடித்தால் அணைந்துவிடும். காற்றுதான் 'காலம்'.

நான்கையும் சேர்த்து விளக்கேற்று. அப்புறம் நீ நினைத்தபடி வெளிச்சம் வரும். உனக்கும் வெளிச்சம், ஊருக்கும் வெளிச்சம்.

இல்லையென்றால், காற்று அடிக்கும் திசைக்கு அலையும் காகிதம்தான் நீ.

எண்ணம் செயலாகும். செயல் பழக்கமாகும். பழக்கம் வழக்கமாகும். வழக்கம் வாழ்க்கையாகும்.

51

சலுகை என்பது இலவசம் இல்லை

மற்றவர்களிடமிருந்து சலுகைகளை நீங்கள் எதிர்பார்ப்பீர்களேயானால் நீங்கள் உங்கள் கொள்கைகளை சமரசம் செய்து கொள்ளும் நிலை உண்டாகும் என்பதை மறவாதீர்கள்.

சலுகை என்பது இலவசம் இல்லை - அதன் விலை உன் கொள்கை

சலுகை எப்படி கொள்கையை கொல்லும்? ‘மீன் தூண்டில்’ கதை

கடலில் மீனுக்கு புழுவை தூண்டிலில் மாட்டி போடுகிறான் மீனவன். மீன் நினைக்கும் “ஆஹா, உழைக்காமல் சாப்பாடு.” வாயை வைத்ததும் தூண்டில் மாட்டிக்கொள்ளும். அப்புறம் மீனவன் இழுத்த இழுப்புக்கு போக வேண்டியதுதான். தண்ணீரை விட்டு வெளியே வரும். உயிர் போகும்.

மனிதனுக்கும் அதே கதைதான்.

“ஒரு தடவைதானே” என்று ஆரம்பிக்கும் : “பாஸ், ஒரு லீவ் வேணும், அட்ஜஸ்ட் பண்ணுங்க” என்று கேட்பாய். பாஸ் “சரி, ஆனா நாளைக்கு நான் சொல்ற வேலைய முடிக்கணும்” என்பான். அந்த வேலை உன் கொள்கைக்கு எதிராக இருக்கும். ஆனால் சலுகை வாங்கிட்டியே? இப்போ ‘இல்லை’ என்று சொல்ல முடியாது. வாயை மூடிக்கொண்டு செய்வாய்.

கடன் வாங்கி பழகுதல் : நண்பனிடம் 1000 ரூபாய் வாங்கினால், அவன் தப்பு செய்யும்போது “டேய், அது தப்புடா” என்று சொல்ல வாய் வராது. ஏன்? “காசு வாங்கியிருக்கேனே” என்ற குற்ற உணர்வு. சலுகை வாங்கிய கை, நியாயம் பேசாது.

பதவிக்கு நாக்கை வளைத்தல் : "என்னை புரமோஷன் பண்ணுங்க சார்" என்று கெஞ்சினால், நாளைக்கு அவன் "பொய் கணக்கு எழுது" என்றால் எழுத வேண்டியதுதான். இல்லையென்றால் "நன்றி கெட்டவன்" பட்டம். சலுகை = நாய் பட்டி. கட்டிப்போட்டு விடுவார்கள்.

எப்போது சமரசம் ஆரம்பிக்கிறது? 3 நிலைகள்

நிலை 1 : தேவை- "உண்மையிலேயே கஷ்டம், உதவி கேட்கிறேன்." இது தப்பில்லை.

நிலை 2 : பழக்கம்- "அவன்கிட்ட கேட்டா கிடைக்கும்" என்று சின்ன விஷயத்துக்கும் கை ஏந்துவது. இங்கேதான் சறுக்கல் ஆரம்பம்.

நிலை 3 : அடிமை- "அவன் இல்லைன்னா நான் இல்லை" என்ற நிலை. இப்போ அவன் "கிணத்தில் குதி" என்றாலும் குதிக்க வேண்டியதுதான். கொள்கை, மானம், சுயமரியாதை எல்லாம் அடகு.

அப்போ உதவியே கேட்க கூடாதா? கேட்கலாம், ஆனால் 'விலை' தெரிந்து கேள்

பரிமாற்றம் - Trade, பிச்சை இல்லை : "நீ எனக்கு இதை செய், நான் உனக்கு அதை செய்கிறேன்." இதில் சமரசம் இல்லை. இது வியாபாரம். "10 நாள் உன் கடையில் வேலை செய்கிறேன், என் பையனுக்கு பீஸ் கட்டு" என்று கேள். கை கட்டி நிற்காதே.

சுயமரியாதையை விற்காதே : உதவி கேட்கும்போது "என் கொள்கைக்கு உட்பட்டு மட்டுமே நடப்பேன்" என்று முதலிலேயே தெளிவுபடுத்து. ஒத்துக்கொண்டால் வாங்கு. இல்லையென்றால் வேண்டாம். பசியோட இரு, ஆனா பிணமா வாழாதே.

'கொடுக்கும் கையாக' மாறு : எப்போதும் வாங்கியே பழகாதே. முடிந்தவரை கொடு. 10 ரூபாய் கொடுக்க முடியவில்லை? 2 நல்ல வார்த்தை கொடு. ஒரு வேலை செய்து கொடு. கொடுப்பவன் தலை நிமிர்ந்து நிற்பான். வாங்குபவன் தலை குனிந்து நிற்பான்.

கடைசி வரி :

புலி கூண்டில் இருந்தாலும் கறி துண்டுக்கு கை ஏந்தாது. பசித்தாலும் கம்பியை பிடித்து உறுமும். ஏன்? அது புலி. அதன் கொள்கை "வேட்டையாடித்தான் தின்பேன்."

நாய்? எலும்பு துண்டு போட்டால் வாலாட்டும், கல்லை விட்டு எறிந்தாலும் திரும்ப வரும். ஏன்? சலுகைக்கு பழகிவிட்டது.

நீ புலியாக இருக்க போகிறாயா? நாயாக இருக்க போகிறாயா?

சலுகை வேண்டாம் என்று சொன்னால், முதலில் கஷ்டமாக இருக்கும். பசிக்கும், தூக்கம் போகும். ஆனால் நாளைக்கு நீ ராஜா. யாருக்கும் தலைவணங்க வேண்டாம். உன் கொள்கை உன் கிரீடம். முடிவு உன்னிடம்.

52

கொடுப்பதற்கு தயாராக இல்லாதவர்கள்

கொடுப்பதற்கு தயாராக இல்லாதவர்கள், பெறுவதற்கும் தகுதி இல்லாதவர்களாக ஆகிறார்கள்.

கிணறு ஊற வேண்டுமென்றால், முதலில் நீர் இறைக்க வேண்டும்

இது பிரபஞ்சத்தின் அடிப்படை விதி. "கொடு, அப்போதுதான் வரும்." இதை மீறி வாழ நினைப்பவன் காற்றடைத்த பலூன் போல - ஒரு நாள் வெடித்துவிடும்.

ஏன் கொடுக்காதவனுக்கு வராது? 'மூச்சு' விதி

மூச்சை உள்ளே இழுக்கிறாய். அதை வெளியே விடாமல் அடக்கி வைத்தால் என்ன ஆகும்? 2 நிமிஷத்தில் மரணம். ஏன்? வாங்குவது மட்டும் போதாது, கொடுக்கவும் வேண்டும். அதுதான் சுழற்சி.

கிணறு கதை : ஒரு கிணறு இருக்கிறது. யாரும் தண்ணீர் இறைக்கவில்லை. "எனக்கு மட்டும்தான் இந்த தண்ணீர்" என்று கிணறு நினைத்தால், 6 மாதத்தில் தண்ணீர் அழுகி நாறிவிடும். புழு வந்துவிடும். யாரும் குடிக்க முடியாது.

ஆனால் தினமும் 100 குடம் இறைத்தால்? ஊற்று சுரந்துகொண்டே இருக்கும். தண்ணீர் தெளிவாக இருக்கும். கொடுக்க கொடுக்கதான் கிணறு வாழும்.

வயல் கதை : விவசாயி விதையை நிலத்துக்கு கொடுக்க மறுத்தால், நிலம் அவனுக்கு நெல்லை கொடுக்காது. "முதலில் நீ கொடு, அப்புறம் நான் தருகிறேன்" என்பதுதான் இயற்கை.

உடம்பு கதை : ரத்தம் இதயத்தில் இருந்து உடல் முழுக்க போகிறது. "நான் ஏன் காலுக்கு போகணும்?" என்று ரத்தம் அடம் பிடித்தால், கால் அழுகிவிடும். கால் அழுகினால், கொஞ்ச நாளில் இதயமும் நின்றுவிடும். கொடுக்காத உறுப்பு செத்துவிடும். கொடுக்காத மனிதன் சமூகத்தில் செத்துவிடுவான்.

'தகுதி' எப்படி போகிறது? 3 வழி

நம்பிக்கை போகும் : எப்போதும் வாங்கியே பழக்கப்பட்டவனை யாரும் நம்ப மாட்டார்கள். "இவனுக்கு உதவி செய்தால் திரும்ப வராது" என்று ஊரே ஒதுக்கிவிடும். அவசரத்துக்கு 1000 ரூபாய் கேட்டாலும் கிடைக்காது. கொடுக்காதவன் பெயர் 'சுயநலவாதி'. அந்த பெயர் வந்துவிட்டால், கதவு அடைத்துவிடும்.

மனசு சுருங்கிவிடும் : கொடுக்காதவன் மனசு எப்போதும் "போயிடுமோ, குறைஞ்சிடுமோ" என்ற பயத்திலேயே இருக்கும். பிச்சைக்காரனுக்கு 1 ரூபாய் போடவே யோசிப்பான். அப்படிப்பட்ட சுருங்கிய மனசுக்கு பிரபஞ்சம் எப்படி கொட்டும்? பாத்திரம் சின்னதாக இருந்தால், கடலே கொட்டினாலும் 2 சொட்டுதான் பிடிக்கும்.

சுழற்சி நின்றுவிடும் : பணம், அன்பு, அறிவு, உதவி - இதெல்லாம் ஓடும் நதி போல. நீ ஒரு பாறையை போட்டு தடுத்தால், உனக்கு பின்னால் வருவதும் நின்றுவிடும். நீ யாருக்கும் கொடுக்கவில்லை என்றால், உனக்கு கொடுக்க வேண்டியவன் கையும் கட்டப்படும். இதுதான் 'கர்மா'.

அப்போ எப்படி கொடுப்பது? 'வட்டி' போடாமல் கொடு

இருப்பதில் கொடு : கோடீஸ்வரனாக இருந்துதான் கொடுக்க வேண்டும் என்று இல்லை. உன்னிடம் நேரம் இருக்கா? 10 நிமிஷம் ஒரு கிழவிக்கு ரோடு கிராஸ் பண்ண உதவு. அறிவு இருக்கா? பக்கத்து வீட்டு பையனுக்கு கணக்கு சொல்லிக்கொடு. சிரிப்பு இருக்கா? சோகமாக இருப்பவனை பார்த்து சிரி. பணம்தான் தானம் இல்லை. குணம்தான் தானம்.

எதிர்பார்க்காமல் கொடு : "நான் உனக்கு செஞ்சேன், நீ எனக்கு செய்" என்றால் அது வியாபாரம். "நீ யாருன்னே தெரியாது, ஆனா பசிக்குதுன்னு சொன்ன, இந்தா சாப்பிடு" - அதுதான் தானம். எதிர்பார்ப்பு இல்லாத கொடைதான், எதிர்பாராத இடத்தில் இருந்து திரும்ப வரும்.

'முதலில்' கொடு : "எனக்கு வந்த பிறகு கொடுக்கிறேன்" என்றால், ஒரு நாளும் வராது. சம்பளம் 10,000 வந்ததும், முதலில் 100 ரூபாயை தானம் செய். அப்புறம் செலவு பண்ணு. விதைத்த பிறகுதான் அறுவடை. அறுவடைக்கு பிறகு விதைக்க முடியாது.

கடைசி வரி :

கடல் ஏன் பெரியதாக இருக்கிறது? எல்லா நதியும் அதனிடம் போய் சேர்கிறது. ஏன்? கடல் தன்னிடம் இருப்பதை மேகமாக ஆக்கி, மழையாக எல்லோருக்கும் திருப்பி கொடுக்கிறது. வாங்கி கொடுக்கிறது. அதனால் வற்றுவதே இல்லை.

நீயும் கடலாக இரு. குட்டையாக இருக்காதே.

கொடு. கொடுத்துக்கொண்டே இரு. அப்போதுதான் நீ பெறுவதற்கு தகுதியானவன்.

53

பொறுமை ஒன்று சிறை இன்னொன்று சிகரம்

பொறுமையாக இருப்பவர்கள் எல்லோரும் பக்குவப்பட்ட மனநிலையில் இருக்கின்றனர் என்று எண்ணுதல் கூடாது. இயலாமையினாலும், சில தேவைகளின் பொருட்டும் அப்படி இருக்கலாம். இவ்வகை பொறுமை தனக்கு ஏற்படும் துன்பங்களை ஏற்றுக் கொள்ளாமல் தன்னால் அது இயலவில்லையே என்று உள்ளுக்குள் வருந்தி மனக்குமுறலையே அதிகரித்துக் கொள்ளும். ஆகையால் பக்குவப்பட்ட மனநிலையை வளர்த்துக் கொள்ள உதவும் வழியை தேடுவதே சிறந்தது. அதன் வழியே வரும் பொறுமையே என்றும் நிலையானது.

பொறுமை இரண்டு வகை - ஒன்று சிறை, இன்னொன்று சிகரம்

இது மிக முக்கியமான பிரித்தறிதல். "எல்லா அமைதியும் சாந்தி இல்லை. சில அமைதி மயான அமைதி." வெளியே சிரித்துக்கொண்டு உள்ளே அழுபவன் பொறுமைசாலி இல்லை, புதைகுழி.

இயலாமையின் பொறுமை - 'கட்டிப்போட்ட யானை'

சர்க்கஸ் யானையை சின்ன வயதில் மெல்லிய சங்கிலியால் கட்டிப் போடுவார்கள். குட்டி யானை இழுத்து பார்க்கும், வலிக்கும், முடியாது. "என்னால் முடியாது" என்று மனதில் பதிந்துவிடும்.

வளர்ந்து 5 டன் எடை ஆன பிறகும், அதே மெல்லிய கயிற்றில் கட்டினால் நிற்கும். ஏன்? ஒரு இழு இழுத்தால் கயிறு அறுந்துவிடும். ஆனால் இழுக்காது. "என்னால் முடியாது" என்ற இயலாமைதான் அதை கட்டிப்போட்டிருக்கிறது, கயிறு

இல்லை.

மனிதனும் அப்படித்தான் :

அடிமை பொறுமை : அலுவலகத்தில் மேலதிகாரி திட்டுகிறான். வீட்டில் சம்பளம் வேண்டும், கடன் கட்ட வேண்டும். வெளியே சிரித்துக்கொண்டு “சரிங்க சார்” என்பான். உள்ளே? “ச்சே, நாய் மாதிரி வாழுறேனே” என்று குமுறுவான். BP ஏறும், சர்க்கரை வரும். இது பொறுமை இல்லை,பயம் + இயலாமை.

பிச்சைக்கார பொறுமை : “என் தலையெழுத்து இப்படி”, “நான் பாவம்” என்று தன்னைத்தானே ஏமாற்றிக்கொண்டு, அநீதியை சகித்துக்கொள்வது. இது பக்குவம் இல்லை,மனக்குமுறலின் குப்பைத்தொட்டி. நாளாக நாளாக வெடிக்கும் - இல்லை அழுகிப்போகும்.

விளைவு : இந்த பொறுமை உடம்பை தின்னும், மனசை கொல்லும். தூக்கம் வராது, சிரிப்பு வராது, வாழ்ந்தும் செத்த மாதிரி. இது நரகம்.

பக்குவத்தின் பொறுமை - ‘மலை போல’

கடல் அலையை பார். மேலே பொங்கும், ஆர்ப்பரிக்கும். ஆனால் ஆழத்தில்? அமைதி. எவ்வளவு புயல் அடித்தாலும் ஆழ்கடல் அசையாது.

பக்குவப்பட்டவன் பொறுமை அப்படித்தான் :

ஏற்றுக்கொள்ளுதல் : “இப்போது மழை பெய்கிறது. நனையத்தான் வேண்டும்” என்று புரிந்துகொள்வான். “ஏன் எனக்கு மட்டும்? ” என்று அழ மாட்டான். குடை இல்லை என்றால், மழையில் நனைந்துகொண்டே சிரிப்பான். சூழ்நிலையோடு சண்டை போடாமல், நடனம் ஆடுவான்.

புரிதல் : “என்னை திட்டுகிறான். அவன் கோபத்தில் இருக்கிறான், அல்லது அறியாமையில் இருக்கிறான்” என்று பார்ப்பான். அவன் திட்டு என் மேல் ஒட்டாது. ஏன்?” நான் யார் என்று எனக்கு தெரியும்.” அடுத்தவன் சான்றிதழ் எனக்கு தேவையில்லை. இது தன்னம்பிக்கை.

விளைவு : இந்த பொறுமை சக்தி தரும். முகத்தில் தெளிவு இருக்கும். கண்ணில் ஒளி இருக்கும். இவனை யாரும் அசைக்க முடியாது. இது சிறை இல்லை, சிம்மாசனம்.

பக்குவம் வளர்க்க 3 பயிற்சி - 'வைரம் பட்டை தீட்டுதல்'

இயலாமை பொறுமையிலிருந்து பக்குவ பொறுமைக்கு போக வழி :

பயிற்சி எப்படி செய்வது? என்ன கிடைக்கும்?

'இடைவெளி' விடு கோபம் வந்தால், உடனே பதில் சொல்லாதே. 10 எண்ணு. மூச்சை இழுத்து விடு. "இதற்கு இப்போது எதிர்வினை தேவையா?" என்று கேள். அவசரப்பட்டு வார்த்தையை விட்டு, வாழ்க்கையை கெடுக்காமல் இருப்பாய். 'Response' வரும், 'Reaction' வராது.

'என் கட்டுப்பாட்டில் என்ன? ' பிரச்சனை வந்தால் ஒரு பேப்பர் எடு. 2 பகுதியாக கிழி. "என் கையில் இருப்பது" "என் கையில் இல்லாதது" என்று எழுது. கையில் இல்லாததை பற்றி கவலைப்படுவதை நிறுத்து. கையில் இருப்பதை மட்டும் செய். 90% கவலை காணாமல் போகும். சக்தி வீணாகாது. 'இயலாமை' என்ற உணர்வு 'இயன்றதை செய்கிறேன்' என்று மாறும்.

'சாட்சியாக' இரு உனக்கு கோபம் வரும்போது, "ஓ, எனக்கு கோபம் வருகிறது" என்று உன்னையே தூரத்தில் நின்று பார். "அட, மனசு குமுறுதே" என்று கவனி. நீ கோபம் இல்லை, கோபத்தை பார்ப்பவன். நீ பிரச்சனை இல்லை, பிரச்சனைக்கு தீர்வு என்று புரியும். உள்ளே குமுறல் நின்றுவிடும். இதுதான் தியானம். இதுதான் பக்குவம்.

கடைசி வரி :

இரண்டு பானை இருக்கு. ஒன்று பச்சை மண். இன்னொன்று சுட்ட மண்.

இரண்டையும் கல்லால் அடித்தால், பச்சை மண் பானை "ஐயோ" என்று உடைந்து அழும். சுட்ட மண் பானை "டங்" என்று சத்தம் மட்டும் கொடுக்கும், உடையாது.

இயலாமை பொறுமை = பச்சை மண். அடித்தால் நொறுங்கும்.

பக்குவ பொறுமை = சுட்ட மண். அடித்தால் இசை வரும்.

நீ எந்த பானையாக இருக்க விரும்புகிறாய்?

ஆகவே, பொறுத்திருக்காதே. பக்குவப்படு. பொறுமை தானாக வரும். அது நிரந்தரமாக நிற்கும்.

54

பசி → ருசி → வசி

பசி → ருசி → வசி : மிருகமாக இருக்கும் வரை பசி ஒன்றே அதனை இயக்குகிறது மனிதனாக இருக்கும் வரை பசியைத் தாண்டி ருசியை அவனை இயக்குகிறது பசி ருசி இரண்டையும் கடந்தவர்களே வசி எனும் இறை நிலையை தேடுகின்றனர் அதனை அடைந்தவர்களே மனிதன் இருந்து மகான் நிலைக்கு செல்கின்றனர்

பசி → ருசி → வசி : உடல் → மனம் → ஆத்மா

மூன்று படிகளும் மனித குலத்தின் பரிணாமப் பாதை. “வயிறு கேட்பது மிருகம். நாக்கு கேட்பது மனிதன். வயிறும் நாக்கும் அமைதியான பிறகு கேட்பது மகான்.“

பசி - மிருக நிலை : ‘இருத்தலுக்கான போராட்டம்’

காட்டில் சிங்கம் இரை தேடும். அதற்கு ‘மெனு கார்டு’ கிடையாது. கிடைத்தது கறி. கல், முள், ரத்தம் பார்க்காது. ஏன்? பசி என்ற ஒற்றை சவுக்குதான் அதை ஓட வைக்கிறது. சாப்பிட்டதும் உறங்கிவிடும். அறம், அழகு, அன்பு எதுவும் அங்கே இல்லை.

மனிதன் பசி நிலையில் இருக்கும்போது :

வேலை இல்லை, கையில் காசு இல்லை, வீட்டில் அடுப்பு எரியவில்லை என்றால், அவனும் மிருகம்தான். ‘மானம், ரோஷம், நியாயம்’ எல்லாம் பட்டினி முன்னால் தோற்றுவிடும். அதனால்தான் “வயிறு வந்தால் வழி பிறக்கும், வயிறு காய்ந்தால் நெறி மறக்கும்” என்றார்கள்.

பசி தீரும் வரை ஞானம் பேச முடியாது. முதலில் சோறு, அப்புறம் தத்துவம்.

ருசி - மனித நிலை : 'இருத்தலை ரசிக்கும் ஆசை'

பசி தீர்ந்ததும் மனிதன் முழிக்கிறான். இப்போது "சாப்பாடு" போதாது. "சுவையான சாப்பாடு" வேண்டும். இங்கிருந்துதான் 'நாகரிகம்' ஆரம்பம்.

ருசி எப்படி ஆள்கிறது?

படைப்பு : வெறும் கூரை போதாது, ஓவியம் தீட்டிய மாடம் வேண்டும். வெறும் துணி போதாது, ஜரிகை புடவை வேண்டும். வெறும் சொல் போதாது, கவிதை வேண்டும். ருசிதான் மனிதனை குகையில் இருந்து கோபுரத்துக்கு கூட்டி வந்தது.

பந்தம் : ருசியே ஆசை. ஆசையே பற்று. "என் வீடு, என் கார், என் பிள்ளை, என் புகழ்" - இதெல்லாம் ருசியின் விரிவாக்கம்தான். பசிக்கு ஒரு எல்லை உண்டு. ஒரு இலை சோறு போதும். ருசிக்கு எல்லை இல்லை. உலகத்தையே விழுங்கினாலும் "இன்னும் கொஞ்சம்" என்று கேட்கும்.

இந்த ருசிதான் போர், பொறாமை, ஊழல் எல்லாவற்றுக்கும் காரணம். 99% பேர் இந்த 'ருசி' சக்கரத்தில்தான் ஓடி ஓடி மடிகிறார்கள்.

வசி - மகான் நிலை : 'இருத்தலை கடந்த பேரமைதி'

வசி = வசப்படுத்துதல். எதை? தன்னையே. பசி உன்னை இழுக்காது. ருசி உன்னை அலைக்கழிக்காது. நீதான் அதை ஆள்வாய்.

பசி, ருசி இரண்டையும் கடந்தவன் எப்படி இருப்பான்?

பசி வந்தால் சிரிப்பான் : 3 நாள் சாப்பிடவில்லை என்றாலும் முகம் வாடாது. ஏன்? "உடலுக்குதான் பசி, எனக்கில்லை" என்று தெரியும். ரமணர், பிரம்மானந்தர் பல நாள் உண்ணாமல் சமாதியில் இருந்தார்கள். உடல் மெலிந்தது, முகம் பிரகாசித்தது.

ருசி வந்தால் ரசிப்பான், மயங்க மாட்டான் : தங்க தட்டில் 36 வகை உணவு வைத்தாலும் சாப்பிடுவான். கஞ்சி கொடுத்தாலும் சாப்பிடுவான். இரண்டுக்கும் அவன் மனம் அலைபாயாது. ருசி நாக்கு வரை. மனசுக்குள் போகாது.

அதனால்தான் புத்தர் அரண்மனையையும், பிச்சைப் பாத்திரத்தையும் ஒன்றாக பார்த்தார்.

வசி நிலையின் அடையாளம் : காட்டில் விட்டாலும் பயப்பட மாட்டான். நாட்டை கொடுத்தாலும் பூரிக்க மாட்டான். திட்டினாலும் கோபம் இல்லை, புகழ்ந்தாலும் கர்வம் இல்லை. அவன்தான் மனிதன் → மகான். அவனிடம்தான் ‘இறை’ வாசம் செய்கிறது.

கடைசி வரி: ‘பாம்பு சட்டை உரித்தல்’

பாம்பு வளரும்போது தன் பழைய சட்டையை உரித்துவிடும். அதுதான் வளர்ச்சி.

பசி என்ற சட்டை- மிருகம். உரிக்காவிட்டால் மூச்சு முட்டி சாகும்.

ருசி என்ற சட்டை- மனிதன். இது அழகான சட்டை. ஆனால் இதிலேயே இருந்தால் வளர்ச்சி நின்றுவிடும்.

வசி- சட்டை இல்லாத நிலை. நிர்வாணம், ஆனால் ஆனந்தம். அதுதான் மகான்.

நீ எங்கே இருக்கிறாய்?

பசியோடு போராடினால், வெட்கப்படாதே. முதலில் வயிற்றை நிரப்பு.

ருசியில் மயங்கினால், அனுபவி. ஆனால் “இதுவே வாழ்க்கை” என்று நம்பிவிடாதே.

இரண்டும் முடிந்து ‘எதற்கு இந்த ஓட்டம்? ’ என்ற கேள்வி வந்தால், தெரிந்துகொள் - நீ வசியின் வாசலில் நிற்கிறாய்.

உள்ளே போ. அங்கே பசியும் இல்லை, ருசியும் இல்லை. இருப்பதுநிறைவு மட்டுமே.

55

ஒன்றான உண்மை

நீங்கள் உங்களை ஒன்றான உண்மையாக எப்போதும் வைத்திருப்பீர்களேயானால் நீங்கள் கடவுளை அடைவதற்கு வாய்ப்புகள் மிக அதிகம். அதுவே நீங்கள் உங்களை ஆசையினாலோ சூழ்நிலையிலோ பிரித்து வைத்திருப்பீர்களேயானால் கடவுளை அடைவது என்பதற்கான வாய்ப்பு மிக குறைவு

ஒன்று = இறை. இரண்டு = மாயை.

இது உபநிடதத்தின் சாரம். "ஏகம் ஸத்" - உண்மை ஒன்றே. அதை இரண்டாக, பத்தாக உடைத்தவன் இறைவனை தொலைக்கிறான்.

'ஒன்றான உண்மை' என்றால் என்ன? 'சூரியன்' கணக்கு

வானத்தில் சூரியன் ஒன்றுதான். ஆனால் 100 குடம் தண்ணீரில் 100 சூரியன் தெரியும். குடத்தை உடைத்தால் சூரியன் உடையுமா? இல்லை. குடம்தான் உடையும். குடம் = உடல், மனம், ஆசை. சூரியன் = நீ.

ஒன்றாக இருப்பது என்றால் :

சொல் ஒன்று, செயல் ஒன்று : நினைப்பது ஒன்று, பேசுவது ஒன்று, செய்வது ஒன்று என்றால் நீ மூன்றாக உடைந்தாய். நினைத்ததையே பேசி, பேசியதையே செய். உள்ளே ஒரு முகம், வெளியே ஒரு முகம் வைத்தால் இறைவன் எந்த முகத்தை பார்ப்பான்?

காலம் ஒன்று : நேற்று நடந்ததை நினைத்து அழுகிறாய், நாளை வருவதை நினைத்து பயப்படுகிறாய். 'இப்போது' மட்டும் இல்லை. நேற்று-இன்று-நாளை என்று மூன்றாக பிரிந்த மனம் இறைவனை பிடிக்காது. 'இப்போது' மட்டும் இரு. இப்போதுதான்

இறைவன் இருக்கிறான்.

'நான்' ஒன்று : வீட்டில் பிள்ளைக்கு அப்பா, ஆபீசில் ஊழியன், நண்பர்களிடம் காமெடியன், கோவிலில் பக்தன். ஒவ்வொரு இடத்துக்கும் ஒரு முகமூடி. முகமூடி எல்லாம் கழற்றிவிட்டு, 'நான்' என்ற ஒரே உண்மையில் நில். அதுதான் ஆத்மா. அதுதான் இறைவன்.

ஒன்றாக இருப்பவனுக்கு ஏன் இறைவன் அருகில்?

தண்ணீர் தெளிவாக இருந்தால்தான் அடியில் இருக்கும் முத்து தெரியும். கலக்கினால் தெரியாது. மனம் ஒன்றாக, தெளிவாக இருந்தால் உள்ளே இருக்கும் இறை தெரியும். நீதான் அது.

ஆசையால், சூழ்நிலையால் பிரிந்தால் என்ன ஆகும்? 'கண்ணாடி' உடைதல்

ஒரு கண்ணாடியில் உன் முகம் தெளிவாக தெரியும். அதை 10 துண்டாக உடைத்து ஒட்டினால்? ஒரு முகம் 10 முகமாக தெரியும். எது நிஜம் என்று குழம்புவாய்.

பிரிதல் எப்படி நடக்கிறது?

ஆசையால் பிரிதல் : "பணம் வேண்டும்" என்று ஒரு 'நீ'. "புகழ் வேண்டும்" என்று இன்னொரு 'நீ'. "பெண்/ ஆண் வேண்டும்" என்று வேறு 'நீ'. ஒவ்வொரு ஆசையும் உன்னை ஒரு துண்டாக கிழிக்கிறது. 100 ஆசை = 100 துண்டு. கடைசியில் 'நீ' என்று யாருமே இருக்க மாட்டான். துண்டுகள்தான் இருக்கும்.

சூழ்நிலையால் பிரிதல் : கஷ்டம் வந்தால் "கடவுளே இல்லை" என்பாய். சந்தோஷம் வந்தால் "நான்தான் சாதித்தேன்" என்பாய். பணக்காரன் முன்னால் கூனி குறுகுவாய், ஏழை முன்னால் நிமிர்ந்து நிற்பாய். சூழ்நிலைக்கு தகுந்த மாதிரி நிறம் மாறினால், நீ பச்சோந்தி. பச்சோந்திக்கு கடவுள் தெரிய மாட்டான்.

விளைவு : உடைந்த கண்ணாடியில் முகம் தெரியாது. உடைந்த மனதில் இறைவன் தெரிய மாட்டான். அதனால்தான் கோவில் கோவிலாக அலைந்தும், பூஜை புனஸ்காரம் செய்தும் "நிம்மதி இல்லை" என்பார்கள். கடவுள் வெளியே இல்லை.

உடைந்து கிடக்கும் உனக்குள் எப்படி தெரிவான்?

ஒன்றாக வாழ 3 தவம் - 'வைரத்தை ஒட்ட வை'

தவம் செய்முறை பலன்

'ஒரு சொல்' தவம் ஒரு நாள் முழுக்க பொய் பேசாதே. மனசில் தோன்றுவதை மட்டும் பேசு. தவறு என்றால் மௌனமாக இரு. சொல்லும் செயலும் ஒன்றாகும். சக்தி சேரும். வாக்கு பலிக்கும்.

'ஒரு நேரம்' தவம் சாப்பிடும்போது TV, போன் இல்லாமல் சாப்பாட்டை மட்டும் கவனி. நடக்கும்போது காலை மட்டும் கவனி. 'இப்போது' மட்டும் வாழ். நேற்று-நாளை என்ற பிரிவு அழியும். மனம் ஒன்றாகும். இறைவன் 'இப்போது' இருப்பதால், அவனை உணர்வாய்.

'ஒரு நான்' தவம் கண்ணாடி முன் நின்று கேள் : "நான் யார்? அப்பாவா? மகனா? ஊழியனா? பெயரா? உடலா?" எல்லாம் 'பட்டம்'. அதை கழற்று. மிஞ்சுவது என்ன? 'வேஷம்' கலையும். 'வேஷதாரி' மட்டும் மிஞ்சுவான். அவன்தான் நீ. அவன்தான் இறை.

கடைசி வரி :

கடல் நீர் ஒரே ருசி - உப்பு. அதை கிணற்றில் ஊற்றினாலும் உப்பு, குளத்தில் ஊற்றினாலும் உப்பு, குவளையில் ஊற்றினாலும் உப்பு. கடல் தன்னை பிரித்துக்கொள்ளவில்லை. அதனால் அது கடல்.

நீயும் உன்னை ஆசைக்கு ஒன்று, கோபத்துக்கு ஒன்று, பயத்துக்கு ஒன்று என்று பிரிக்காதே. எல்லா நேரத்திலும் 'நான் நானாகவே இருக்கிறேன்' என்று நில்.

இரண்டானவன் உலகத்தை அடைவான். ஒன்றானவன் இறைவனை அடைவான். தேர்வு உன்னுடையது.

56

நீதான் பிரம்மாண்டம்

நாம் பிரம்மாண்டத்தை பார்த்து பிரமிப்பதை முதலில் நிறுத்த வேண்டும். பிரம்மாண்டத்தை ஆச்சரியத்துடன் பார்ப்பது அல்ல நம் வேலை, அதனுடன் எவ்வாறு ஐக்கியமாவது என்று எண்ணுதல் வேண்டும். ஏனெனில் பிரம்மாண்டம் வேறு நாம் வேறு அல்ல இரண்டும் தனித்தனியாக இருப்பதாக எண்ணுதலே நாம் கடவுளிடம் இணைவதற்கு தடையாக இருக்கும் காரணி.

பிரமிப்பு = பிரிவு. ஐக்கியம் = முக்தி.

"தத் த்வம் அஸி" - அது நீயாக இருக்கிறாய். பார்ப்பவன் வேறு, பார்க்கப்படும் பொருள் வேறு என்று நினைக்கும்வரை துக்கம்தான்.

ஏன் பிரம்மாண்டத்தை பார்த்து பிரமிக்க கூடாது? 'கடலும் அலையும்'

கடலை பார்த்து ஒரு அலை "ஆஹா, கடல் எவ்வளவு பெரிது! நான் எவ்வளவு சிறியது!" என்று பிரமித்தால் என்ன அர்த்தம்?

அலைக்கு தெரியவில்லை - தானே கடல் என்று. கடல் இல்லாமல் அலை இல்லை. அலை வேறு, கடல் வேறு இல்லை. இரண்டும் தண்ணீர்தான். வடிவம்தான் வேறு.

நாமும் அப்படித்தான் :

பிரமிப்பு = தூரம் : "அய்யோ, வானம் எவ்வளவு பெருசு! நட்சத்திரம் எவ்வளவு தூரம்! கடவுள் எங்கோ இருக்கிறார்!" என்று சொன்ன கணமே, நீ உன்னை சின்னதாக்கி விட்டாய். பிரமிப்பு என்பது 'நான் வேறு, அது வேறு' என்ற சுவர். சுவர் இருக்கும்வரை எப்படி சேருவாய்?

ஆச்சரியம் = அந்நியம் : வீட்டுக்கு புதுசா ஒருத்தர் வந்தால்தான் “யார் நீங்க?” என்று ஆச்சரியப்படுவாய். அம்மாவை பார்த்து ஆச்சரியப்படுவாயா? இல்லை. ஏன்? அம்மா ‘நீ’. பிரபஞ்சத்தை பார்த்து ஆச்சரியப்பட்டால், நீ இன்னும் அதை ‘அடுத்தவன் வீடு’ என்று நினைக்கிறாய் என்று அர்த்தம்.

பிரம்மாண்டம் பயம் கொடுக்கும் : மலை முன்னால் நின்றால் “நான் சிறியவன்” என்று தோன்றும். கடல் முன்னால் “நான் அற்பம்” என்று தோன்றும். சிறியவன் எப்படி பெரியதோடு சேருவான்? தாழ்வு மனப்பான்மைதான் மிஞ்சும். அதனால்தான் கோவிலில் சாமி கும்பிட்டுவிட்டு “நான் பாவி” என்று அழுகிறோம்.

பிரிவு எண்ணமே தடை - ‘விரல் வேறு, உடல் வேறா? ’

உன் கை விரலுக்கு அறிவு வந்துவிட்டது. அது உன்னை பார்த்து “ஐயோ, நீ எவ்வளவு பெரிய ஆள்! நான் சின்ன விரல்!” என்று பிரமித்தால் சிரிப்பாய் இல்லையா?

“அட முட்டாள், நீயும் நானும் ஒன்றுதான். நீ இல்லாமல் நான் முழுமை இல்லை” என்பாய்.

நாமும் இறைவனின் விரல்கள் :

நான் வேறு, கடவுள் வேறு : இது ‘துவைதம்’. பக்திக்கு ஆரம்பம். “கடவுளே, என்னை காப்பாற்று” என்று கும்பிடுவாய். நல்லதுதான். ஆனால் இதிலேயே நின்றுவிட்டால், எப்போதும் பிச்சைக்காரன்தான்.

நானும் கடவுளும் ஒன்று : இது ‘அத்வைதம்’. முடிவு. “தேடுவதும் நான், தேடப்படுவதும் நான்” என்று புரியும். கடல் தன்னை தேடி எங்கே போகும்? அலை தன்னை தேடி எங்கே போகும்? இருப்பதே அதுதான்.

“இரண்டு” என்று நினைக்கும்வரை, நடுவில் ‘பக்தி’ என்ற பாலம் வேண்டும். “ஒன்று” என்று தெரிந்துவிட்டால், பாலம் எதற்கு? நீயே அக்கரை.

எப்படி ஐக்கியமாவது? ‘உப்பு பொம்மை’ கதை

ஒரு உப்பு பொம்மை கடலின் ஆழம் எவ்வளவு என்று அளக்க போனது. கால் வைத்தது - கரைந்தது. முழங்கால் வரை போனது - கரைந்தது. இடுப்பு வரை போனது - கரைந்தது. கடைசியில் முழுதும் கரைந்துவிட்டது. அப்போதுதான் அதற்கு தெரிந்தது - கடலின் ஆழம் என்னவென்று. ஏனென்றால் அதுவே கடல் ஆகிவிட்டது.

ஐக்கியமாக 3 வழி :

'நான்' என்பதை கரை : தியானத்தில் உட்கார். "நான் யார்?" என்று கேள். பெயர் இல்லை, ஊர் இல்லை, உடல் இல்லை, மனம் இல்லை. எல்லாம் கழற்று. மிஞ்சுவது 'இருப்பு' மட்டும். அந்த 'இருப்பு'தான் பிரம்மாண்டம். அதுதான் நீ.

பிரித்து பார்க்காதே : மரத்தை பார்த்தால் "மரம்", காற்றை பார்த்தால் "காற்று", மனிதனை பார்த்தால் "மனிதன்" என்று பெயர் வைக்காதே. எல்லாம் ஒரே சக்தியின் வெவ்வேறு வடிவம். மின்சாரம் பல்பில் வெளிச்சம், ஃபேனில் காற்று, ஹீட்டரில் சூடு. மின்சாரம் ஒன்றுதான். அதுபோல.

செயலில் கரை : சாப்பிடும்போது சாப்பாடோடு ஒன்றாகு. நடக்கும்போது பாதையோடு ஒன்றாகு. வேலை செய்யும்போது வேலையோடு ஒன்றாகு. 'செய்பவன்' இல்லாமல் 'செயல்' மட்டும் இருக்கும்போது, நீ பிரம்மாண்டமாகி விடுகிறாய். அதுதான் 'கர்ம யோகம்'.

கடைசி வரி :

வானத்தை அண்ணாந்து பார்த்து "ஆஹா" என்று வாய் பிளக்காதே. கண்ணை மூடு. மூச்சை கவனி. அந்த மூச்சு எங்கிருந்து வருகிறது? வெளியே இருக்கும் அதே காற்றுதான் உள்ளேயும் இருக்கிறது. நீ வானத்தை சுவாசிக்கிறாய். வானம் உன்னை சுவாசிக்கிறது. பிரிவினை எங்கே?

பிரம்மாண்டத்தை வெளியே தேடாதே. கண்ணாடியை பார். அதுதான் பிரம்மாண்டம். 'பார்ப்பவனும்' நீதான், 'பார்க்கப்படும் பிரம்மாண்டமும்' நீதான். இரண்டும் ஒன்று என்று தெரிந்த கணமே, நீ கடவுள்.

57

எதற்கும் தயார்

எதற்கும் தயாராக இருப்பவர்களுக்கு எது தடையாக இருக்க முடியும்.

"எதற்கும் தயார்" = எதுவும் தடை இல்லை

இது வெற்றியின் ரகசியம். "கவசம் அணிந்தவனை அம்பு என்ன செய்யும்? தயாரானவனை தடை என்ன செய்யும்?"

'எதற்கும் தயார்' என்றால் என்ன? 'விதை'யின் கதை

ஒரு விதை மண்ணுக்குள் போகிறது. அதற்கு தெரியாது மேலே பாறை இருக்குமா, புழு அரிக்குமா, வெயில் சுடுமா, மழை அடிக்குமா என்று. ஆனால் விதை ஒன்றுக்கு மட்டும் தயார் - "எது வந்தாலும் வளர்வேன்." அதனால்தான் பாறையை பிளந்துகொண்டு மரமாகிறது.

தயார் நிலை = 3 விஷயம்:

உடல் தயார் : மழை வரும் என்று தெரிந்தவன் குடை எடுத்துப்போவான். நோய் வரும் என்று தெரிந்தவன் உடம்பை பலமாக வைப்பான். "வருமுன் காப்போம்" என்பது உடல் தயார்.

மனம் தயார் : தோல்வி வரலாம், அவமானம் வரலாம், நஷ்டம் வரலாம் - வந்தால் என்ன செய்வேன் என்று முன்கூட்டியே முடிவு செய்து வைத்திருப்பான். அதிர்ச்சி அடைய மாட்டான். "இதைத்தான் எதிர்பார்த்தேன்" என்பான்.

ஆத்ம தயார் : வெற்றி வந்தாலும் ஆட மாட்டான், தோல்வி வந்தாலும் வாட மாட்டான். ஏன்?" வருவது வரட்டும், போவது போகட்டும். நான் நானாக இருக்கிறேன்" என்ற நிலை.

இதுதான் உச்ச தயார் நிலை.

தயாரானவனுக்கு ஏன் தடையே இல்லை? 'தண்ணீர்' பாடம்

தண்ணீரை ஒரு பாத்திரத்தில் ஊற்றினால் பாத்திரம் வடிவம். குடத்தில் ஊற்றினால் குடம் வடிவம். கல் போட்டு தடுத்தால் சுற்றிக்கொண்டு போகும். பள்ளம் இருந்தால் நிரப்பும். நெருப்பு வைத்தால் ஆவியாகி மேலே போகும். தண்ணீருக்கு "தடை" என்று ஒன்று கிடையாது. ஏன்? அது எதற்கும் தயார்.

தயாரான மனிதனும் தண்ணீர் போல:

திட்டம் A போச்சா? திட்டம் B இருக்கு : வேலை போச்சு என்று அழ மாட்டான். "சரி, சொந்தமாக தொழில் ஆரம்பிப்போம்" என்பான். காதல் தோற்றதா? "சரி, என்னை நானே காதலிப்போம்" என்பான். கதவு மூடினால் ஜன்னல் திறப்பான். ஜன்னலும் மூடினால் சுவரை உடைப்பான்.

வலியை வலிமை ஆக்குவான் : கல்லை தூக்கி எறிந்தால் சாதாரண மனிதன் தலையில் விழுந்து சாவான். தயாரானவன் அந்த கல்லை பிடித்து, வீடு கட்ட அஸ்திவாரம் ஆக்குவான். உன்னை வீழ்த்த வந்ததே உன்னை வாழ வைக்கும்.

பயம் இல்லை : "நாளைக்கு என்ன ஆகுமோ" என்ற பயம்தான் பெரிய தடை. தயாரானவனுக்கு நாளை என்ன வந்தாலும் சமாளிப்போம் என்ற தைரியம் இருக்கும். பயம் போனால் பாதி தடை போன மாதிரி.

எப்படி 'எதற்கும் தயார்' ஆவது? 'ராணுவ வீரன்' வழி

ராணுவத்தில் சேர்ந்த முதல் நாளே சொல்லிக்கொடுப்பார்கள் – "எதிரி எங்கிருந்து வருவான், எப்படி வருவான் என்று தெரியாது. எல்லாத்துக்கும் தயாராக இரு."

பயிற்சி 3:

'மோசமானதை' கற்பனை செய் : காலையில் 5 நிமிஷம் உட்கார். "இன்று வேலை போகலாம், பணம் தொலையலாம், உறவு முறியலாம். போனால் என்ன செய்வேன்?" என்று யோசி. பதில் எழுது. மோசமானதை ஏற்க தயாரானால், நல்லதுதான் நடக்கும். நடக்காவிட்டாலும் அடி விழாது.

'சொகுசு' உடை : வாரம் ஒரு நாள் AC இல்லாமல் இரு, கார் இல்லாமல் நட, ஹோட்டல் சாப்பாடு இல்லாமல் கஞ்சி குடி. சொகுசு பழகினால் கஷ்டம் தடை. கஷ்டம் பழகினால் சொகுசு பரிசு. பாண்டவர்கள் 12 வருஷம் காட்டில் இருந்ததால்தான் போரில் ஜெயித்தார்கள்.

'நான்' என்பதை விடு : "என் மானம், என் ரோஷம், என் கௌரவம்" என்று பிடித்துக்கொண்டு இருந்தால், அதுதான் பெரிய தடை. அவமானப்பட்டால் என்ன? தோற்றால் என்ன? "நான்" என்ற ஒன்று இல்லாவிட்டால், அடிக்க யார் இருக்கிறார்கள்? கிருஷ்ணன் கீதையில் சொன்னான்: "நிமித்த மாத்திரம் ஆகு" - கருவியாக இரு. கருவிக்கு தடை ஏது?

கடைசி வரி: 'அனுமன்' மந்திரம்

அனுமன் இலங்கை போகும்போது கடல் தடுத்தது, மைநாக மலை தடுத்தது, சுரசை என்ற அரக்கி தடுத்தது, சிம்ஹிகை தடுத்தது. அனுமன் நின்றானா? இல்லை. ஏன்? அவன் "ராம காரியம்" என்ற ஒன்றுக்கு மட்டும் தயாராக இருந்தான். மற்ற எல்லாம் தூசு.

நீயும் உன் வாழ்க்கையின் 'ராம காரியம்' என்ன என்று முடிவு செய். அதற்கு மட்டும் 100% தயாராகு.

பணம் போகலாம், பெயர் போகலாம், உறவு போகலாம், உயிரே போகலாம் - பரவாயில்லை.

"எது வந்தாலும் பார்த்துக்கொள்ளலாம்" என்று மார்தட்டி நில். அந்த கணமே நீ ஜெயித்துவிட்டாய்.

தடை என்பது வெளியே இல்லை. 'நான் தயார் இல்லை' என்ற எண்ணம்தான் தடை.

அதை உடை. உலகம் உன் வழி.

58

சொல் நிழல் - செயல்தான் நிஜம்

வார்த்தைகளில் மட்டும் வெளிப்படுவது அல்ல வாழ்க்கை அது வாழ்ந்து காட்டுவதில் தான் உள்ளது

“சொல் வெறும் நிழல் - செயல்தான் நிஜம்”

“பேசுவது எல்லோருக்கும் தெரியும். வாழ்வது சிலருக்கு மட்டும்தான் தெரியும்.”

வார்த்தை ஏன் போதாது? ‘சமையல் குறிப்பு’ கதை

“சாம்பார் எப்படி வைப்பது?” என்று 100 பக்கம் புத்தகம் எழுதலாம். படித்து படித்து ஒப்பிக்கலாம். ஆனால் அடுப்பு பற்ற வைக்காமல், பருப்பு வேக வைக்காமல் பசி அடங்குமா?

வார்த்தை = சமையல் குறிப்பு. வாழ்க்கை = சமைத்து சாப்பிடுவது.

குறிப்பை மட்டும் வைத்துக்கொண்டு “நான் சமையல் கலைஞன்” என்றால் ஊர் சிரிக்கும்.

வாழ்ந்து காட்டுவது என்றால் என்ன? 3 அடையாளம்

‘சொன்னது’ மட்டும் செய்யாதே, ‘சொல்லாததை’ செய்

“தானம் செய்” என்று ஊருக்கு உபதேசம் செய்கிறவன், வீட்டு வாசலில் நிற்கும் பிச்சைக்காரனுக்கு கதவை சாத்தினால் அவன் வாய்ச்சொல் வீரன்.

ஆனா ஒரு வார்த்தை பேசாமல், மழையில் நனையும் நாய்க்கு தன் குடையை பிடிக்கிறவன் -அவன்தான் வாழ்ந்து காட்டுகிறவன்.

'துன்பத்தில்' தெரியும்

சுகத்தில் "நான் துறவி, நான் ஞானி" என்று சொல்ல லட்சம் பேர் வருவான்.

ஆனா வீடு தீப்பிடித்து எரியும்போது, பிள்ளை நலம் இல்லாமல் போகும்போது, வியாபாரம் நஷ்டமாகும்போது -அப்போதும் சிரித்து, "இதுவும் கடந்து போகும்" என்று அடுத்த வேலையை பார்ப்பவன் - அவன் வார்த்தையால் வாழவில்லை, வாழ்க்கையால் பேசுகிறான்.

'சாட்சி' இல்லாமல் செய்

4 பேர் பார்க்கும்போது கோவிலுக்கு 1 லட்சம் உண்டியலில் போடுவது வார்த்தை.

ஆனா யாருமே இல்லாத நள்ளிரவில், பசியில் அழும் அனாதை குழந்தைக்கு பால் வாங்கி கொடுத்துவிட்டு பேர் சொல்லாமல் போவது -அதுதான் வாழ்ந்து காட்டுவது. அதற்கு தெய்வம் மட்டும்தான் சாட்சி.

வரலாறு சொல்லும் பாடம் - 'வள்ளலார் VS வார்த்தை ஜாலக்காரர்'

வள்ளலார் "கொல்லா விரதம்" என்று பேசவில்லை. ஜீவகாருண்ய ஒழுக்கம் என்று வாழ்ந்து காட்டினார். பசித்த ஏழைகளுக்கு அடுப்பு எரியும் வரை அணையா அடுப்பு வைத்தார்.

அவர் காலத்தில் "நான் பெரிய சைவன்" என்று வார்த்தையில் வேதம் ஓதியவர்கள் எத்தனையோ பேர். இன்று யாருக்கும் பெயர் தெரியாது.

வள்ளலார் மட்டும் நிற்கிறார். ஏன்? அவர் வார்த்தையால் அல்ல, வயிற்றால் வாழ்ந்தார் - அடுத்தவன் வயிற்றை நிரப்பி.

நீ என்ன செய்ய வேண்டும்? 'விவேகானந்தர்' கட்டளை

விவேகானந்தர் சொன்னார்:" An ounce of practice is worth twenty thousand tons of big talk"

அதாவது “ஒரு துளி செயல், 20 ஆயிரம் டன் வெட்டிப்பேச்சுக்கு சமம்.”

இன்றே ஆரம்பி:

பேசுவதை 50% குறை- “நாளைக்கு உடற்பயிற்சி செய்வேன்” என்று சொல்லாதே. எழுந்து 10 தண்டால் எடு. முடிந்தது.

செய்வதை 100% கூட்டு- “அம்மா மேல பாசம்” என்று ஸ்டேட்டஸ் போடாதே. அவங்க காலை அமுக்கி விடு. ஒரு வாய் சோறு ஊட்டு.

கணக்கு பார்க்காதே- “நான் இவ்வளவு செஞ்சேன், அவன் எனக்கு என்ன செஞ்சான்?” என்று கணக்கு எழுதினால் நீ வியாபாரி. கணக்கு இல்லாமல் கொடு. நீ துறவி.

கடைசி வரி: ‘புத்தர்’ மௌனம்

புத்தரிடம் ஒருவன் வந்து “கடவுள் இருக்கிறாரா? ஆத்மா என்றால் என்ன?” என்று 100 கேள்வி கேட்டான்.

புத்தர் பதில் சொல்லவில்லை. மௌனமாக சிரித்தார். ஏன்?

“அப்பா, நீ முதல்ல போய் ஒரு நல்ல மனுஷனா வாழு. கடவுள் தானா வந்து உன் வாசல் கதவை தட்டுவார்” என்பதுதான் அர்த்தம்.

உன் செயல்தான் உன் வேதம்.

நீ எப்படி வாழ்கிறாய் என்று ஊர் பார்க்கட்டும். நீ சொல்வதை ஊர் கேட்க வேண்டியதில்லை.

பேசி முடித்தவன் அல்ல. வாழ்ந்து முடித்தவனே வரலாறு ஆவான்.

59

எல்லோருக்கும் விளக்கம் கொடுப்பது வேலை இல்லை

எல்லோருக்கும் நீங்கள் விளக்கம் அளிக்க வேண்டிய அவசியம் இல்லை உங்கள் மொழியை அறியாதவரிடம் நீங்கள் அற்புதமான கவிதையை உங்கள் மொழியில் எடுத்துரைத்தாலும் வேற்று மொழியாளருக்கு அதன் அர்த்தமும் விளக்கமும் என்றும் புரியப் போவதில்லை என்பதை நினைவில் கொள்ளுங்கள்

"எல்லோருக்கும் விளக்கம் கொடுப்பது வேலை இல்லை. எடுத்துக்கொள்பவருக்கு வாழ்ந்து காட்டுவதே வேலை."

இது ஆழமான உண்மை. "குருடனுக்கு வானவில்லை வர்ணித்து என்ன பயன்? செவிடனுக்கு வீணை வாசித்து என்ன பயன்?"

உன் மொழி தெரியாதவனிடம் கவிதை சொல்லாதே.

திருவள்ளுவர் எழுதியது தமிழ். அதை சீனனிடம் போய் படித்தால் அவன் தலையாட்டுவான். புரியுமா? புரியாது. தப்பு குறள் மேலா? சீனன் மேலா? இரண்டு மேலும் இல்லை. இடம் மாறியதுதான் தப்பு.

விளக்கம் யாருக்கு?

தாகம் உள்ளவனுக்கு தண்ணீர் : "எனக்கு புரியணும், வாழணும்" என்று தேடி வருபவனுக்கு மட்டும் சொல். அவன் உன் மொழி கற்றுக்கொண்டு கேட்பான்.

விதண்டாவாதம் செய்பவனுக்கு மௌனம் : "நீ சொல்றது தப்பு" என்று சண்டைக்கு வருபவனிடம் 1000 விளக்கம்

சொன்னாலும் வீண். அவனுக்கு புரிந்துகொள்ள வேண்டும் என்ற எண்ணம் இல்லை. ஜெயிக்க வேண்டும் என்ற எண்ணம்தான் இருக்கு.

மொழி = மனப்பக்குவம் : இங்கே 'மொழி' என்றால் தமிழ், ஆங்கிலம் இல்லை. 'அனுபவ மொழி'. பசி என்றால் என்ன என்று பட்டினி கிடந்தவனுக்குதான் புரியும். பணக்காரனுக்கு சொல்லி புரிய வைக்க முடியாது. பிள்ளையை பறிகொடுத்த தாயின் வலி, பிள்ளை இல்லாதவனுக்கு புரியாது. அனுபவம் இல்லாதவனிடம் அனுபவத்தை விளக்க முடியாது.

எல்லோருக்கும் விளக்கம் கொடுத்தால் என்ன ஆகும்? 'முத்து விதைத்த' கதை

ஒருவன் முத்துக்களை பன்றிக்கு முன்னால் கொட்டினான். பன்றி மிதித்துவிட்டு போய்விட்டது. தப்பு முத்து மேலா? பன்றி மேலா? கொட்டியவன் மேல்தான் தப்பு.

உன் ஞானம் = முத்து. தகுதி இல்லாதவனிடம் கொட்டினால், அவன் மிதிப்பான். நீ வேதனைப்படுவாய். பிறகு "உலகம் கெட்டுவிட்டது" என்று புலம்புவாய். உலகம் கெட்டுப்போகவில்லை. நீதான் தவறான இடத்தில் விதைத்தாய்.

அப்போ என்ன செய்ய வேண்டும்? ரமணர்'வழி

ரமணர் கேட்டார் : "உன்னை திருத்திக்கொள். உலகம் தானாக திருந்தும்." நீ விளக்கு. விளக்கு பேசாது. எரியும். இருட்டு தானாக விலகும். தேடி வரும் விட்டில் பூச்சிக்கு வெளிச்சம். வராத ஈசலுக்கு இல்லை.

உன் கடமை என்ன? 'வாசனை பூ' தர்மம்

பூ வாசனையாக இருக்கும். "டேய், என் வாசனையை முகரு" என்று யாரையும் கூப்பிடாது. காற்று தூக்கிக்கொண்டு போகும். மூக்கு இருப்பவன் முகர்வான். மூக்கடைப்பு உள்ளவன் போவான். பூவுக்கு அதை பற்றி கவலை இல்லை. அது வாசனையாகவே இருக்கும்.

நீயும் அப்படி இரு :

வாழ்ந்து காட்டு : உன் நிம்மதி, உன் அன்பு, உன் செயல் - இதுதான் உன் கவிதை. புரிந்தவன் படிப்பான்.

திணிக்காதே : "ஏன் புரியலை உனக்கு?" என்று எரிச்சல் படாதே. 1-ம் வகுப்பு பிள்ளைக்கு கல்லூரி பாடம் புரியாது. அவன் தப்பு இல்லை. அவன் பருவம் அப்படி.

நகர்ந்து போ : புரியாதவனிடம், தூற்றுபவனிடம் விவாதம் செய்து நேரத்தை வீணாக்காதே. சேற்றில் கல் எறிந்தால் உன் மேல்தான் தெறிக்கும்.

கடைசி வரி :

எல்லோரையும் திருத்த வேண்டியது உன் வேலை இல்லை. நீ திருந்தினால் போதும்.

கண்ணாடி தெளிவாக இருந்தால், எதிரே நிற்பவன் முகம் தானாக தெரியும். கண்ணாடியை துடை. அடுத்தவன் முகத்தை துடைக்க போகாதே.

உன் மொழி புரிந்தவன் வருவான். வராதவனுக்கு நீ செய்ய ஒன்றும் இல்லை.

கேட்காதவனுக்கு கீதை சொல்லாதே. கேட்கிற காதுக்கு வேதம் சொல். அதுவே தர்மம்.

60

என்னுடைய பாதை

நான் என்னுடைய பாதையில் சென்று கொண்டிருக்கிறேன் யாருக்கும் எவ்வித தொந்தரவும் வருத்தத்தையும் கொடுத்து விடக்கூடாது என்ற எண்ணத்தில் ஆனால் நான் என்னுடைய பாதையில் செல்வதே மற்றவர்களுக்கு வருத்தம் என்றால் அதற்கு நான் எதுவும் செய்ய முடியாது என்பதை உண்மை

"உன் நிழல் விழுவதால் பயப்படுபவனுக்கு நீ என்ன செய்வாய்?"

"நான் யாருக்கும் கேடு நினைக்கவில்லை. ஆனால் நான் நானாக இருப்பதே சிலருக்கு கேடாக தெரிந்தால், அது என் தவறு இல்லை. "

நீ ஏன் குற்ற உணர்ச்சி கொள்ள கூடாது? 'சூரியன்' நியாயம்

சூரியன் உதிக்கிறது. அது யாரையும் சுட்டு எரிக்க வேண்டும் என்று உதிக்கவில்லை. அதன் இயல்பு ஒளி கொடுப்பது. ஆனால் ஆந்தைக்கு வெளிச்சம் ஆகாது. அது கண்ணை மூடிக்கொள்ளும்.

சூரியன் என்ன செய்ய வேண்டும்? "ஐயோ ஆந்தைக்கு கஷ்டம், நான் உதிக்காமல் இருக்கிறேன்" என்று இருளாகவா மாறும்? மாறினால் உலகமே அழியும்.

உன் பாதை = உன் தர்மம் : நீ உண்மையாக இருப்பது, நீ நேர்மையாக உழைப்பது, நீ முன்னேறுவது - இது உன் தர்மம். தர்மத்தை விட்டுக்கொடுப்பது அதர்மம்.

அடுத்தவன் வருத்தம் = அவன் நிழல் : நீ நன்றாக படித்தால் சோம்பேறிக்கு வருத்தம். நீ சம்பாதித்தால் ஊதாரிக்கு பொறாமை. நீ சுதந்திரமாக இருந்தால் அடிமை மனப்பான்மை

உள்ளவனுக்கு எரிச்சல். இது உன் வெளிச்சத்தால் வந்த வருத்தம் இல்லை. அவன் இருட்டால் வந்த வருத்தம்.

நீ பொறுப்பு ஏற்க முடியாது : பூனை கண்ணை மூடிக்கொண்டு உலகமே இருட்டு என்றால், நீ என்ன செய்வாய்? அடுத்தவர் மன இருட்டுக்கு நீ விளக்கு ஏற்றலாம். ஆனால் நீயே அணைந்து போக முடியாது.

எப்போது நீ நிறுத்த வேண்டும்? எப்போது நடக்க வேண்டும்? 'அர்ஜூனன்' குழப்பம்

குருஷேத்திர போரில் அர்ஜூனன் அழுதான் : "பீஷ்மர், துரோணர் எல்லாம் சாவார்களே, குலம் நாசமாகுமே" என்று.

கிருஷ்ணன் சொன்னான் :" நீ கொல்ல வேண்டும் என்று நினைக்கவில்லை. தர்மத்தை நிலைநாட்ட போராடுகிறாய். அதில் யார் செத்தாலும் அது கர்மம். நீ கருவி மட்டும்தான். நீ வில்லை கீழே போட்டால் அதர்மம் ஜெயிக்கும்."

உன் நோக்கம் தூய்மையாக இருந்தால், விளைவுக்கு நீ பொறுப்பு இல்லை.

இப்படி வாழ்ந்தவர்கள் - 'புத்தர், இயேசு'

புத்தர் : அரண்மனையை, மனைவி, குழந்தையை விட்டு போனார். அப்பா சுத்தோதனர் அழுதார். மனைவி யசோதரை அழுதாள். ஊரே தூற்றியது - "கடமை தவறியவன்" என்று. புத்தர் என்ன செய்தார்? திரும்பி வந்தாரா? இல்லை. அவர் பாதை ஞானம் தேடுவது. அது யாருக்கு வருத்தம் கொடுத்தாலும் அவர் நடந்தார். கடைசியில் அதே அப்பாவும் மனைவியும்தான் அவர் காலில் விழுந்தார்கள்.

இயேசு : "அன்பே வழி" என்றார். யூத மத குருக்களுக்கு வருத்தம், கோபம். சிலுவையில் அறைந்தார்கள். இயேசு "ஐயோ இவர்களுக்கு வருத்தம், நான் பேசாமல் இருக்கிறேன்" என்றாரா? இல்லை. உண்மையை சொன்னார். செத்தார். ஜெயித்தார்.

நீ செய்ய வேண்டியது 3 மட்டும்

'நிய்யத்' சரிபார் : ராத்திரி தூங்கும்போது நெஞ்சில் கை வைத்து கேள் - "நான் யாருக்கும் கெடுதல் நினைத்தேனா?"

இல்லை என்றால் நிம்மதியா தூங்கு. அடுத்தவன் மனசு உன் கோர்ட் இல்லை. உன் மனசாட்சிதான் கோர்ட்.

'கருணை' வை, 'குற்ற உணர்ச்சி' வேண்டாம் : "அவர் வருத்தப்படுகிறார், பாவம்" என்று கருணை வை. ஆனா "ஐயோ நான்தான் காரணம்" என்று குற்ற உணர்ச்சி வேண்டாம். கருணை உன்னை உயர்த்தும். குற்ற உணர்ச்சி உன்னை கொல்லும்.

'எல்லை' வரை : உன்னால் முடிந்த வரை அடுத்தவனை காயப்படுத்தாமல் நட. ஆனாஉன் வாழ்க்கையையே அடமானம் வைத்து அடுத்தவனை சந்தோஷப்படுத்தாதே. அது அவனுக்கும் நல்லதல்ல, உனக்கும் நல்லதல்ல.

கடைசி வரி :

நீ வளர். அதுதான் உன் கடமை.

யாருக்கு வருத்தமோ, அது அவன் பிரச்சனை. உன் பிரச்சனை இல்லை.

"நான் யாருக்கும் துரோகம் செய்யவில்லை" என்ற ஒரு வரி போதும். அதுவே உன் கவசம்.

61

கண்ணை திறந்து ஆராய்ந்து பார்

ஆன்மீகத்திலும் சரி உலக வாழ்விலும் சரி எதையும் கண்மூடிக்கொண்டு ஏற்றுக் கொள்ளவும் கூடாது கண்மூடித்தனமாக எதிர்க்கவும் கூடாது அதன் உண்மை காரணத்தை தன் அறிவு கொண்டு அணுகி ஆராய்ந்து தன்னளவிற்கு முழு தெளிவு பெற்று ஏற்றுக்கொள்ளும் போது தான் அது என்றும்உங்களுள் நிரந்தரமாக நிலைத்து நிற்கும்

“கண்ணை திறந்து பார் - காதை திறந்து கேள் - மூளையை திறந்து யோசி”

இது அறிவின் அடிப்படை. புத்தர் சொன்னார் : “என்னை நம்பாதே. நீயே சோதித்துப்பார். “இதுதான் உண்மையான ஆன்மீகமும், உண்மையான வாழ்வும்.

ஏன் கண்மூடி ஏற்கக்கூடாது? ‘ஆட்டு மந்தை’ அபாயம்

ஒரு ஆடு பள்ளத்தில் விழுந்தது. பின்னால் வந்த 100 ஆடும் அப்படியே கண்ணை மூடிக்கொண்டு விழுந்தது. ஏன்? யோசிக்கவில்லை. முன்னால் போனதை பின்பற்றியது.

கண்மூடி ஏற்றால் :

ஆன்மீகத்தில் : “சாமியார் சொன்னார்” என்று சொத்தை எழுதி கொடுப்பாய். “இந்த பரிகாரம் செய்” என்றால் கடன் வாங்கி செய்வாய். கடைசியில் சாமியார் ஜெயிலுக்கு, நீ தெருவுக்கு. நம்பிக்கை வேறு, மூட நம்பிக்கை வேறு.

உலக வாழ்வில் : “WhatsApp-ல் வந்தது” என்று மருந்து குடிப்பாய். “TV-ல் சொன்னான்” என்று பணத்தை முதலீடு செய்வாய். “எல்லாரும் செய்றாங்க” என்று பந்தயம் கட்டுவாய். கடைசியில் அழுவது நீதான்.

“நம்பி கெட்டவன் உண்டு, ஆராய்ந்து கெட்டவன் இல்லை” என்பது பழமொழி.

ஏன் கண்மூடி எதிர்க்கக்கூடாது? ‘கிணற்றுத் தவளை’ கதை

கிணற்று தவளைக்கு கடல் பற்றி சொன்னால், “சே, அப்படி ஒன்னு இருக்கவே முடியாது” என்று சண்டை போடும். ஏன்? அது கிணற்றை தாண்டி பார்க்கவில்லை.

கண்மூடி எதிர்த்தால் :

ஆன்மீகத்தில் : “கடவுள் இல்லை, தியானம் எல்லாம் பொய்” என்று புத்தகம் படிக்காமலேயே முடிவு செய்வாய். அனுபவிக்காமல் மறுப்பது அறிவீனம். ருசிக்காமல் “மாங்காய் புளிக்கும்” என்று சொல்வது போல.

உலக வாழ்வில் : “புது டெக்னாலஜி வேண்டாம், புது தொழில் வேண்டாம், மாற்றம் வேண்டாம்” என்று அடம்பிடிப்பாய். கடைசியில் காலம் உன்னை தூக்கி எறிந்துவிடும்.

அப்போ சரியான வழி என்ன? ‘பொற்காசு’ சோதனை

பழைய காலத்தில் பொற்காசு வாங்கும்போது 4 சோதனை செய்வார்கள் :

உரைத்து பார் : கல்லில் தேய். தங்கமானால் கோடு தெரியும்.

கிள்ளிப் பார் : பல்லால் கடித்து பார். தங்கம் மெதுவாக பதியும்.

உருக்கிப் பார் : நெருப்பில் போடு. மாற்று குறையாது.

ஒலி கேள் : கீழே போட்டால் ‘டண்’ என்று சத்தம்.

எந்த கருத்தையும் இப்படி சோதி :

உரைத்து பார் - அறிவில் உரசு : இது லாஜிக்கலா இருக்கா? காரணம்-காரியம் சரியா வருதா? என்று கேள். “பேய் இருக்கு” என்றால் “ஆதாரம் என்ன?” என்று கேள்.

கிள்ளிப் பார் - அனுபவத்தில் போடு : “தியானம் நிம்மதி தரும்” என்றால், 30 நாள் செய்து பார். உண்மையா பொய்யா என்று உன் உடம்பே சொல்லும். புத்தகம் சொல்வதை விட உன் அனுபவம் பெரிது.

உருக்கிப் பார் - கஷ்டத்தில் போடு : இந்த கொள்கை துன்பம் வரும்போது தாங்குமா? “எல்லாம் விதி” என்று சும்மா இருந்தால் சோறு வருமா? வராது என்றால் அது அரைகுறை தத்துவம்.

ஒலி கேள் - மனசாட்சி கேள் : எல்லாம் சரியாக இருந்தாலும் உன் உள்ளுக்குள் ‘டிங்’ என்று உறுத்தினால் வேண்டாம். உன் மனசாட்சிதான் கடைசி நீதிபதி.

தெளிவு வந்தபின் ஏற்றால் என்ன ஆகும்? ‘வேர்விட்ட மரம்’

காற்றில் விதைத்த விதை முளைக்கும், ஆனால் பெருங்காற்று அடித்தால் சாய்ந்துவிடும்.

ஆனால்நீயே குழி தோண்டி, நீர் ஊற்றி, வேலி கட்டி வளர்த்த மரம் - அது புயல் அடித்தாலும் நிற்கும். ஏன்? வேர் ஆழம்.

நீ ஆராய்ந்து ஏற்றுக்கொண்ட உண்மை = வேர்விட்ட மரம்.

யார் எதிர்த்தாலும் அசைய மாட்டாய் : ஏனென்றால் “ஏன்?” என்ற கேள்விக்கு உன்னிடம் பதில் இருக்கு.

சந்தேகம் வராது : நடுராத்திரி 2 மணிக்கு எழுப்பி கேட்டாலும் “இதனால்தான் நான் இதை நம்புகிறேன்” என்று சொல்வாய்.

அடுத்தவருக்கு விளக்க முடியும் : கண்மூடி நம்பியவன் “எங்க அய்யா சொன்னார்” என்று மட்டும்தான் சொல்வான். நீ ஆராய்ந்தவன், “நான் இப்படி சோதித்தேன், இந்த முடிவு கிடைத்தது” என்று ஆதாரத்தோடு சொல்வாய்.

கடைசி வரி : ‘களர் நிலம்’ ரகசியம்

விவசாயி நிலத்தை சும்மா நம்பி விதை விதைக்க மாட்டான். மண்ணை அள்ளி பார்ப்பான், தண்ணீர் தன்மை பார்ப்பான்,

வெயில் பார்ப்பான். 100% தெளிவு வந்தபின்தான் விதைப்பான். அதனால்தான் அறுவடை நிச்சயம்.

உன் மனசு = நிலம். கருத்து = விதை.

ஆராயாமல் விதைக்காதே. களையாக முளைக்கும்.

ஆராய்ந்து விதை. விருட்சமாக நிற்கும்.

நம்பு, ஆனால் கண்ணை திறந்து நம்பு.

எதிர், ஆனால் காரணம் தெரிந்து எதிர்.

அதுதான் 'பகுத்தறிவு'. அதுதான் 'ஞானம்'.

62

கீதையின் சாரம்

காரணம் சொல்லாதே காரியத்தை முடி காரியத்துல ஒட்டாதே காரணத்தை தேடு

“செயலில் காரணம் சொல்லாதே. செய்தபின் காரணம் தேடு” - இதுதான் கீதையின் சாரம்.

இதில் 2 வரியில் மொத்த கர்மயோகமும் இருக்கு. பிரிச்சு பார்ப்போம் :

“காரணம் சொல்லாதே காரியத்தை முடி”

அர்த்தம் : செயலை தொடங்கும்போது சாக்கு சொல்லாதே.

நாம் என்ன செய்கிறோம்?

“மழை வருது, அதனால போகலை”

“நேரம் இல்லை, அதனால படிக்கலை”

“மூடு சரியில்லை, அதனால வேலை செய்யலை”

இது ‘காரணம்’ இல்லை - ‘சாக்கு’. ‘Excuse’.

கிருஷ்ணன் சொன்னது : “கர்மண்யேவாதிகாரஸ்தே”

செயல் செய்வது மட்டும்தான் உன் கடமை. பலன், சூழ்நிலை, தடை எல்லாம் உன் வேலை இல்லை.

போர்க்களத்தில் அர்ஜுனன் : “எதிரில் குரு, தாத்தா நிக்கிறாங்க” என்று காரணம் சொன்னான்.

கிருஷ்ணன் : "அதெல்லாம் பார்க்காதே. வில்லை எடு. அம்பை விடு. காரியத்தை முடி."

வாழ்க்கை உதாரணம் :

"முடியாது" என்ற வார்த்தைக்கு உன் அகராதியில் இடம் இருக்கக்கூடாது. "எப்படி முடிக்கலாம்?" என்ற வார்த்தைதான் இருக்கணும்.

"காரியத்துல ஒட்டாதே காரணத்தை தேடு"

அர்த்தம் : செய்து முடித்தபின் பலனில் ஒட்டிக்கொள்ளாதே. 'ஏன் நடந்தது? ' என்று ஆராய்.

நாம் என்ன செய்கிறோம்?

வேலையை முடித்துவிட்டு : "எனக்கு பேர் வரணும், பணம் வரணும், பாராட்டு வரணும்" என்று காரியத்தின் மேல, பலனின் மேல ஒட்டிக்கொள்கிறோம்.

தோற்றுப்போனால் : "ஐயோ, என் உழைப்பு வீண்" என்று அழுகிறோம்.

ஜெயித்தால் : "நான்தான், என்னாலதான்" என்று தலைகனம் வருது.

இதுதான் 'பற்று'. இதுதான் துன்பத்துக்கு காரணம்.

கிருஷ்ணன் சொன்னது : "மா பலேஷு கதாசன"

பலனில் உனக்கு அதிகாரம் இல்லை. செயலில் மட்டும்தான்.

அப்போ என்ன செய்யணும்? 'காரணத்தை தேடு' :

வேலை முடிந்ததும் உட்கார்ந்து யோசி :

ஜெயித்தால் : "எந்த செயலால் ஜெயித்தது? அதே முறையை அடுத்து எப்படி பயன்படுத்தலாம்?" என்று காரணத்தை கண்டுபிடி. "நான் பெரிய ஆள்" என்று காரியத்தில் ஒட்டாதே.

தோற்றால் : "எங்கே தப்பு நடந்தது? எந்த காரணத்தால் தோல்வி?" என்று ஆராய். "ஐயோ போச்சே" என்று காரியத்தில் அழுது ஒட்டாதே. தோல்வி = டேட்டா. அதை படி. அடுத்து ஜெய்.

விவசாயி உதாரணம் :

விதைக்கும்போது : "மழை வரலைனா என்ன பண்றது?" என்று காரணம் சொல்லக்கூடாது. விதைக்கணும். காரியத்தை முடி.

அறுவடைக்கு பின் : விளைச்சல் குறைவா இருந்தா "சே, நாசமா போச்சு" என்று காரியத்தில் ஒட்டக்கூடாது. "மண்ணில் சத்து இல்லையா? உரம் போடலையா?" என்றுகாரணத்தை தேடு. அடுத்த முறை சரி செய்.

இரண்டையும் சேர்த்தால் வரும் வாழ்க்கை சூத்திரம் :

செய்யும் போது செய்து முடித்த பின்

காரணம் சொல்லாதே = 100% செயல் காரியத்தில் ஒட்டாதே = 0% பற்று

"எப்படி முடிப்பேன்" என்று மட்டும் யோசி "ஏன் இப்படி நடந்தது" என்று மட்டும் யோசி

செய்யும்போது வீரனாக இரு. முடித்தபின் ஞானியாக இரு.

கடைசி வரி : 'வள்ளுவர்' வாக்கு

"எண்ணித் துணிக கருமம் துணிந்தபின் எண்ணுவம் என்பது இழுக்கு"

அர்த்தம் : யோசிச்சு ஒரு வேலையை தொடங்கு. தொடங்கியபின் "யோசிக்கலாம்" என்றால் அசிங்கம்.

காரணம் சொல்லாதே காரியத்தை முடி காரியத்துல ஒட்டாதே காரணத்தை தேடு

அர்த்தம் :

“துணிந்தபின் காரணம் சொல்லாதே - முடி. முடித்தபின் காரியத்தை கட்டிப்பிடிக்காதே - காரணம் ஆராய்.”

இப்படி வாழ்ந்தால், தோல்வியே கிடையாது. இருப்பதெல்லாம் பாடம் மட்டும்தான்.

63

ஆசையின் நிழல்

ஒன்றை ஆள வேண்டும் என்ற ஆசை வந்துவிட்டாலே அதன் இலவச இணைப்பாக அதை அடிமைப்படுத்த வேண்டும் என்ற எண்ணமும் கூடவே வந்துவிடும்

"ஆள நினைத்தால் அடிமைப்படுத்தும் புத்தி தானா வரும் - இது ஆசையின் நிழல்"

இது அதிகாரத்தின் உளவியல். புத்தர் சொன்னார் : "தண்ஹா" - ஆசைதான் எல்லா துன்பத்துக்கும் வேர். ஆளும் ஆசை வந்தால், அடிமைப்படுத்தும் குணம் 'காம்ப்ளிமெண்டரி' ஆக வரும்.

ஏன் இப்படி? 'உரிமை VS உடைமை' வித்தியாசம்

உரிமை : நதியில் தண்ணீர் குடிக்க உனக்கு உரிமை இருக்கு. குடித்துவிட்டு போ. நதி சுதந்திரமாக ஓடும். நீயும் தாகம் தீர்ப்பாய்.

உடைமை : "இந்த நதியே எனக்குதான் சொந்தம்" என்று ஆசை வந்தால்? அணை கட்டுவாய். நதியை சிறை பிடிப்பாய். உன் தாகம் தீர்ந்தாலும், நதியின் ஓட்டம் நின்றுவிடும்.

ஆளும் ஆசை = உடைமை ஆசை.

"இது என்னுடையது" என்று நினைத்த மறுநொடி, "இது என்னை விட்டு போகக்கூடாது" என்ற பயம் வரும். பயம் வந்தால் பூட்டு வரும். பூட்டு வந்தால் அடிமைத்தனம் வரும்.

இது எங்கெல்லாம் நடக்கிறது? 3 களம்

களம் : ஆளும் ஆசை- அடிமைப்படுத்தும் செயல்.

பணம்/பதவி "நான்தான் பாஸ், நான்தான் முதலாளி" என்ற ஆசை வேலைக்காரனை மிரட்டுவது, சம்பளம் பிடிப்பது, சுதந்திரம் கொடுக்காமல் இருப்பது. வேலை கொத்தடிமையானது.

கருத்து/மதம் "என் மதம்தான் உயர்ந்தது, என் கட்சிதான் சரி" என்ற ஆசை மாற்று கருத்தை பேசவிடாமல் தடுப்பது, தூற்றுவது, தண்டிப்பது. சிந்தனை சிறையானது.

விதி : எதை நீ 'என்னுடையது' என்று ஆள நினைக்கிறாயோ, அதை அடிமைப்படுத்தாமல் உன்னால் இருக்க முடியாது. ஏனென்றால் இழந்துவிடுவோமோ என்ற பயம் உன்னை மிருகமாக்கும்.

இதிலிருந்து தப்பிக்க வழி? 'தாமரை இலை' தத்துவம்

தாமரை தண்ணீரில் இருக்கு. ஆனால் தண்ணீர் அதில் ஒட்டுவதில்லை. இருக்கு, ஆனால் பற்று இல்லை.

2 வழிகள் :

'ஆளுதல்' வேண்டாம், 'அன்பு செய்தல்' போதும் : தோட்டத்தை ஆள நினைத்தால் வேலி போடுவாய், பூட்டு போடுவாய். பூக்களை நேசித்தால் தண்ணீர் ஊற்றுவாய், உரம் போடுவாய். ஆள நினைப்பவன் எஜமான். நேசிப்பவன் தோட்டக்காரன். பூ யாரிடம் மலரும்?

'உடைமை' வேண்டாம், 'உடனிருப்பு' போதும் : மனைவியை, பிள்ளையை, பணத்தை "என்னுடையது" என்று நினைக்காதே. "இப்போது என்னுடன் இருக்கிறது" என்று நினை. நாளை போகலாம். போனால் "வந்தது, போய்விட்டது" என்று சிரி. பிடி தளர்ந்தால், வலி இல்லை.

வரலாறு சொல்லும் பாடம் - 'அசோகர் VS அலெக்சாண்டர்'

அலெக்சாண்டர் : உலகத்தையே ஆள ஆசைப்பட்டான். எல்லா நாட்டையும் அடிமைப்படுத்தினான். கடைசியில் கை வெறுமையாக செத்தான். "என் கையை வெளியே வைத்து புதைங்கள், எதையும் கொண்டு போகவில்லை என்று உலகம் பார்க்கட்டும்" என்றான்.

அசோகர் : கலிங்கத்தை ஆள ஆசைப்பட்டு லட்சம் பேரை கொன்றான். ரத்த ஆற்றை பார்த்து மனம் மாறினான். ஆளும் ஆசையை விட்டான். தர்மத்தை பரப்பினான். இன்றும் 'அசோக சக்கரவர்த்தி' என்று வாழ்கிறான்.

ஆள நினைத்தவன் அழிந்தான். அன்பு செய்தவன் வாழ்ந்தான்.

கடைசி வரி : 'காற்று' பாடம்

காற்றை யாராலும் ஆள முடியாது. பாட்டிலில் அடைத்தால் அது காற்று இல்லை - அழுத்தப்பட்ட வாயு. அதன் உயிர் போய்விடும்.

வாழ்க்கையும் அப்படித்தான். சுதந்திரமாக விட்டால்தான் அழகு. ஆள நினைத்து அடிமைப்படுத்தினால், நீ அடிமைப்படுத்துவது பிணத்தைதான்.

"என்னுடையது" என்று சொல்லாதே. "என்னுடன் இருக்கிறது" என்று சொல்.

அப்போதுதான் நீ எஜமானனும் இல்லை, அடிமையும் இல்லை. நீ நீயாக இருப்பாய்.

64

ஆழம் போகாதவனுக்கு முத்து கிடைக்காது

ஒரு செயலில் எந்த அளவிற்கு நாம் அர்ப்பணிப்போடு ஈடுபடுகின்றோமோ அந்த அளவிற்கு நமது மேம்படல் அந்தத் துறையில் உண்டாகும்

"ஆழம் போகாதவனுக்கு முத்து கிடைக்காது"

இது 100% சத்தியம். "எதை விதைக்கிறாயோ, அதைத்தான் அறுவடை செய்வாய்" என்பது இயற்கையின் மாறாத விதி. அர்ப்பணிப்பு = விதை. மேம்பாடு = அறுவடை.

அர்ப்பணிப்பு என்றால் என்ன? '3 நிலை' உழைப்பு

நிலை செயல் விளைவு

வேலை சம்பளத்துக்காக, கடமைக்காக செய்வது. 9-5. மணி அடித்தால் பேனாவை மூடிவிடுவது. வாழ்க்கை ஓடும். வளர்ச்சி இருக்காது. 20 வருடம் ஆனாலும் அதே இடத்தில் இருப்பாய்.

தொழில் திறமையாக செய்வது. பணம், பெயருக்காக கற்றுக்கொள்வது. வெற்றி கிடைக்கும். பணம், பதவி வரும். ஆனால் திருப்தி இருக்காது.

தவம் அதுவாகவே மாறிவிடுவது. நேரம், பசி, தூக்கம் மறந்து ஈடுபடுவது. தோல்வியிலும் விடாமல் செய்வது. இதுதான் அர்ப்பணிப்பு. மேதை ஆவாய். நீ துறைக்கு இலக்கணம் ஆவாய். துறை உன்னை வைத்து அடையாளம் காணப்படும்.

அர்ப்பணிப்பு = 100% உன்னை கொடுப்பது. "கொஞ்சம் ட்ரை பண்ணலாம்" என்பது அர்ப்பணிப்பு இல்லை. "உயிரே போனாலும் இதை முடிப்பேன்" என்பதுதான் அர்ப்பணிப்பு.

ஏன் அர்ப்பணிப்பு மேம்பாடு தரும்? ‘ஏகலைவன்’ நியாயம்

அர்ஜுனனுக்கு துரோணர் நேரில் சொல்லிக்கொடுத்தார். ஏகலைவனுக்கு யாரும் இல்லை. அவன் துரோணரின் சிலையை வைத்து,தன் விரல், ரத்தம், கண்ணீர் எல்லாம் கொடுத்துபயிற்சி செய்தான். கடைசியில் யார் சிறந்த வில்லாளி? ஏகலைவன். துரோணரே மிரண்டார்.

காரணம் :

முழு கவனம் : வேறு சிந்தனையே இல்லை. ஒரே இலக்கு. “Energy flows where attention goes.”

தோல்வி பயம் இல்லை : 1000 முறை தோற்றாலும் 1001-வது முறை எய்வான். தோல்விதான் சிறந்த ஆசான்.

இயற்கை துணை நிற்கும் : நீ ஒன்றுக்காக முழுதாக கரைந்தால், பிரபஞ்சமே உனக்காக வேலை செய்யும். “தேடினால் கிடைக்கும், தட்டினால் திறக்கும்” என்பது இதுதான்.

எந்த துறையாக இருந்தாலும் விதி ஒன்றுதான்

விளையாட்டு : சச்சின் தினமும் 8 மணி நேரம் பயிற்சி. பந்து 1 அடி தள்ளி விழுந்தாலும் 100 முறை அதையே அடிப்பார். அதனால்தான் ‘கடவுள்’ ஆனார்.

இசை : இளையராஜா 40 வருடம் தினமும் 18 மணி நேரம் இசை. தூக்கத்திலும் ராகம். அதனால்தான் ‘இசைஞானி’ ஆனார்.

ஆன்மீகம் : ரமணர் 16 வயதில் “நான் யார்?” என்ற கேள்வியில் மூழ்கினார். சாப்பாடு, தூக்கம் இல்லை. அதனால்தான் ‘பகவான்’ ஆனார்.

“ஜீனியஸ் என்பது 1% திறமை, 99% வியர்வை” என்றான் எடிசன். 1000 முறை தோற்றபின்தான் பல்பு எரிந்தது.

நீ எப்படி அர்ப்பணிப்பது? ‘5 விரல்’ சூத்திரம்

கட்டை விரல் - முடிவு செய் : “இந்த துறையில் நான் சிறந்தவனாக வருவேன்” என்று உறுதி எடு. குழப்பம் ஆகாது.

ஆள்காட்டி விரல் - குரு தேடு : அந்த துறையில் ஆளுமையை காட்டியவரை பின்பற்று. புத்தகம், வீடியோ, நேரில். திசை மாறாது.

நடுவிரல் - தினம் செய் : “மூடு இல்லை” என்று நிறுத்தாதே. தினம் 1 மணி நேரம் என்றாலும் தொடர்ந்து செய்.

மோதிர விரல் - நேசி : கஷ்டமாக இருந்தாலும் அந்த வேலையை காதலி. காதலித்து செய்தால் களைப்பு இருக்காது.

சுண்டு விரல் - தனித்திரு : தேவையில்லாத பார்ட்டி, அரட்டை, சோம்பலை வெட்டு. ‘தனிமை’தான் மேதையின் தொட்டில்.

கடைசி வரி : ‘இரும்பு’ பாடம்

இரும்பை தட்டித்தட்டி காய்ச்சி அடித்தால்தான் வாள் ஆகும். சும்மா கிடந்தால் துருப்பிடிக்கும்.

நீயும் இரும்புதான். அர்ப்பணிப்பு என்ற உலைக்களத்தில், பயிற்சி என்ற சம்மட்டியால் அடி வாங்கினால்தான் ‘வாள்’ ஆவாய். இல்லையென்றால் ‘துரு’ ஆவாய்.

“எதில் உன் உயிரை கொடுக்கிறாயோ, அது உனக்கு உயிர் கொடுக்கும்.”

அரைகுறையாக செய்தால் வாழ்க்கையும் அரைகுறையாகத்தான் இருக்கும்.

முழுதாக கொடு. முழுமையை பெறு.

65

கற்றவன் தான் பாடமாகிறான்

எல்லோருடைய வாழ்வில் இருந்தும் பாடம் கற்றுக் கொள்பவன் உடைய வாழ்க்கையே எல்லோருக்குமான பாடமாக ஆகிறது

"உலகம் முழுக்க ஒரு பல்கலைக்கழகம் - கற்றவன் தான் பாடமாகிறான்"

இது ஞானிகளின் வாக்கு. "கற்பது கை மண் அளவு, கல்லாதது உலகளவு" என்றார் ஔவையார். எல்லோரிடமும் கற்பவன், உலகுக்கே பாடமாகிறான்.

எல்லோரிடமும் என்ன கற்கலாம்? 'பிச்சைக்காரன் முதல் பேரரசன் வரை'

தத்தாத்ரேயர் 24 குரு வைத்திருந்தார்.

பூமி : பொறுமை கற்றார். மிதித்தாலும் தாங்கும்.

காற்று : பற்றின்றி இருக்க கற்றார். எல்லா இடமும் போகும், எதையும் ஒட்டிக்கொள்ளாது.

மலைப்பாம்பு : தேடிப்போய் இரை உண்ணாது. வந்ததை உண்ணும். பேராசை கூடாது என்று கற்றார்.

குழந்தை : கவலை இல்லை, பகை இல்லை. ஆனந்தமாக இருக்க கற்றார்.

நீ பார்க்கும் ஒவ்வொரு மனிதனும் ஒரு புத்தகம்.

தோற்றவனிடம் : "என்ன தவறு செய்தாய்?" என்று கற்றுக்கொள். நீ அதே தவறை செய்ய மாட்டாய்.

ஜெயித்தவனிடம் : "எப்படி ஜெயித்தாய்?" என்று கற்றுக்கொள்.

கெட்டவனிடம் : "எப்படி கெட்டான்?" என்று கற்று, அந்த வழியில் போகாதே. முள் குத்தியவனை பார்த்து பாதையை மாற்றிக்கொள்.

நல்லவனிடம் : "எப்படி நல்லவனாக இருக்கிறாய்?" என்று கற்று, அதை பின்பற்று.

கண்ணை திறந்து வைத்தால், குப்பை தொட்டியும் குருதான். மூடி வைத்தால், பல்கலைக்கழகமும் மயானம்தான்.

கற்பவன் எப்படி பாடமாகிறான்? 'தேனீ' ரகசியம்

தேனீ ஒவ்வொரு பூவிடமும் போகும். ரோஜா, மல்லி, குப்பை செடி என்று பேதம் பார்க்காது. எல்லா பூவிலும் உள்ள தேனை மட்டும் உறிஞ்சும். குப்பையை எடுக்காது.

கடைசியில் என்ன செய்யும்? தேனை கூட்டில் சேர்த்து, உலகத்துக்கே தேனாக கொடுக்கும்.

நீயும் அப்படித்தான் :

சேகரி : எல்லோரிடமும் உள்ள நல்லதை எடு. பாட்டியின் பொறுமை, வியாபாரியின் சாமர்த்தியம், துப்புரவு தொழிலாளியின் கடமை உணர்வு, குழந்தையின் சிரிப்பு.

ஜீரணி : அதை உன் வாழ்க்கையில் வாழ்ந்து காட்டு. புத்தக பூச்சியாக இருக்காதே. அனுபவமாக மாற்று.

பகிர் : நீ வாழ்ந்து காட்டும் வாழ்க்கை, அடுத்த தலைமுறைக்கு 'தேன்' ஆகும். உன் வாழ்க்கைதான் உன் செய்தி.

காந்திஆங்கிலேயரிடம் 'நேரம் தவறாமை' கற்றார். ஏழையிடம் 'எளிமை' கற்றார். கீதையிடம் 'கடமை' கற்றார். பைபிளிடம் 'மன்னிப்பு' கற்றார். கடைசியில் அவரே உலகத்துக்கு 'அகிம்சை' என்ற பாடமானார்.

கற்காதவன் நிலை என்ன? 'கிணற்று தவளை'

“எனக்கு எல்லாம் தெரியும், யாரிடமும் கற்க வேண்டாம்” என்று இருப்பவன் கிணற்று தவளை. அவன் வாழ்க்கை யாருக்கும் பாடம் இல்லை. பரிதாபம்தான்.

அவன் செய்த அதே தவறை அவன் பிள்ளையும் செய்வான். வளர்ச்சி இருக்காது. வட்டம்தான் அடிக்கும்.

கடைசி வரி : ‘நதி VS குட்டை’

குட்டை : “எனக்கு நானே போதும்” என்று அடைத்துக்கொள்ளும். நாளடைவில் பாசி பிடித்து, புழு வைத்து, நாறிவிடும். யாரும் குடிக்க மாட்டார்கள்.

நதி : மலையிடம், மழையிடம், ஓடையிடம், சாக்கடையிடம்கூட பாடம் கற்றுக்கொண்டே ஓடும். கடைசியில் கடலில் சேரும். எல்லோருக்கும் தாகம் தீர்க்கும். கடலாகவே மாறும்.

ஆணவத்தை கழற்று : “நான்” என்ற எண்ணம் போனால்தான் “நீ” என்ன சொல்கிறாய் என்று காதில் விழும்.

அவமானம் பார்க்காதே : பிச்சைக்காரனிடம் கூட கற்க வெட்கப்படாதே. ஞானத்துக்கு வயசு இல்லை, அந்தஸ்து இல்லை.

வாழ்ந்து காட்டு : நீ கற்றதை வாயால் சொல்லாதே. வாழ்க்கையால் சொல்.

“கற்றது கையளவு, கரைத்தது கடலளவு” என்று கற்றதை வாழ்ந்து காட்டும்போது,நீயே திருக்குறள் ஆகிறாய். நீயே கீதை ஆகிறாய்.

எல்லோரும் உன் ஆசான். நீ உலகத்தின் பாடம்.

66

கர்மயோகத்தின் அடிப்படை

எதையும் என்னால் செய்து விட முடியும் என்று சொல்வதற்கு ஆசைப்படுதல் மட்டுமே போதுமானது ஆனால் அதை செயல்படுத்தி காட்டுவதற்கு தகுதியே என்றும் அவசியமாகிறது தகுதியை மேம்படுத்திக் கொள்பவர் மேற்கொள்ளும் ஆசையே முழுமையான செயல்படும் பெறுகிறது

“ஆசை என்பது விதை - தகுதி என்பது நீர் - செயல் என்பது மரம்”

இது கர்மயோகத்தின் அடிப்படை. “ஆசைப்படு, ஆனால் தகுதிப்படு” என்பதுதான் வெற்றியின் சூத்திரம்.

ஆசை மட்டும் போதாது ஏன்? ‘பறக்க ஆசைப்படும் கோழி’

கோழிக்கும் ஆசைதான் வானத்தில் பறக்க வேண்டும் என்று. கழுகை பார்த்து ஏங்கும். “என்னால் முடியும்” என்று கொக்கரிக்கும். ஆனால் இறக்கையை விரித்தால் 2 அடி தாண்டுமா? தாண்டாது. ஏன்? ஆசை இருக்கு, தகுதி இல்லை.

வெறும் ஆசை = வெற்று பட்டாசு. சத்தம் மட்டும்தான் வரும். வெளிச்சம் வராது. வானம் தெரியாது.

உலக உதாரணம்:

“நான் பாடகன் ஆவேன்” என்று ஆசைப்படலாம். ஆனால் சுருதி, லயம், பயிற்சி இல்லை என்றால் மேடை கிடைக்குமா? கிடைத்தாலும் கல்லடி விழும்.

“நான் கோடீஸ்வரன் ஆவேன்” என்று ஆசைப்படலாம். ஆனால் உழைப்பு, திட்டம், நேர்மை இல்லை என்றால் லாட்டரி அடிக்கணும். அது நம்பி கெட்ட கதை.

“வாய்ச்சொல்லில் வடை சுட்டால் வயிறு நிரம்புமா?”

தகுதி என்றால் என்ன? ‘அர்ஜுனனின் வில்’

அர்ஜுனனுக்கு “நான் ஜெயிக்க வேண்டும்” என்ற ஆசை இருந்தது. ஆனால் அதுமட்டும் போதுமா? இல்லை.

அவன் தகுதி 4:

ஞானம் : எதிரியின் பலம், பலவீனம் தெரியும். கண்ணை மூடி அம்பு எய்ய மாட்டான்.

பயிற்சி : இரவு-பகல் பயிற்சி. மீன் கண்ணை பார்த்தே அடிப்பான். ‘திறமை’ என்பது பயிற்சியின் மறுபெயர்.

மன உறுதி : தூக்கம், சோம்பல், பயம் கிடையாது. 12 வருடம் வனவாசத்திலும் வில்லை கீழே வைக்கவில்லை.

குரு பக்தி : துரோணரிடம் முழுமையாக கற்றான். தலைக்கனம் இல்லை.

ஆசை + இந்த 4 தகுதி = விஜயன். அதனால்தான் அவன் பெயர் ‘விஜயன்’.

தகுதி = வண்டிக்கு பெட்ரோல். ஆசை = ஸ்டார்ட் பட்டன். பெட்ரோல் இல்லாமல் எவ்வளவு நேரம் பட்டனை அமுக்குவாய்?

தகுதியை வளர்ப்பவன் ஆசை ஏன் ஜெயிக்கும்? ‘விவசாயி’ நியதி

ஒரு விவசாயிக்கு “10 மூட்டை நெல் வேண்டும்” என்ற ஆசை. 2 வழி இருக்கு:

வழி 1: சோம்பேறி விவசாயி

ஆசை மட்டும் இருக்கு. நிலத்தை உழவில்லை, உரம் போடவில்லை, களை எடுக்கவில்லை. “கடவுள் கொடுப்பார்” என்று வரப்பில் படுத்துவிட்டான். விளையுமா? விளையாது.

வழி 2: தகுதி உள்ள விவசாயி

ஆசையோடு சேர்த்துஉழைப்பு என்ற தகுதியை வளர்க்கிறான். நிலத்தை பண்படுத்துறான், நீர் பாய்ச்சுறான், பூச்சி மருந்து அடிக்கிறான். அவன் ஆசை 'விளைச்சல்' ஆகிறது.

விதி: உன் ஆசையின் உயரம் = உன் தகுதியின் ஆழம்.

10 மாடி கட்டணும் என்றால் 10 மாடிக்கு அஸ்திவாரம் வேண்டும். அரை அடி அஸ்திவாரம் போட்டு 10 மாடி கட்டினால் என்ன ஆகும்? இடிந்து விழும்.

எப்படி தகுதியை வளர்ப்பது? 'ஏகலைவன்' பாதை

'கற்றுக்கொள்' : தினமும் 1 மணி நேரம் அந்த துறையை படி. யூடியூப், புத்தகம், குரு. அறிவுதான் முதல் தகுதி.

'செய்துபார்' : படித்ததை உடனே செயலில் கொண்டுவா. 100 முறை தோற்றாலும் பரவாயில்லை. அனுபவம்தான் இரண்டாவது தகுதி.

'திருத்திக்கொள்' : தவறை ஒப்புக்கொள். "எங்கே தப்பு?" என்று கேள். திருந்துவதுதான் மூன்றாவது தகுதி.

'காத்திரு' : அவசரப்படாதே. மூங்கில் 4 வருடம் வேர் விடும், 5-வது வருடம் 80 அடி வளரும். பொறுமைதான் நான்காவது தகுதி.

இந்த 4 தகுதியை வளர்த்தால், உன் ஆசைக்கு கால் முளைக்கும். அதுவே ஓடும்.

கடைசி வரி:

ஆசைப்படு. தப்பில்லை. ஆனால் கூடவே கேள்: “அதற்கு நான் தகுதியா?”

இல்லை என்றால், முதலில் தகுதியை சம்பாதி. பிறகு ஆசை தானாக நிறைவேறும்.

“தகுதி உடையவன் தேடாமலே வரும் வாய்ப்பு, தகுதி இல்லாதவன் தேடினாலும் கிடைக்காது.”

ஆசை கனவு. தகுதி அதற்கான சிறகு. சிறகு இல்லாமல் வானம் இல்லை.

67

தன்னை அறி

தான் யார் என்பதை அறிய முற்படாமல் தயங்கி நிற்பவர்களுக்கு இவ்வுலகம் என்றும் போராட்டக் களமாகவே தோன்றும் தன்னை உணர்ந்து தன் தகுதியை மேம்படுத்தி துணிந்துசெல்பவர்களுக்கு இவ்வுலகம் என்றும் சொர்க்க பூமியாகவே திகழ்கிறது

“உன்னை அறியாதவனுக்கு உலகம் சிறை - உன்னை அறிந்தவனுக்கு உலகம் அரங்கம்”

இது ரமண மகரிஷியின் வாக்கு. “தன்னை அறிய தனக்கொரு கேடில்லை” - இதுதான் எல்லா சாஸ்திரத்தின் சாரம்.

“தான் யார்?” என்று தெரியாதவனுக்கு உலகம் ஏன் போர்க்களம்?

அவன் நிலை = கண்ணை கட்டிவிட்டு யுத்தத்தில் இறக்கிவிட்ட சிப்பாய்.

எதிரி யார் தெரியாது : காற்றில் வாள் வீசுவான். நிழலை பார்த்து பயப்படுவான். சந்தேகம், பயம், கோபம் - எல்லாம் எதிரி.

ஆயுதம் என்ன தெரியாது : கையில் வைத்திருப்பது வாளா, பூவா என்று தெரியாது. தன் பலம், தன் திறமை, தன் தகுதி தெரியாது.

எதற்கு போர் தெரியாது : “ஊருக்காகவா? பேருக்காகவா? பணத்துக்காகவா?” என்று குழப்பம். லட்சியம் இல்லை.

விளைவு :

அலுவலகம் போர்க்களம். வீடு போர்க்களம். உறவு போர்க்களம். எல்லோரும் எதிரி போல தெரிவார்கள். காலையில் எழுந்தாலே "ஐயோ இன்னொரு நாளா?" என்று போராட்டம்தான். ஏனென்றால் அவன் தன்னுடனேயே போராடிக்கொண்டு இருக்கிறான்.

"அகத்தில் போர் இருந்தால், புறத்தில் அமைதி இருக்காது."

தன்னை உணர்ந்தவனுக்கு உலகம் ஏன் சொர்க்கம்?

அவன் நிலை = நாடகத்தில் நடிக்கும் ராஜா.

அவனுக்கு தெரியும் : "நான் நடிக்கிறேன். இது மேடை. இது வேஷம். முடிந்ததும் கிரீடத்தை கழற்றிவிட்டு வீட்டுக்கு போவேன்."

பயம் இல்லை : தோல்வி வந்தால் "சரி, அடுத்த காட்சி" என்பான். ஏனென்றால் அவனுக்கு தெரியும் 'நான் தோல்வி இல்லை'. நான் நடிப்பவன்.

பற்று இல்லை : பணம் போனாலும், பதவி போனாலும் சிரிப்பான். "வேஷம் கலைந்தது, ஆள் கலையவில்லை" என்று தெரியும்.

முழு ஈடுபாடு : பயம் இல்லாததால் 100% உழைப்பான். விளையாட்டாக செய்வான். விளையாட்டுதான் சிறந்த வேலை.

விளைவு :

அதே அலுவலகம் விளையாட்டு மைதானம். அதே வீடு கோவில். அதே பிரச்சனை புதிர். அவன் போராடுவதில்லை - விளையாடுகிறான்.

"அகத்தில் அமைதி இருந்தால், புறத்தில் போர் இருந்தாலும் அது நடனமாகும்."

தன்னை உணர்வது என்றால் என்ன? 'வெங்காயம்' உரிப்பது வெங்காயத்தை உரி. ஒரு தோல், இரண்டு தோல். . . கடைசியில் என்ன இருக்கு? ஒன்றுமில்லை. சூன்யம். ஆனால் அந்த சூன்யத்தில் இருந்துதான் காரம் வருது.

தன்னை உணர்வது எப்படி :

பெயர் உரி : “நான் ராம்” - இது அப்பா வைத்த பெயர். நீ இல்லை.

உடம்பு உரி : “நான் 6 அடி, சிவப்பு” - இது மாறும். கிழவன் ஆவாய். நீ இல்லை.

படிப்பு உரி : “நான் இன்ஜினியர்” - இது பட்டம். வேலை போனால்? நீ இல்லை.

குணம் உரி : “நான் கோபக்காரன்” - காலையில் சாந்தம், மதியம் கோபம். மாறும். நீ இல்லை.

எல்லாம் உரித்த பின் எஞ்சி இருப்பது எது?

“நான் இருக்கிறேன்” என்ற உணர்வு மட்டும். அதற்கு பெயர் இல்லை, உருவம் இல்லை, அழிவு இல்லை. அதுதான் ‘நீ’. அதுதான் ஆத்மா. அதுதான் சொர்க்கம்.

தகுதியை மேம்படுத்தி துணிந்து செல்வது எப்படி? ‘சிங்கக்குட்டி’ கதை

ஒரு சிங்கக்குட்டி ஆட்டு மந்தையில் வளர்ந்தது. “மியா மியா” என்று கத்தும், புல் தின்னும். தான் சிங்கம் என்று தெரியாது. ஒருநாள் காட்டு சிங்கம் வந்து குளத்தில் அதன் நிழலை காட்டியது. “டேய், நீ யார் என்று பார்!” என்றது.

தன் நிழலை பார்த்ததும் “கர்ஜனை” வந்தது. மியா போச்சு. ஆட்டு மந்தை போர்க்களமாக தெரிந்தது. காடு சொர்க்கமாக தெரிந்தது.

நீயும் அப்படித்தான் :

நிழலை பார் : தியானம் செய், “நான் யார்?” என்று கேள். புத்தகம் படி, குருவை தேடு. உன் சிங்க உருவம் தெரியும்.

கர்ஜனை செய் : “நான் பயந்தவன் இல்லை, நான் ஆத்மா” என்று உணர். பயம் போகும். துணிவு வரும்.

காட்டுக்கு போ : உன் தகுதியை வளர்த்துக்கொண்டு, உன் துறையில் குதி. அப்போது போட்டி இருக்காது - வேட்டைதான் இருக்கும்.

கடைசி வரி : 'உப்பு பொம்மை' கதை

ஒரு உப்பு பொம்மை "கடல் எவ்வளவு ஆழம்?" என்று அளக்க கடலுக்குள் போனது. உள்ளே போனதும் கரைந்து கடலாகவே ஆகிவிட்டது. திரும்பி வந்து சொல்ல ஆள் இல்லை.

நீ கடலில் கரையாதே. கடல் என்று உணர்.

"நான் துளி இல்லை, நான் கடல்" என்று உணர்ந்தால், அலை அடித்தால் பயப்படுவாயா? மாட்டாய். ஏனென்றால் அலையும் நீதான், கடலும் நீதான்.

தயங்காதே. உன்னை அறி. உலகம் உன் காலடியில்.

68

எது உன் பாதை

வாழ்க்கையில் எது ஒன்றை தொடங்கும் பொழுதும் எளிதான வழியை தேர்ந்தெடுப்பதை விட நம்மால் முடியக்கூடிய சிறிது முயன்றால் வரக்கூடிய வழியை அது கடினமானதாகவே இருந்தாலும் அதை தேர்ந்தெடுப்பதே பின்னர் வரும் காலங்களில் நமக்கு என்றும் நன்மை பயக்கக் கூடிய நம் விருப்பத்தின் படி வாழ்வை செலுத்தக்கூடிய நிலையை அமைத்து தரக்கூடியதாக இருக்கும்

"எளிய பாதை ஊருக்கு கூட்டிப்போகும் - கடின பாதை உன்னை அரசனாக்கும்"

இதுவாழ்க்கையின் தங்க விதி. "No pain, no gain" என்பதை நம் பாட்டன் "பாடுபட்டால் பலன் உண்டு" என்று சொன்னான்.

எளிய வழி ஏன் ஆபத்து? 'குறுக்கு வழி' சாபம்

குறுக்கு வழி = கடன் வாங்கி கல்யாணம் செய்வது. அன்று ஜம்முனு இருக்கும். நாளை வட்டி கழுத்தை நெரிக்கும்.

3 ஆபத்துகள் :

தசை வளராது : தினமும் லிப்ட் பயன்படுத்தினால் கால் தசை என்ன ஆகும்? செத்துவிடும். எளிய வழி உன் திறமையை கொல்லும்.

மதிப்பு தெரியாது : அப்பா காசில் பைக் வாங்கினால் கீழே விழுந்தாலும் பரவாயில்லை. சொந்த உழைப்பில் வாங்கினால் பொத்தி வைப்பாய். எளிதில் கிடைத்தால் அருமை தெரியாது.

அடுத்த முறை தாங்காது : இன்று காப்பி அடித்து பாஸ் ஆகலாம். நாளை வேலையில் கேள்வி கேட்டால்? அஸ்திவாரம் இல்லாத கட்டிடம் மழைக்கு தாங்காது.

எளிய வழி = பாஸ்ட் புட். நாக்குக்கு ருசி. வயிற்றுக்கு விஷம். கடின வழி = வீட்டு சாப்பாடு. செய்ய கஷ்டம். ஆனால் உடம்புக்கு தெம்பு.

"சிறிது முயன்றால் வரக்கூடிய கடின வழி" ஏன் சிறந்தது? 'அர்ஜுனன் VS துரியோதனன்'

துரியோதனன் : "எளிதான வழி வேண்டும்" என்றான். நாராயணி சேனையை எடுத்தான். ஆயிரம் பேர். உழைப்பு இல்லை.

அர்ஜுனன் : "கடினமான வழி பரவாயில்லை" என்றான். ஆயுதம் இல்லாத கண்ணனை எடுத்தான். ஒரு ஆள். ஆனால் ஞானம்.

யார் ஜெயித்தது? அர்ஜுனன்தான். ஏன்? கடினமான வழி அவனை தகுதி உள்ளவனாக்கியது. கீதையை கேட்டான், தெளிந்தான், தேர்ந்தான்.

கணக்கு :

எளிய வழி = 100 மீட்டர் ஓடி 1 ரூபாய்.

கடின வழி = 1 கிமீ ஓடி 100 ரூபாய் + தசை + பெயர் + அடுத்த முறை 10 கிமீ ஓடும் தெம்பு.

எது லாபம்?

கடின வழி எப்படி 'நம் விருப்பப்படி வாழ்வை' தரும்? 3 பரிசுகள்

பரிசு : எப்படி கிடைக்கும்? : விளைவு :

தன்னம்பிக்கை : "கஷ்டப்பட்டு நீச்சல் கற்றேன்" என்றால், நாளை கடலில் தள்ளினாலும் பயப்படுவாயா? மாட்டாய். யாரையும் நம்பி இருக்க தேவை இல்லை. நீயே ராஜா.

தேர்வு சுதந்திரம் : 10 தொழில் கற்றவனுக்கு வேலை போனால் பயமா? இன்னொன்று செய்வான். “வேண்டாம்” என்று சொல்லும் தைரியம் வரும். அடிமை இல்லை.

மரியாதை சொந்த காலில் நின்றவனை ஊர் மதிக்கும். தலை நிமிர்ந்து வாழலாம். கை ஏந்த தேவை இல்லை.

அடிமையின் லட்சணம் : எளிய வழியை தேடுவது.

அரசனின் லட்சணம் : கடின வழியை உருவாக்குவது.

எப்படி தேர்ந்தெடுப்பது? ‘2 கேள்வி’ சோதனை

ஒரு வழி முன் வந்தால் 2 கேள்வி கேள் :

“இது என்னை வளர்க்குமா, சோம்பேறி ஆக்குமா?” வளர்த்தால் எடு. சோம்பேறி ஆக்கினால் உதை.

“5 வருடம் கழித்து நன்றி சொல்வேனா, திட்டுவேனா?” நன்றி சொன்னால் செய். திட்டினால் வேண்டாம்.

கடைசி வரி : ‘வைரம் VS கரி’

கரியும் வைரமும் ஒன்றுதான் - கார்பன்.

கரி : எளிய வழி. பூமிக்கு மேலே கிடந்தது. அழுத்தம் இல்லை. அடுப்புக்கு போகும். எரிந்து சாம்பல் ஆகும்.

வைரம் : கடின வழி. பூமிக்கு அடியில் 1000 டிகிரி வெப்பம், லட்சம் டன் அழுத்தம். கிரீடத்தில் ஏறும். என்றும் மின்னும்.

நீ கரியா? வைரமா?

அழுத்தத்தை தேர்ந்தெடு. கஷ்டத்தை கட்டிப்பிடி.

"சிரமம் இல்லாமல் சிகரம் இல்லை. வேர்வை இல்லாமல் வெற்றி இல்லை."

கடினமானதை இன்று தேர்ந்தெடு. நாளை உன் வாழ்க்கை உன் கையில்.

69

உன் வார்த்தை நீ எய்யும் அம்பு

வாழ்க்கை உங்கள் விருப்பப்படி நடக்க வேண்டும் என்று நீங்கள் விரும்பினால் முதலில் நீங்கள் செய்ய வேண்டியது உங்கள் வார்த்தைகளுக்கு நீங்கள் முக்கியத்துவம் அளிக்க வேண்டும் நீங்கள் ஒன்று கூறினால் அதை நிறைவேற்றுவதற்கு முக்கியத்துவம் அளிக்க வேண்டும்

"சொல் ஒன்று செயல் ஒன்று - அதுவே வேஷம். சொல்லும் செயலும் ஒன்றே - அதுவே வேதம்"

இதுவாக்கு சுத்தத்தின்மகிமை. "வாய்மையே வெல்லும்" என்பது வெறும் வாசகம் இல்லை. வாழ்க்கையின் சாவி அதுதான்.

வார்த்தைக்கு முக்கியத்துவம் ஏன்? 'பிரம்மாஸ்திரம்'

உன் வார்த்தை = நீ எய்யும் அம்பு. ஒருமுறை வாயில் இருந்து வெளியே போனால் திரும்ப எடுக்க முடியாது. இலக்கை தாக்கியே தீரும்.

நீ சொன்னதை செய்யாவிட்டால் என்ன ஆகும்?

உன்னையே நம்ப மாட்டாய் : "நாளைக்கு 5 மணிக்கு எழுவேன்" என்று சொல்லி 8 மணிக்கு எழுந்தால், உன் மனசே சொல்லும் - "டேய் நீ உருப்பட மாட்டே" . தன்னம்பிக்கை செத்துவிடும்.

ஊர் நம்பாது : 10 முறை "வருகிறேன்" என்று சொல்லி வரவில்லை என்றால், 11-வது முறை கூப்பிடவே மாட்டார்கள். பெயர் போய்விடும்.

பிரபஞ்சம் கேட்காது : "நான் ஜெயிப்பேன்" என்று வாயில் சொல்லி, செயலில் சோம்பினால், இந்த பிரபஞ்சம் உன்னை சீரியஸாக எடுக்காது. வாய்ப்பு கதவு தட்டாது.

"வாய் சொன்ன சொல் தவறினால், வாழ்க்கை சொன்ன சொல் தவறும்."

சொன்னதை செய்தால் என்ன கிடைக்கும்? 'ஹரிச்சந்திரன்' சக்தி

ஹரிச்சந்திரன்" பொய் சொல்ல மாட்டேன்" என்ற ஒரு வார்த்தைக்காக நாடு, மனைவி, பிள்ளை எல்லாம் இழந்தான். கடைசியில் என்ன ஆனான்? " சத்திய ஹரிச்சந்திரன்" என்று என்றும் வாழ்கிறான். தெய்வமானான்.

3 பலன்கள்:

வலிமை : "நான் சொன்னால் செய்வேன்" என்ற எண்ணமே 100 யானை பலம். பயம் ஓடிவிடும்.

ஈர்ப்பு : வார்த்தை தவறாதவன் பின்னால் மனிதர்களும், வாய்ப்புகளும், பணமும் தானாக வரும். நீ காந்தம் ஆவாய்.

விருப்பப்படி வாழ்க்கை : நீ "இதை செய்வேன்" என்றால் செய்வாய் என்று உனக்கே தெரியும். அப்போது உலகம் உன் கட்டளைக்கு காத்திருக்கும். நீ நினைத்தது நடக்கும்.

"வாக்கு தவறாதவன் வானத்தை வளைப்பான்."

எப்படி பழக்கப்படுத்துவது? '3 கட்டுப்பாடு'

கட்டுப்பாடு செயல் பலன்

குறைவாக பேசு "செய்வேன்" என்று சொல்வதற்கு முன் 3 வினாடி யோசி. "முடியுமா? " என்று கேள். சந்தேகம் என்றால் "முயற்சி செய்கிறேன்" என்று சொல். வீண் வாக்குறுதி இருக்காது. பாரம் குறையும்.

சிறிதாக தொடங்கு "தினம் 5 மணிக்கு எழுவேன்" என்று சொல்லி தோற்காதே. "நாளை 7 மணிக்கு எழுவேன்" என்று சொல்லி எழு. சின்ன வெற்றி தன்னம்பிக்கை வளரும். பெரிய

செயலுக்கு தயாராவாய்.

எழுதி வை வாயால் சொன்னதை ஒரு நோட்டில் எழுது. "இன்று 10 பக்கம் படிப்பேன்." முடித்ததும் டிக் அடி. கணக்கு இருக்கும். ஏமாற்ற முடியாது. பொறுப்பு வரும்.

ராமர் "ஒரு சொல், ஒரு வில், ஒரு இல்" என்று வாழ்ந்தார். சொன்ன சொல் மாறவில்லை. அதனால்தான்'மரியாதை புருஷோத்தமன்'ஆனார்.

கடைசி வரி : 'காசோலை' உதாரணம்

உன் வார்த்தை = நீ எழுதி கொடுக்கும்காசோலை.

வங்கியில் பணம் இல்லாமல் காசோலை கொடுத்தால் என்ன ஆகும்? 'Bounce' ஆகும். ஜெயில் போகணும். மானம் போகும்.

உன் 'செயல் வங்கி'யில் 'தகுதி பணம்' இருக்கிறதா என்று பார்த்து காசோலை கொடு. இல்லை என்றால் கொடுக்காதே.

ஒருமுறை கொடுத்துவிட்டால், வீட்டை விற்றாவது பணத்தை போட்டு அந்த காசோலையை 'Clear' பண்ணு.

அப்படி வாழ்ந்தால், நீ சொல்வதெல்லாம் மந்திரம் ஆகும்.

"நடக்கும்" என்று நீ சொன்னால், மலையும் வழி விடும்.

ஏனென்றால் உலகம் வணங்குவது உன் வாயை அல்ல - உன் வாக்கு சுத்தத்தை.

முதலில் உன்னை ஆள். பிறகு உலகம் உன் பேச்சை கேட்கும்.

70

மனிதன் சிறப்பான வாய்ப்பு கொடுக்கப்பட்டவன்

மனிதன் மற்ற உயிர்களை விட எந்த விதத்தில் சிறந்தவன்

"மனிதன் சிறந்தவன் இல்லை - சிறப்பு வாய்ந்தவன்"

மற்ற உயிர்களை விட மனிதன் உயர்ந்தவன் என்பதை விட வேறுபட்டவன், பொறுப்பானவன் என்று சொல்வதே சரி. பலம் என்றால் யானை, வேகம் என்றால் சிறுத்தை, பார்வை என்றால் கழுகு. ஆனால் மனிதனிடம் மட்டும் இருக்கும்4 சிறப்புகள் :

பகுத்தறிவு - 'ஏன்? ' என்று கேட்கும் திறன்

மிருகம் : பசிக்குது → சாப்பிடுது. மழை வருது → ஓடி ஒளியுது. வாழ்கிறது.

மனிதன் : பசிக்குது → "ஏன் பசிக்குது? நாளைக்கு பசிக்காம இருக்க என்ன செய்யலாம்?" என்று விவசாயம் கண்டுபிடித்தான். மழை வருது → "ஏன் மழை வருது? " என்று வானிலை ஆராய்ந்தான். வாழ்க்கையை ஆராய்கிறான்.

சிந்தனைதான் மனிதனின் முதல் ஆயுதம். அதனால்தான் உடல் பலம் இல்லாமலே உலகை ஆள்கிறான்.

தேர்ந்தெடுக்கும் சுதந்திரம் - 'விவேகம்'

சிங்கம் : பசித்தால் மானை அடிக்கும். பரிதாபம் பார்க்காது. இயற்கையின் கட்டளைக்கு அடிமை.

மனிதன் : பசித்தாலும், கையில் காசு இருந்தாலும், "திருடக்கூடாது" என்று பட்டினி கிடக்க முடியும். "அடுத்தவன்

சோற்றை பிடுங்கக்கூடாது'' என்று தீர்மானிக்க முடியும். அறத்தை தேர்ந்தெடுக்க முடியும். மிருகம் உணர்ச்சிக்கு அடிமை. மனிதன் உணர்ச்சியை ஆள முடிந்தவன்.

“இன்று விதைக்காவிட்டால் நாளை அறுவடை இல்லை'' என்று தெரிந்து, இன்றைய இன்பத்தை தியாகம் செய்யும் ஒரே உயிர் மனிதன்.

உருவாக்கும் சக்தி - ‘கற்பனை’

தேனீ : தேன் கூடு கட்டும். 1000 வருடமாக அதே டிசைன். மாறாது.

குயில் : கூடு கட்ட தெரியாது. அடுத்த கூட்டில் முட்டை இடும். கற்காது.

மனிதன் : குகையில் வாழ்ந்தான். இன்று மாடி வீடு, நாளை செவ்வாய் கிரகம். இல்லாததை கற்பனை செய்து உருவாக்குகிறான்.

மொழி, கவிதை, இசை, விமானம், இணையம் - எல்லாம் மனித கற்பனையின் குழந்தைகள்.

“கல்லை உளியால் செதுக்கி கடவுளாக்கும் திறன் மனிதனுக்கு மட்டுமே உண்டு.''

‘நான் யார்? ’ என்ற தேடல் - ‘ஆன்மீகம்’

நாய் : தன் நிழலை பார்த்து குரைக்கும். “நான் யார்?'' என்று கேட்காது.

மனிதன் : கண்ணாடியில் தன் முகத்தை பார்த்து “இந்த உடம்பு நானா? இந்த பெயர் நானா? செத்த பிறகு என்ன?'' என்று கேட்கிறான். தன்னைத்தானே அறிய துடிக்கிறான்.

வயிற்றுப்பசி தீர்ந்தபிறகு ‘அறிவுப்பசி’ எடுக்கும் ஒரே உயிர் மனிதன். கோவில் கட்டுவான், தத்துவம் பேசுவான், தியானம் செய்வான். மிருகம் உயிர் வாழும். மனிதன் ‘ஏன் வாழ்கிறோம்’ என்று தேடுவான்.

ஆனால் கவனம் : சிறப்பு = பொறுப்பு

துப்பாக்கி வைத்திருப்பவன் சிறந்தவனா? இல்லை. பொறுப்பானவனா என்பதுதான் முக்கியம்.

மனிதன் சிறந்தவன் என்ற ஆணவம் வந்தால், அதுவே அவன் சாபம்.

அறிவை வைத்து அணுகுண்டு செய்தான்- அழிக்கிறான்.

தேர்வு சுதந்திரத்தை வைத்து திருடுகிறான்- ஏமாற்றுகிறான்.

கற்பனையை வைத்து காட்டை அழிக்கிறான்- மற்ற உயிரை கொல்கிறான்.

நாய் நன்றி உள்ளது. மனிதன் நன்றி மறக்கிறான். அப்போ யார் சிறந்தவன்?

கடைசி வரி : 'விளக்கு' உதாரணம்

மிருகங்கள் எல்லாம் சூரிய ஒளியில் வாழும். இயற்கை கொடுத்த வெளிச்சம்.

மனிதன் மட்டும்தான் விளக்கு ஏற்றுகிறான். இருட்டை வெல்கிறான்.

ஆனால் அந்த விளக்கை வைத்து வீட்டை கொளுத்தினால்? பக்கத்து வீட்டை எரித்தால்?

அப்போது மிருகத்தை விட கேவலமானவன் ஆகிவிடுவான்.

எனவே, மனிதன் சிறந்தவன் இல்லை. சிறப்பான 'வாய்ப்பு' கொடுக்கப்பட்டவன்.

அந்த வாய்ப்பை வைத்து, தன்னையும் உயர்த்தி, மற்ற உயிரையும் வாழவைத்தால் - அப்போதுதான் அவன் உண்மையில் சிறந்தவன்.

"அறிவுடையோர் எல்லாம் உடையோர். அன்புடையோர் மட்டுமே மனிதர்."

நன்றி

இன்று இரவு தூங்கும்போது ஒரு கேள்வி கேள்:

"நேற்றைய எனக்கும் இன்றைய எனக்கும் என்ன வித்தியாசம்?"

விடை 'ஒன்றும் இல்லை' என்றால், நீ இன்று வாழவில்லை,

வெறும் சுவாசித்திருக்கிறாய்.

விடை 'கொஞ்சம் மாறியிருக்கிறேன்' என்றால்,

நீ இன்று தெளிவானவன் ஆகியிருக்கிறாய்.

இந்த மாற்றம்தான் உங்கள் உண்மையான Bio-data.

இந்த தெளிவுதான் உங்களின் இறைவன்.

உங்கள் பதிலை இங்கே எழுதுங்கள்:

....

....

....

www.ingramcontent.com/pod-product-compliance
Lightning Source LLC
LaVergne TN
LVHW100300210926
848480LV00003B/981